# A GRAMMAR OF THE ANCIENT DIALECT OF THE KANNADA LANGUAGE

# A GRAMMAR OF THE ANCIENT DIALECT OF THE KANNADA LANGUAGE

SECOND EDITION
REVISED AND ENLARGED

GYAN

*Published by*

GYAN

Gyan Publishing House
5, Ansari Road
Daryaganj, New Delhi-110002
Phone: 011-47034999, 9811692060
E-mail: books@gyanbooks.com

*Distribution Network*
gyanbooks.com
India, USA, Canada, UK, Australia, France



ISBN : 978-81-212-4387-2 (PB)
First Published, London, 1889

2nd Impression 2020

*Printed at:* Gyan Press, Delhi.



**A Grammar of the Ancient Dialect of the Kannada Language**

## CONTENTS.

# ಹಳಗನ್ನಡ ವ್ಯಾಕರಣಸೂತ್ರಗಳು

ಅಂದರೆ

## ಗ್ರಂಥಪ್ರಯೋಗದ ವಿಧಿಗಳ ವಿವರವು.

---

## I. ಸಂಜ್ಞಾಪ್ರಕರಣ. Letters.

1. ಶುದ್ಧಾಕ್ಷರಕ್ಕೆ ಅಕ್ಕರ (ಅಕ್ಷರ)ವೆಂದೂ, ವರ್ಣವೆಂದೂ, ಪರ್ಯಾಯ ನಾಮವು; ಅಕಾರ ಮೊದಲು ಳಕಾರ ಪರ್ಯಂತ 52 ಅಕ್ಷರಗಳು ಪರಿಪೂರ್ಣ ವಾಗಿರುವವು.

**The Alphabet.**

2. ಕ್ರಮದಿಂದ 14 ಅಕ್ಷರಗಳು ಸ್ವರಗಳು, 25 ವರ್ಗಾಕ್ಷರ ಗಳು, 9 ಅವರ್ಗಾಕ್ಷರಗಳು, 4 ಯೋಗವಾಹ ಗಳು, ಅಂತು 52 ಅಕ್ಷರಗಳು ಸಂಸ್ಕೃತದಲ್ಲಿ ಶು ದ್ಧಗೆ (ಶುದ್ಧಾಕ್ಷರ) ಎಂದು ವ್ಯವಹರಿಸುತ್ತವೆ.

**Division of letters.**

### ಪ್ರಯೋಗ:

ಸ್ವರಗಳು 14ಕ್ಕೆ: ಅ ಆ, ಇ ಈ, ಉ ಊ, ಋ ೠ, ಌ ೡ, ಏ ಐ, ಓ ಔ.

ವರ್ಗಾಕ್ಷರಗಳು 25ಕ್ಕೆ: ಕ ಖ ಗ ಘ ಙ, ಚ ಛ ಜ ಝ ಞ, ಟ ಠ ಡ ಢ ಣ, ತ ಥ ದ ಧ ನ, ಪ ಫ ಬ ಭ ಮ.

ಅವರ್ಗಾಕ್ಷರಗಳು 9ಕ್ಕೆ: ಯ ರ ಲ ವ ಶ ಷ ಸ ಹ ಳ.
ಯೋಗವಾಹಗಳು 4ಕ್ಕೆ: ಅನುಸ್ವಾರ (ಂ), ವಿಸರ್ಗ (ಃ),
ಜಿಹ್ವಾಮೂಲೀಯ (ೱ),
ಉಪಧ್ಮಾನೀಯ (ೲ).

3. ಎರಡನೇ ಸೂತ್ರದಲ್ಲಿ ಹೇಳಿದ ಅಕ್ಷರಗಳಲ್ಲಿ ಋ ೠ, ಌ ೡ, ಶ ಷ, ವಿಸರ್ಗ, ೱಕ (ಜಿಹ್ವಾಮೂಲೀಯ), ೲ (ಉಪಧ್ಮಾನೀಯ), ಈ 9 ಅಕ್ಷರಗಳು ಕನ್ನಡ ಭಾಷೆಯಲ್ಲಿ ವರ್ತಿಸುವದಿಲ್ಲ; ಉಳಿದ 43 ಅಕ್ಷರಗಳೂ, ದೇಶೀಯಾಕ್ಷರಗಳಾದ ಎ, ಒ, ೞ, ಱ ಎಂಬ 4 ಅಕ್ಷರಗಳೂ ಸೇರಿ 47 ಅಕ್ಷರಗಳು ಮಾತ್ರ ಅಚ್ಚಕನ್ನಡದಲ್ಲಿ ಶುದ್ಧಗೆ (ಶುದ್ಧಾಕ್ಷರ) ಎಂದು ವರ್ತಿಸುವವು.

Pure Canarese letters.

4. ಕರ್ಣಾಟಕ ಭಾಷೆಯ 12 ಸ್ವರಾಕ್ಷರಗಳಲ್ಲಿ ಹ್ರಸ್ವ, ದೀರ್ಘ ಎಂದು 2 ಸಂಕೇತವು.

Vowels.

ಪ್ರಯೋಗ:

ಹ್ರಸ್ವಕ್ಕೆ: ಅ, ಇ, ಉ, ಎ, ಒ.
ದೀರ್ಘಕ್ಕೆ: ಆ, ಈ, ಊ, ಏ, ಐ, ಓ, ಔ.

5. ಕಕಾರ ಮೊದಲು ಳಕಾರ ಪರ್ಯಂತದ ಅಕ್ಷರಗಳಿಗೆ ವ್ಯಂಜನಗಳೆಂದು ಹೆಸರು, ಇವುಗಳಲ್ಲಿ ಕಕಾರವಿಡಿದು ಮಕಾರದ ವರೆಗೆ 25 ಅಕ್ಷರಗಳು ವರ್ಗೀಯಾಕ್ಷರಗಳೆಂತಲೂ, ಯಕಾರ ಮೊದಲು ಳಕಾರದ ವರೆಗೆ 7 ಅಕ್ಷರಗಳು ಅವರ್ಗೀಯಾಕ್ಷರಗಳೆಂದೂ ಹೆಸರು.

Consonants.

6. ವರ್ಗೀಯಾಕ್ಷರಗಳಲ್ಲಿ 5 ಅಕ್ಷರಗಳಿಗೆ ಒಂದೊಂದು ವರ್ಗದ ಪ್ರಕಾರ 5 ವರ್ಗಗಳುಂಟು.

## ಪ್ರಯೋಗ:

ಕವರ್ಗ: ಕ ಖ ಗ ಘ ಙ. ಚವರ್ಗ: ಚ ಛ ಜ ಝ ಞ.

ಟವರ್ಗ: ಟ ಠ ಡ ಢ ಣ. ತವರ್ಗ: ತ ಥ ದ ಧ ನ.

ಪವರ್ಗ: ಪ ಫ ಬ ಭ ಮ.

ಈ ವರ್ಗಾಕ್ಷರಗಳಲ್ಲಿ ಪ್ರತಿ ವರ್ಗದ ಪ್ರಥಮ ತೃತೀಯಾಕ್ಷರಗಳು "ಅಲ್ಪಪ್ರಾಣ"ವೆಂತಲೂ, ದ್ವಿತೀಯ ಚತುರ್ಥಾಕ್ಷರಗಳು "ಮಹಾಪ್ರಾಣ"ವೆಂತಲೂ, ಪಂಚಮಾಕ್ಷರವು "ಅನುನಾಸಿಕ"ವೆಂತಲೂ ಅರಿಯ ತಕ್ಕದ್ದು.

ಕುಳ and ಕ್ಷಳ defined.

7. ಕನ್ನಡ ಶಬ್ದದಲ್ಲಿರುವ (ನಿಜ) ಳಕಾರವು "ಕುಳ"ವೆಂತಲೂ, ಸಂಸ್ಕೃತ ಶಬ್ದದಲ್ಲಿ (ಲಳಯೋರಭೇದಃ) ಎಂದು ಉಂಟಾಗಿ, ಲಕಾರ ಳಕಾರಗಳಿಗೆ ಭೇದವಿಲ್ಲದೆ ವರ್ತಿಸುವ ಳಕಾರವು "ಕ್ಷಳ"ವೆಂತಲೂ ಅನ್ನುವರು.

## ಪ್ರಯೋಗ:

ಕುಳಕ್ಕೆ: ಕಿಳಿರೆ, ತಳಿರು; ಕುಳಕ್ಕೆ "ಲ"ಕಾರವನ್ನು ಯಾವಾಗಲೂ ಸೇರಿಸಲಾಗದು.

ಕ್ಷಳಕ್ಕೆ: ಜಳ (ಜಲ), ಕಮಳ (ಕಮಲ), ಗೋಳ (ಗೋಲ).

Letters ಱ and ೞ.

8. ರೇಫೆ ಹುಟ್ಟುವ ಸ್ಥಾನವನ್ನು ಒತ್ತಿ ಉಚ್ಚರಿಸುವದರಿಂದ "ಱ"ಕಾರ ಹುಟ್ಟುವದು; ಡಕಾರ ಹುಟ್ಟುವ ಸ್ಥಾನವನ್ನು ಒತ್ತಿ ಉಚ್ಚರಿಸುವದರಿಂದ "ೞ"ಕಾರ ಹುಟ್ಟುವದು; ಇದರ ಉಚ್ಚಾರಣೆಯನ್ನು ಸುಲಭ ಪಡಿಸುವದಕ್ಕಾಗಿ ಹಿಂದೆ ಱಕಾರ ಸೇರಿಸಿ "ಱೞ" ಎಂದು ಹೇಳುವರು. ಈ ಱೞಎಂಬ 2 ಅಕ್ಷರಗಳು ವರ್ಣವೃತ್ತಿಗೆ ಸಲ್ಲುವವು; ಪ್ರಾಸನಿಯಾಮಕ್ಕೂ, ಯಮಕವ್ಯವಹಾರಕ್ಕೂ ಸಲುವಳಿಯಾಗುವದಿಲ್ಲ.

## ಪ್ರಯೋಗ:

ರೇಫೆಯ ಱಕಾರಕ್ಕೆ: ಮೊರೆ=ಮೊಱೆ, ಮರೆ=ಮಱೆ.

ಡಕಾರದ ೞಕಾರಕ್ಕೆ: ಕೋಡಿ=ಕೋೞಿ, ಕಡಲ್=ಕೞಲ್.

ಪ್ರಾಸನಿಯಾಮಕ್ಕೆ ಸಲುವಳಿಯಾಗದ್ದಕ್ಕೆ—

ರೇಫೆ ಱಕಾರಗಳಿಗೆ: ಘುರದೊಳ್ಪುಱಿಮಱಿದಾಡುವ |
ಕೆಱಿದಿಂದುಱಿದಿಱಿದನೆಂಬ ನಿಯಮಂ
ದೂಷ್ಯಂ ||

ಡಕಾರ ೞಗಳಿಗೆ: ಕೋಡದಿಱಿದಿಂದ್ರರಾದರ್ |
ನಾೞಿಗೆಯೋಳ್ವೀರರೆಂಬ ನಿಯಮಂ
ದೂಷ್ಯಂ ||

ಯಮಕವ್ಯವಹಾರಗಳಾಗದ್ದಕ್ಕೆ —

ಕರೆಯುಂ ನೆಱಿವಂ ವಂಶಂ |
ಕಱೆಯುಂ ಪೊತ್ತಪ್ಪುದೆಂದು ಸಂಗರಮುಖದೊಳ್ ||

(ಇಲ್ಲಿ ಶಬ್ದವೃತ್ತಿ ಕೆಟ್ಟಿರುವದು, ಆದಾಗ್ಯೂ ಕರೆಯುಂ ಕಱೆಯುಂ ಎಂಬೆರಡು ಶಬ್ದಗಳಿಗೆ ಪರಸ್ಪರ ಅರ್ಥ ಘಟನೆಯಿಲ್ಲದ್ದರಿಂದ ಯಮಕ ಲಕ್ಷಣ ಕೆಟ್ಟಿರುತ್ತದೆ. ಹೀಗೆಯೇ ಡಕಾರ ೞಗಳಿಗೂ, ಲಕಾರ ಕುಳಗಳಿಗೂ, ಯಮಕ ಲಕ್ಷಣವಿಲ್ಲ.)

9. ೞ, ಕುಳಗಳ ವಿವರವನ್ನು ವ್ಯಕ್ತವಾಗಿ ತಿಳಿಯಲೋಸ್ಕರ ಕೆಳಗೆ ಕೆಲವು ಉದಾಹರಣೆಗಳನ್ನು ಕೊಟ್ಟಿರುತ್ತೆ.

## ಪ್ರಯೋಗ:

ಡಕಾರಕ್ಕೆ ಆದೇಶವಾದ ೞಕ್ಕೆ—

ಕಾಡು-ಕಿಚ್ಚು=ಕಾೞ್ಕಿಚ್ಚು, ಕೋಡು-ಕುಟ್ಟು=ಕೋೞ್ಕುಟ್ಟು, ನೀಡು-ಕರಿಸಿದಂ=ನೀೞ್ಕರಿಸಿದಂ, ಬೀಡು-ಕೊಂಡಂ=ಬೀೞ್ಕೊಂಡಂ, ನಾಡ-ಕಡೆ=ನಾೞ್ಕಡೆ, ಸೆಡುಪಟ್ಟಂ=ಸೆೞ್ಪಟ್ಟಂ, ನೀರಡಿಕೆ=ನೀರೞ್ಕೆ,

ಎರಡು-ಮೂಱು=ಎಱ್ಮೂಱು, ಮಾಡುವಂ=ಮಾಱ್ಪಿಂ, ನೋಡುವಂ=ನೋಱ್ಪಿಂ, ಬೇಡುವಂ=ಬೇಱ್ಪಿಂ, ಬೆಗಡುವಂ=ಬೆಗಱ್ಪಿಂ, ನಾಡಿಕಾ=ನಾಱಿಗೆ (ಘಱಿಗೆ).

ಕಾವ್ಯಮಾರ್ಗದಲ್ಲಿ ಟ ತ ಠ ರೇಫ ಕ್ಷಳಗಳಿಗೆ ಅಪಭ್ರಂಶತೆಯಲ್ಲಿ ಱಱಾದೇಶ ಬರುವದುಂಟು.

ಟಕಾರಕ್ಕೆ: ಘಟಿಕೆ=ಗಱಿಗೆ, ಘೋಟಿಕೆ=ಗೋಱಿಗೆ, ಧಾಟಿ=ದಾಱಿ, ಲಾಟಂ=ಲಾಱಂ, ಲಾಟಭಾಷೆ=ಲಾಱಬಾಸೆ, ಘೋಟಾರೂಢಂ=ಗೋಱಾಯಿಲಂ, ಕುಕ್ಕುಟಂ, ಕೋಱಿ.

ತಕಾರಕ್ಕೆ: ಪ್ರತಿಹಸ್ತಂ=ಪಱಿಹತ್ತಂ, ಪ್ರತಿಪಾದುಕೆ=ಪಱಿವಾವುಗೆ.

ಠಕಾರಕ್ಕೆ: ಮಠಿಕೆ=ಮಱಿಗೆ, ಪೇಠಿಕೆ=ಪೇಱಿಗೆ.

ರೇಫಕ್ಕೆ: ಕ್ರೂರಂ=ಕೂಱ್, ಝಲ್ಲರಿ=ಝಲ್ಲಱಿ.

ಕ್ಷಳಕ್ಕೆ: ತಾಳಂ=ತಾಱ್, ಪುಳಿನಂ=ಪುಱಿಲ್, ಕಳಮಂ=ಕಱಿವೆ, ಅರ್ಗಳಂ=ಅಗುಱಿ, ಮನ್ಯಾಳಿ=ಮನ್ನಱಿ, ಅಳಿಕಾಬದ್ಧಂ==ಅಱಿಗೆವದ್ದಂ.

ಕುಳಕ್ಕೆ: ದಾಳಿಂಬಂ, ಕುಂಬಳಂ, ಗೌಳಂ, ಗುಳಂ, ಝುಗಳೆ, ವಿಳಂಗಂ, ಏಳಗಂ; ಇವು ಡಕಾರಕ್ಕೆ ಹುಟ್ಟಿದ ಅಪಭ್ರಂಶಗಳಾದರೂ ಕುಳವೇಯೆಂದರಿಯ ತಕ್ಕದ್ದು.

ಪಳಿಕಂ, ಪೇಳಿಗೆ, ವೀಳಗೆ, ಗುಳಿಗೆ, ವರಾಳಂ, ರಗಳೆ, ಪ್ರಳಂ, ಲಂಬಳಂ, ಹೋಳಿಗೆ; ಇವು ಕ್ರಮವಾಗಿ ಸ್ಫಟಿಕಂ, ಪೇಟಿಕೆ, ವೀಟಿಗೆ, ಘುಟಿಕೆ, ವರಾಟಂ, ರಘಟಿ, ಪ್ರೋಲಿಕೆ, ಲಂಪಟಂ, ಎಂಬ ಟಕಾರಕ್ಕೆ ಆದೇಶವಾದ ತದ್ಭವಗಳಾಗಿದ್ದಾಗ್ಯೂ ಕುಳವೆಂದೇ ಅರಿಯ ತಕ್ಕದ್ದು.

ಇಳಿದಳಿಯಂ, ಏಳಿದಂ, ಸೂಕುಳಿ, ಓಕುಳಿ, ಕಳಱು, ಪೆಳಱು, ಮಱುಕುಳಿ, ಅಳಿಯಂ, ಮಾಳಿಗೆ, ಜಾಳಿಗೆ.

ತೞಗೆಯೊೞರ್, ಬೞಸು, ಬೞ್ಸಿಗಂ, ಪೊೞೆ, ತಾೞ್ದಂ, ಆೞಿಸಿದಂ, ಪೇೞಿಸಿದಂ, ಕೇೞ್ದಂ, ಜೂದಾೞಿ, ಅೞತೆ, ತೞವೞ್ದಂ, ಮೇೞ್ದಂ, ಮಾೞ್ದಂ, ತಾೞಿಗೆ, ಈೞಿಗೆ, ಇಱು ಕುೞಿ; ಇವುಗಳೇ ಆದಿಯಾದವು ಕುೞನೆಂದು ಅರಿಯು ತಕ್ಕದ್ದು.

10. ಬೆರಲ್, ಎರಲ್, ಒರಲ್, ಕೊರಲ್, ಅರಲ್, ಸರಲ್, ಪರಲ್, ಮರಲ್, ನರಲ್, ಮುಂಗೈಸರಲ್ ಎಂಬೀ ಲಕಾರಾಂತ ಶಬ್ದಗಳನ್ನು ಗ್ರಾಮ್ಯರು ತಿಳಿಯದೆ ಕುಳಾಂತ (ಳಕಾರ) ಭ್ರಮೆಯಿಂದ ಉಚ್ಚರಿಸುವರು; ಇದು ಸಲ್ಲದು.

About the letters ಲ ಳ.

11. ಮರಲ್, ಅರಲ್, ಎರಲ್ ಎಂಬೀ ಮೂರು ಶಬ್ದಗಳ ಮಧ್ಯ ರೇಫೆಗೆ ಲಕಾರವಾಗಿ, ಅಂತ್ಯ ಲಕಾರಕ್ಕೆ ರೇಫೆಯಾಗಿ, ಮಲರ್, ಅಲರ್, ಎಲರ್ ಎಂದು ವಿಕಲ್ಪದಿಂದ ಆಗುವದು. ಅದಲ್ಲದೆ ಮರಲ್ ಎಂಬುವದರ ರೇಫೆಗೆ ಣಕಾರವಾಗಿ, ಮಣಲೆಂದೂ ಉಂಟು.

Change of letters.

12. ಯಕಾರ, ರೇಫ, ಲಕಾರ, ಣಕಾರ, ನಕಾರ, ಳಕಾರ, ಱಕಾರ, ೞಕಾರಗಳು ಕನ್ನಡದಲ್ಲಿ ಪದಗಳ ಕಡೆಯೊಳಗೆ ಬಹಳವಾಗಿ ಸೇರಿರುವವು. ಈ ವ್ಯಂಜನಾಂತ ಶಬ್ದಗಳನ್ನು ತಿಳಿದು ಕವಿತ್ವದಲ್ಲಿ ಪ್ರಯೋಗಿಸುವವರಿಗೆ ತೊಡಕಿಲ್ಲ.

Words terminating in consonants.

## ಪ್ರಯೋಗ:

ಯಕಾರಕ್ಕೆ: ಕೆಯ್, ಬಾಯ್, ಹಾಯ್, ಮೆಯ್, ಕೊಯ್.
ರೇಫೆಗೆ: ನಾರ್, ಬೇರ್, ತೇರ್, ಒರ್, ತೆವರ್, ಬೆವರ್.
ಲಕಾರಕ್ಕೆ: ಪಾಲ್, ಕೋಲ್, ಸಾಲ್, ನೂಲ್, ಕಲ್.
ಣಕಾರಕ್ಕೆ: ನಾಣ್, ಜಾಣ್, ಪಸಣ್, ಮೂಣ್, ಕಣ್, ಮಣ್.

ನಕಾರಕ್ಕೆ: ಸೀನ್, ಪೊನ್, ಬೆನ್, ಜೇನ್, ಈನ್, ಬಾನ್.
ಳಕಾರಕ್ಕೆ: ಮಿದುಳ್, ಕರುಳ್, ಕುರುಳ್, ತಿರುಳ್, ಮುಗುಳ್.
ಱಕಾರಕ್ಕೆ: ಬಸಿಱ್, ಕೆಸಱ್, ಪೆಸಱ್, ನೇಸಱ್, ಬೀಱ್.
ಱೞಕ್ಕೆ: ಎಸೞ್, ಅಗೞ್, ನೆಗೞ್, ಪೊಗೞ್.

## II. ಸಂಧಿಪ್ರಕರಣ. Euphony.

General rule in ಸ್ವರ ಸಂಧಿ.

**13.** ಸ್ವರಾಕ್ಷರ ಪರವಾದರೆ, ಸಂಸ್ಕೃತದ ಮತ್ತು ಕನ್ನಡದ ವಿಭಕ್ತಿಯ ಸ್ವರಕ್ಕೂ ಪ್ರಕೃತಿಯ ಸಹಜ ಸ್ವರಕ್ಕೂ ನಾಮರೂಢಿ ಅಳಿಯದ ಪಕ್ಷದಲ್ಲಿ ಲೋಪವಾಗುವದು.

### ಪ್ರಯೋಗ:

ಸಂಸ್ಕೃತದ ವಿಭಕ್ತಿ ಸ್ವರಲೋಪಕ್ಕೆ: ಕ್ರಮದೆ+ಆಯಿತು=ಕ್ರಮದಾಯಿತು, ಇಂದ್ರಂಗೆ+ಐರಾವತಂ=ಇಂದ್ರಂಗೈರಾವತಂ.

ಸಂಸ್ಕೃತ ಪ್ರಕೃತಿ ಸ್ವರಲೋಪಕ್ಕೆ: ದೇವ+ಎಂಬರ್=ದೇವೆಂಬರ್, ಉದ್ಧತ+ಅರ್=ಉದ್ಧತರ್, ಭಂಗ+ಇಸು=ಭಂಗಿಸು, ರಾಗ+ಇಸು=ರಾಗಿಸು; ಭಾವ+ಇಸು=ಭಾವಿಸು.

ಕರ್ಣಾಟಕ ವಿಭಕ್ತಿ ಸ್ವರಲೋಪಕ್ಕೆ: ಪೊಲದಲ್ಲಿ+ಇರ್ದಂ=ಪೊಲದಲ್ಲಿರ್ದಂ, ನೆಲದಿಂದೆ+ಉಣ್ಬಂ=ನೆಲದಿಂದುಣ್ಬಂ.

ಆಖ್ಯಾತ ವಿಭಕ್ತಿ ಸ್ವರಲೋಪಕ್ಕೆ: ಮಾಡಿದೆವು+ಒಳ್ವಂ=ಮಾಡಿದೆವೊಳ್ವಂ. ಇತ್ತೈವು+ಅರಲಂ=ಇತ್ತೈವರಲಂ.

ಕ್ರಿಯಾ ವಿಭಕ್ತಿ ಸ್ವರಲೋಪಕ್ಕೆ: ಕೂಡಿ+ಇರ್ದಂ=ಕೂಡಿರ್ದಂ, ಪಸಿದು+ಉಣ್ಡಂ=ಪಸಿದುಣ್ಡಂ (ವಸಿದುಂಡಂ).

ಕರ್ಣಾಟಕ ಪ್ರಕೃತಿ ಸ್ವರಲೋಪಕ್ಕೆ: ಅರಸ+ಆಳ್=ಅರಸಾಳ್, ದಾಳಿ+ಇಟ್ಟಂ=ದಾಳಿಟ್ಟಂ, ಸೇಸೆ+ಇಕ್ಕಿದಂ=ಸೇಸಿಕ್ಕಿದಂ, ಸುತ್ತು+ಒಲೆ=ಸುತ್ತೊಲೆ.

ಸಂಸ್ಕೃತ ಕರ್ಣಾಟಕದ ಪ್ರಕೃತಿ ಸ್ವರಲೋಪವಿಲ್ಲದಕ್ಕೆ: ವಿಧು+ಇದು=ವಿಧುವಿದು. ವಿಧಿದು ಅಂತ ಮಾಡಲಾಗದು; ಮನೆ+ಇರ್ಪುದು=ಮನೆಯಿರ್ಪುದು. ಮನಿರ್ಪದು ಅಂತ ಮಾಡಲಾಗದು. ಯಾಕಂದರೆ ವಿಧಿಯೊ ವಿಧುವೊ ಮನೆಯೊ ಮನವೊ ಎಂಬಂತೆ ಅನುಮಾನಉಳಿಯುತ್ತಿತ್ತು ನಾವುರೂಢಿ ಕೆಡುತ್ತಿತ್ತು.

14. ಆ ಇ ಈ ಎ ಏ ಐ ಓ ಎಂಬ ಸ್ವರಗಳೂ ಷಷ್ಠಿಯ ಅಕಾರವೂ ಹಿಂದಿದ್ದರೆ, ಮತ್ತು ಅವಧಾರಣಾರ್ಥವಾದ ಎಕಾರವು ಮುಂದಿದ್ದರೆ, ಯಕಾರ ಆಗಮವಾಗುವದು.

Determinate form of the genitive.

## ಪ್ರಯೋಗ:

| | | | |
|---|---|---|---|
| ಆಕಾರಕ್ಕೆ: | ಆ+ಇರ್ದ=ಆಯಿರ್ದ. | ಏಕಾರಕ್ಕೆ: | ಮೇಯಿಸಿದಂ. |
| ಇ " : | ಕವಿ+ಆರ್=ಕವಿಯಾರ್. | ಐ " : | ಕೈಯೆಂದಂ. |
| ಈ " : | ಈಯಲ್ಬಂದತ್ತು. | ಓ " : | ಜೋಯೆಂದು. |
| ಎ " : | ತೊರೆಯಂ ಪೊಱೆಯಂ. | | |

ಷಷ್ಠಿ ಅವಧಾರಣೆಗಳ್ಗೆ: ಆತನ+ಎ=ಆತನಯೆ; ಅದಱ+ಎ=ಅದಱಯೆ.

15. ಸಂಸ್ಕೃತದ ಮತ್ತು ಕನ್ನಡದ ಅಕಾರಾಂತವಾದ ಪ್ರಕೃತಿಗಳಿಗೆ ಇಸು ಎಂಬ ಪ್ರತ್ಯಯ ಪರವಾದರೆ, ಮತ್ತು ಅನುಕರಣ ಪದಕ್ಕೆ ಮುಂದೆ ಅನುಕರಣವ ಹೇಳುವ ಸ್ವರ ನಿಂತರೆ, ನಡುವೆ ಯಕಾರ ಆಗಮವಾಗುವದು.

Use of ಯ in causal verbs.

## ಪ್ರಯೋಗ:

ಸಂಸ್ಕೃತದ ಶಬ್ದಕ್ಕೆ: ಪೂರ+ಇಸಿದಂ=ಪೂರಯಿಸಿದಂ, ನಿರ್ಣ ಯಿಸಿದಂ.

ಕರ್ಣಾಟಕ ಶಬ್ದಕ್ಕೆ: ಒರ+ಇಸು=ಒರಯಿಸು, ತೆರಯಿಸು.

ಅನುಕರಣಕ್ಕೆ: ಗಟಿಗಟಿ+ಎಂದವು=ಗಟಿಗಟಿಯೆಂದವು, ಪಟಿಪಟಿಯೆಂದು.

Insertion of ವ and ಯ.

**16.** ಉ ಊ ಋ ೠ ಓ ಔ ಎಂಬಿವುಗಳಿಗೆ ಸ್ವರಪರವಾದರೆ, ನಡುವೆ "ವ"ಕಾರ ಬರುವದು. ಇದು ಸಂಸ್ಕೃತ ಶಬ್ದಗಳಲ್ಲಿ ನಿತ್ಯವು; ಕನ್ನಡ ಶಬ್ದಗಳಲ್ಲಿ ಆ, ಓಕಾರಗಳಿಗೆ ಸ್ವರಪರವಾದರೆ "ಯ, ವ"ಕಾರಗಳೆರಡೂ ಬರುವದುಂಟು. (ಆಕಾರಕ್ಕೆ ಉ ಊ ಒ ಓಕಾರಗಳು ಪರವಾದಾಗಮಾತ್ರ "ಯ ವ"ಕಾರಗಳೂ, ಉಳಿದ ಸ್ವರಗಳು ಪರವಾದಾಗ "ಯ"ಕಾರವೂ ಬರುತ್ತದೆಂದರಿಯ ಬೇಕು.)

## ಪ್ರಯೋಗ:

ಉಕಾರಕ್ಕೆ: ಕುಡುವುದು, ಮನುವಿನ, ಗುರುವಿನ.

ಊಕಾರಕ್ಕೆ: ಪೂವಿನ, ಲಲಿತಭ್ರೂವಂಗಜನ.

ಋಕಾರಕ್ಕೆ: ಹೋತೃವೆ, ಕರ್ತೃವಾದಂ.

ೠಕಾರಕ್ಕೆ: ೠವೆಂದಂ, ೠವಿತ್ತಂ.

ಓಕಾರಕ್ಕೆ: ಗೋವಿನ, ಗೋವಂ, ಗೋವೀವಂ.

ಔಕಾರಕ್ಕೆ: ನೌವನೇಱಿದಂ, ಗ್ಲೌವಂ ನೋಡಿದಂ.

Euphony omitted.

**17.** ನಿಪಾತಗಳಲ್ಲಿ, ಅಥವಾ ಅವಧಾರಣಾರ್ಥವಾಗಿ, ಅಥವಾ ವಿಶಂಕಾರ್ಥವಾಗಿ ನಿರ್ವಿಕಾರಿಗಳಾಗಿರುವ ಎ ಏ ಒ ಓ ಎಂಬೀ ಸ್ವರಗಳಿಗೆ ಸ್ವರ ಪರವಾದರೆ, ಸಂಧಿ ಇಲ್ಲ; ಪ್ಲುತಕ್ಕೂ ಸಂಧಿ ಇಲ್ಲ.

ಪ್ರಯೋಗ:

ನಿಪಾತಕ್ಕೆ: ಎಲೋ ಆಳ್! ಹೊ ಇರಲಿಂ!

ಅವಧಾರಣೆಗೆ: ಆತನೇ ಈಶಂ (ಆತನೀಶಂ ಇದು ದೋಷ).

ವಿಶಂಕೆಗೆ: ಆನೆಯೊ ಅದ್ರಿಯೊ?

ಪ್ಲುತಕ್ಕೆ: ಹಾ ರಾಮಾ ಎಂದು ಸೀತೆ ಅೞ್ತಳ್.

18. ಮೆಚ್ಚಿನಲ್ಲಿಯೂ ಆಕ್ಷೇಪದಲ್ಲಿಯೂ ಬಂದಿರುವ ಒಕಾರಕ್ಕೂ, ಅಂಗೀಕಾರಾರ್ಥದ ಎಮ ಶಬ್ದಕ್ಕೂ, ಗಡಾರ್ಥಕ್ಕೆ ಆದೇಶವಾದ ಆಕಾರಕ್ಕೂ ಸ್ವರ ಪರವಾಗಲಾಗಿ, ಸಂಧಿ ಇಲ್ಲ. ಖೇದದಲ್ಲಿಯೂ ಅಂತೆ ಸಂಧಿ ಇಲ್ಲ.

ಪ್ರಯೋಗ:

ಮೆಚ್ಚಿಗೆ: ಎಂತೆಂತೊ ಒಳ್ಳಿತ್ತಾಯಿತು. ಆಕ್ಷೇಪಕ್ಕೆ: ತಪ್ಪಿದನೊ?

ಎಮ ಶಬ್ದಕ್ಕೆ: ನಿಮಗಕ್ಕೆಮ ಅಬ್ಜಗರ್ಭನಾಯುಂ ಶ್ರೀಯುಂ.

ಗಡಾರ್ಥದಾಕಾರಕ್ಕೆ: ಹಾಲಾ ಅಮರ್ದಾ ಇನಿದು ಗಡಾ.

ಖೇದಕ್ಕೆ: ಅಯ್ಯೊ ಅಕ್ಕಟಾ ಇಂದ್ರಂಗೆ ಕೇಡಾಯಿತೆ.

19. ಪೊರಗು, ಒಳಗು, ಪೊಸತು, ಪಳದು, ಎಳದು ಎಂಬಿವಕ್ಕೆ ಸಮಾಸ ವಿಷಯದಲ್ಲಿ ಉಪಾಂತಾಕ್ಷರಕ್ಕೆ ಲೋಪವಾಗಿ ಅಕಾರ ಹತ್ತಿ ನಿಪಾತದಂತೆ, ಪರದಲ್ಲಿ ಸ್ವರ ಯಾವದು ಬಂದರೂ, ಸಂಧಿ ಇಲ್ಲ.

ಪ್ರಯೋಗ:

ಪೊಱ ಅಡಿ, ಒಳ ಅಟ್ಟಂ, ಪೊಸ ಅಡಕೆ, ಪಳ ಅಲಗು, ಎಳ ಅಂಚೆ. (ಪೊರಡಿ ಎಂದು ಸಂಧಿ ಮಾಡಲಾಗದು.)

20. ಎರಡು ಪದಗಳ ನಡುವೆ ಬೇರೊಂದು ಅಸಹ್ಯೋಕ್ತಿ ಹುಟ್ಟಿದರೆ, ಸಂಧಿ ಮಾಡಲಾಗದು; ಸಂಧಿ ಯಥೇಷ್ಟವೆಂದು ರೂಢಿಯಾದ ಸಂಧಿಯನ್ನು ಕೆಡಿಸಿ ಸ್ವರ ಲೋಪ ಸಂಧಿಯನ್ನು ಮಾಡಲಾಗದು; ಪದಗಳ ಮಧ್ಯದಲ್ಲಿ ಬರುವ ಎರಡು ರೇಫೆಗಳನ್ನು ಕೂಡಿಸಲು ಶ್ರುತಿಕಷ್ಟವಾಗುವಲ್ಲಿ ಸಂಧಿ ಸಲ್ಲದು.

ಪ್ರಯೋಗ:

ಸಂಧಿ ದೋಷಕ್ಕೆ: ದೇವರ್ ರಕ್ಷಿಸುಗೆ.

21. ಅವಧಾರಣೆಯ ಏಕಾರವು ತನ್ನ ನಿಯತಾರ್ಥವ ಬಿಟ್ಟು ಅನಿಯೋಗವಾದಲ್ಲಿಯೂ, ಕಿರಿದೆಡೆಯ ಹೇಳುವ ನಿಪಾತಾರ್ಥದ ಅರೆ ಎಂಬ ಶಬ್ದವು ಒಂದು ವಸ್ತುವಿನ ಭಾಗವನ್ನು ಹೇಳುವಲ್ಲಿಯೂ, ಸಂಧಿಯುಂಟು.

Euphony in ಏ and ಅರೆ.

ಪ್ರಯೋಗ:

ಅನಿಯೋಗ ಸಂಧಿಗೆ: ತನಿಗಂಪಿನ ಮಲ್ಲಿಗೆಯಲ್ಲದಿಲ್ಲ—ಅಲ್ಲದೆ+ಇಲ್ಲ.

ಅರೆಯ ಸಂಧಿಗೆ: ಅವಂ ನರಪತಿಯಂ ಧರೆಯುರೆಯಂ ಬೇಡಿದಂ.

22. ಕ ತ ಪ ಎಂಬೀ ವರ್ಗಾಕ್ಷರಗಳು ಸಮಾಸದಲ್ಲಿ ಪರಪದದ ಆದಿಯಲ್ಲಿ ಇದ್ದರೆ, "ಗದಬ" ಎಂಬ ತಮ್ಮ ತೃತೀಯಾಕ್ಷರಗಳು ಬಹುಳತೆಯಿಂದ ಆಗುವವು.

Euphony in consonants ವ್ಯಂಜನಸಂಧಿ.

ಪ್ರಯೋಗ:

ಕಕಾರದ ತೃತೀಯತ್ವಕ್ಕೆ: ಪಳ ಕನ್ನಡ=ಪಳಗನ್ನಡ.

ತಕಾರದ ತೃತೀಯತ್ವಕ್ಕೆ: ಉಡಿ ತೊವಲುಂ=ಉಡಿದೊವಲುಂ.

ಪಕಾರದ ತೃತೀಯತ್ವಕ್ಕೆ: ಕಣ್ ಪೂಲಂ=ಕಣ್ಬೂಲಂ.

ಬಹುಳತೆಯಿಂದದರಿಂದ ಕೆಲವೆಡೆಯಲ್ಲಿ ಇಲ್ಲ.

ಪ್ರಯೋಗ:

ತಲೆಕಟ್ಟು, ಬೆಸೆಕೋಲ್, ಒಳಕಯ್ವೊಳದುಃ.

ಇದಕ್ಕೆ ಅಪವಾದ: ಒಂದು ಎರಡು ಎಂಬಿವಕ್ಕೂ, ೞಕಾರಕ್ಕೆ ಆದೇಶವಾಗಿ ಬಂದ ರೇಫೆಗೂ, ಡಕಾರಕ್ಕೆ ಆದೇಶವಾದ ೞಕಾರಕ್ಕೂ, ಪರವಾದ ಕ ತ ಪ ಎಂಬೀ ವರ್ಗಾಕ್ಷರಗಳಿಗೆ ಎಂದಿಗೂ ತೃತೀಯತ್ವ ವಿಲ್ಲ.

ಪ್ರಯೋಗ:

ಒಂದಕ್ಕೆ: ಒಱ್ಕೈ, ಒಱ್ತೊತ್ತು, ಒಱ್ಪಡಿ.

ಎರಡಕ್ಕೆ: ಇಱ್ಕೋಡಿಯುಂ, ಇಱ್ತಲೆ, ಇಱ್ಪತ್ತು.

ಆದೇಶವಾಗಿ ಬಂದ ರೇಫೆಗೆ: ಮೂಱ್ಕೋರಲ, ಮೂಱ್ತಲೆ, ಭೇಱ್ಪಟ್ಟಂ.

ಡಕಾರಕ್ಕಾದೇಶವಾದ ೞಕಾರಕ್ಕೆ: ಕಾೞ್ಕಿಚ್ಚು, ಕಾೞ್ತಿರು, ಕಾೞ್ಪುರಂ.

23. ಸಮಾಸದಲ್ಲಿಯೂ, ವಾಕ್ಯದಲ್ಲಿಯೂ, ಪರಪದದ ಆದಿಯಲ್ಲಿ ಪವರ್ಗಾಕ್ಷರಗಳು ಸ್ವರಗಳಿಗೂ, ಆದೇಶವಾಗಿ ಬಾರದ ಸಹಜ ವ್ಯಂಜನಗಳಿಗೂ, ಪರವಾಗಿ ನಿಂತರೆ, ಅವುಗಳ ಸ್ಥಾನಕ್ಕೆ ವಕಾರವಾಗುವದು.

ಪ, ಬ, ಮ changed into ವ.

ಪ್ರಯೋಗ:

ಸ್ವರಕ್ಕೆ ಪರವಾದ ಪವರ್ಗಕ್ಕೆ:

ಪಕಾರಕ್ಕೆ: ಬೆಳ್+ಪೊಲಂ=ಬೆಳ್ವೊಲಂ. ಎಳ್+ಪೆಱೆ=ಎಳವೆಱೆ.

ಬಕಾರಕ್ಕೆ: ಕಡು+ಬೆಳ್ಪು=ಕಡುವೆಳ್ಪು. ತಡಿಕೆ+ಬಲೆ=ತಡಿಕೆವಲೆ.

ಮಕಾರಕ್ಕೆ: ಪಳ+ಮಾನಿಸಂ=ಪಳವಾನಿಸಂ.

ಸಹಜ ವ್ಯಂಜನಕ್ಕೆ ಪರವಾದ ಪವರ್ಗಕ್ಕೆ:

ಪಕಾಗಕ್ಕೆ: ಎಳೆನೀರ್+ಪೊನಲ್=ಎಳೆನೀರ್ವೊನಲ್.

ಬಕಾರಕ್ಕೆ: ತೋಳ್+ಬಲ=ತೋಳ್ ವಲ=ತೋಳ್ವಲ.

ಮಕಾರಕ್ಕೆ: ಮೆಲ್+ಮಾತು=ಮೆಲ್ ವಾತು=ಮೆಲ್ವಾತು.

ಆದೇಶ ವ್ಯಂಜನಕ್ಕೆ ವತ್ವವಿಲ್ಲದ್ದಕ್ಕೆ:

ಪಕಾರಕ್ಕೆ: ಕೀೞ್ಪೊಡೆ. ದೋಷ: ಕೀೞ್ವೊಡೆ.

ಬಕಾರಕ್ಕೆ: ಇರ್ಬಾೞ್. ದೋಷ: ಇರ್ವಾೞ್.

ಮಕಾರಕ್ಕೆ: ಇರ್ಮಡಿ. ದೋಷ: ಇರ್ವಡಿ.

ವಾಕ್ಯಕ್ಕೆ ವತ್ವ ಬಂದದ್ದಕ್ಕೆ:

ಪಕಾರಕ್ಕೆ: ತರಪೇೞ್ದಿಂ=ತರವೇೞ್ದಿಂ.

ಬಕಾರಕ್ಕೆ: ಬೆಂಗೆ (ಬೆನ್ನಿಗೆ) ಬಂದಂ=ಬೆಂಗೆವಂದಂ.

ಮಕಾರಕ್ಕೆ: ಸಾರ್ದಂಮನೆಯ=ಸಾರ್ದಂವನೆಯಂ.

ಈ ವಿಧಿಗಳು ಅಪಭ್ರಂಶದ ಸಮಾಸಗಳಲ್ಲಿಯೂ ವರ್ತಿಸುವವು.

ಸ changed into ಚ, ಜ, ಛ.

**24.** ಯಕಾರ ಲಕಾರಗಳಲ್ಲದೆ ಉಳಿದ ವ್ಯಂಜನಗಳಿಗೆ ಪರವಾಗಿ ನಿಂತ ಸಕಾರವು ಬಹಳವಾಗಿ ಚಕಾರವಾಗುವದು; ಕೆಲವು ಸ್ಥಳಗಳಲ್ಲಿ ಜಕಾರವಾಗುವದು, ಸ್ವಲ್ಪ ಸ್ಥಳಗಳಲ್ಲಿ, ಸಂಖ್ಯಾವಾಚಿ ಆಗಲಾಗಿ, ಛಕಾರವಾಗುವದು.

ಪ್ರಯೋಗ:

ಚತ್ವಕ್ಕೆ: ಇನ್+ಸರ=ಇಞ್ಚರ=ನುಣ್ಚರ.

ಜತ್ವಕ್ಕೆ: ಪೊನ್‌ಸುರಿಗೆ=ಪೊನ್‌ಜುರಿಗೆ=ಪೊಂಜುರಿಗೆ, ಮುಂಜೆರಗು. ಮುಂಜೂರ್.

ಛತ್ವಕ್ಕೆ: ಪದಿನೆಣ್ ಸಾಸಿರಂ=ಪದಿನೆಣ್ಛಾಸಿರಂ, ಇರ್ಛಾಸಿರಂ.

ಕೆಲವು ಎಡೆಯಲ್ಲಿ ಇಲ್ಲದ್ದಕ್ಕೆ: ಕಣ್‌ಸೋಲಂ, ಬೆಳ್‌ಸರಿ.

ಯಲರಹಿತಕ್ಕೆ: ಬಲ್‌ಸೋನೆ, ಬಾಯ್‌ಸವಿ, ಮೆಯ್ಸೊಬಗು.

ಬಹುಳವಾಗುವ ಹಾಗೆ, ಸ್ವಲ್ಪ ಸ್ಥಳಗಳಲ್ಲಿ ಸ್ವರಗಳ ಪರದಲ್ಲಿದ್ದ ಸಕಾರಕ್ಕೂ ಚಕಾರಗಳಾಗುವವು.

ಪ್ರಯೋಗ:

ಮುನಾಲ್=ಮುಚ್ಚಾಲ್, ಮೂರು-ಸೆರೆ=ಮುಚ್ಚೆರೆ, ತುದು-ಸೊಡರು=ತುದುಜೊಡರು.

**25.** ಮೊದಲಲ್ಲಿ ಹ್ರಸ್ವವಾದ ಒಂದು ಸ್ವರ ಇರಲಾಗಿ, ಮುಂದೆ ಯಾವದೊಂದು ಸ್ವರ ಪರವಾದರೆ, ನ ಣ ಲ ಯ ಳಕಾರಗಳಿಗೆ ದ್ವಿತ್ವ ಹುಟ್ಟುವದು. ಆದರೆ ಆದಿಯಲ್ಲಿ ದೀರ್ಘ ಸ್ವರವೂ, ಅವ್ಯಯವೂ, ಅನೇಕಾಕ್ಷರಗಳೂ, ಇದ್ದರೆ ದ್ವಿತ್ವವಿಲ್ಲ.

**Doubling of consonants.**

ಪ್ರಯೋಗ:

ನಕಾರಕ್ಕೆ: ಪೊನ್=ಪೊನ್ನುಳ್ಳವಂ; ಬೆನ್=ಬೆನ್ನಪ್ಪಳಿಸೆ.

ಣಕಾರಕ್ಕೆ: ಕಣ್=ಕಣ್ಣಿಂ; ಪಣ್=ಪಣ್ಣಿಂ.

ಲಕಾರಕ್ಕೆ: ಕಲ್=ಕಲ್ಲಿಂ; ಪುಲ್=ಪುಲ್ಲಿಂ.

ಯಕಾರಕ್ಕೆ: ಕಯ್=ಕಯ್ಯಿಂ; ಮೆಯ್=ಮೆಯ್ಯಿಂ.

ಳಕಾರಕ್ಕೆ: ಮುಳ್=ಮುಳ್ಳಾಗಿ; ಕಳ್=ಕಳ್ಳಾಟಂ.

ಪೂರ್ವ ದೀರ್ಘಕ್ಕೆ ದ್ವಿತ್ವವಿಲ್ಲದ್ದಕ್ಕೆ: ವಿಾನಾಗಿ, ಜಾಣಿಂ, ಕೋಲಿಂ, ಬಾಯಾರು, ತೋಳಾಟಂ.

ಅವ್ಯಯಕ್ಕೂ ಅನೇಕಾಕ್ಷರಕ್ಕೂ ದ್ವಿತ್ವವಿಲ್ಲದ್ದಕ್ಕೆ:

ಕಲಿದಲಿವಂ (=ಕಲಿದಲ್ ಇವಂ), ಪವಣೆಲ್ಲಿಂ, ತೊದಳುಂಟೆ, ಶರಣಾರು, ಪರಲೆಲ್ಲಿಂ.

**26.** ನ ಣ ಲ ಯ ಳಕಾರಗಳು ಅಂತ್ಯವಾದ ಧಾತುಗಳಿಗೆ ಅಲ್ ಪರವಾದರೆ, ದ್ವಿತ್ವ ಹುಟ್ಟದು; ಯಕಾರಾಂತ ಧಾತುಗಳಲ್ಲಿ ವಿಕಲ್ಪವಾಗಿ ಬರುವದು. ಉಯ್, ನೆಯ್, ಸುಯ್, ಬಯ್ ಎಂಬಿವುಗಳಿಗೆ ಅಲ್ ಪರವಾದರೂ ಸ್ವರಾದಿ ವಿಭಕ್ತಿಪ್ರತ್ಯಯ ಪರವಾದರೂ ದ್ವಿತ್ವವು ನಿತ್ಯವಾಗಿ ಬರುವದು.

**Exception to the above rule.**

ಪ್ರಯೋಗ:

ಅದ್ವಿತ್ವಕ್ಕೆ: ತಿನಲ್ ಕೊಂದಂ=ತಿನಲ್ಕೊಂದಂ, ಉಣಲ್ಬಂದಂ, ಮೆಲಲ್ಪೋದಂ, ಕೊಲಲ್ಬಗೆವಂ, ಕಳಲ್ನೋಡಿದಂ.

ಯತ್ವಕ್ಕೆ: ಪೊಯಲುಂ, ಪೊಯ್ಯಲುಂ, ಪೊಯ್ಯಲ್, ಅರಯಲ್, ಅರಯ್ಯಲ್.

ನಿತ್ಯದ್ವಿತ್ವಕ್ಕೆ: ನೆಯ್ಯರ್, ಬಯ್ಯವು, ಸುಯ್ಯರ್.

**27.** ನ ಣ ಲ ಯ ಳಕಾರಾಂತವಾದ ಧಾತುಗಳಿಗೆ ಪ್ರತಿಷೇಧದ ಪ್ರತ್ಯಯಗಳು ಪರವಾದರೂ, ಭೂತಕಾಲ ಕ್ರಿಯೆಯಲ್ಲಿ ಪ್ರತಿಷೇಧಾರ್ಥವನ್ನು ಹೇಳುವ ಅದೆ ಎಂಬುದು ಪರವಾದರೂ ಆ ನ ಣ ಲ ಯ ಳಕಾರಗಳಿಗೆ ನಿತ್ಯ ದ್ವಿತ್ವವಾಗುವದು.

**Doubling of consonants in the negative mood.**

ಪ್ರಯೋಗ:

ನಕಾರಕ್ಕೆ: ಎನ್ನಂ, ಎನ್ನಳ್, ತಿನ್ನರ್, ಎನ್ನದೆ.
ಣಕಾರಕ್ಕೆ: ಉಣ್ಣರ್, ಉಣ್ಣವು, ಉಣ್ಣದೆ.
ಲಕಾರಕ್ಕೆ: ಮೆಲ್ಲಯ್, ಮೆಲ್ಲರ್, ಮೆಲ್ಲಂ, ಮೆಲ್ಲದೆ.
ಯಕಾರಕ್ಕೆ: ಬಯ್ಯೆನ್, ಬಯ್ಯಂ, ಬಯ್ಯದೆ.
ಳಕಾರಕ್ಕೆ: ಕೊಳ್ಳಂ, ಕೊಳ್ಳರ್, ಕೊಳ್ಳದೆ.

ಕಳ್ ಎಂಬ ಧಾತುವಿಗೆ ಮಾತ್ರ ಎಲ್ಲಿಯೂ ದ್ವಿತ್ವವಿಲ್ಲ; ಕಳಲ್ಪೋದಂ, ಕಳಲ್ಬಂದಂ, ಕಳದೆ.

## III. ನಾಮಪ್ರಕರಣ. Nouns.

Verbal nouns, or participles used as nouns.

**28.** ಭೂತಕಾಲದ ಮತ್ತು ಭವಿಷ್ಯತ್ಕಾಲದ ಕ್ರಿಯಾಪದಗಳು ತಮ್ಮ ತಮ್ಮ ಅಂತರ್ಗತಾಗಮಗಳನ್ನು ಕೂಡಿದ್ದು ತಮ್ಮ ಕ್ರಿಯಾವಿಭಕ್ತಿಗಳನ್ನು ಮಾತ್ರ ಕಳೆಯಲಾಗಿ, ಕೃಲ್ಲಿಂಗವಾಗುವವು. ಆದರೆ ಇದು ಪ್ರಥಮ ಪುರುಷದ ಏಕ ಬಹು ವಚನಗಳಲ್ಲಿ ಮಾತ್ರ ವರ್ತಿಸುವದು.

### ಪ್ರಯೋಗ:

ಭೂತವತಿಯ ಕೃಲ್ಲಿಂಗಗಳು.

| | | ಪುಲ್ಲಿಂಗ. | ಸ್ತ್ರೀಲಿಂಗ. | ನಪುಂಸಕಲಿಂಗ. |
|---|---|---|---|---|
| ಏಕವಚನ. | ಕರ್ತೃ ವಿಭಕ್ತಿ. | ಮಾಡಿದಂ | ಮಾಡಿದಳ್ | ಮಾಡಿದುದು |
| | ಕರ್ಮವಿಭಕ್ತಿ. | ಮಾಡಿದನಂ | ಮಾಡಿದಳಂ | ಮಾಡಿದುದಂ |
| | ಕರಣ ವಿಭಕ್ತಿ. | ಮಾಡಿದನಿಂ | ಮಾಡಿದಳಿಂ | ಮಾಡಿದುದರಿಂ |
| | ಸಂಪ್ರ. ವಿಭಕ್ತಿ. | ಮಾಡಿದಂಗೆ | ಮಾಡಿದಳ್ಗೆ | ಮಾಡಿದುದರ್ಕೆ |
| | ಅಪಾ. ವಿಭಕ್ತಿ. | ಮಾಡಿದನತ್ತಣಿಂ | ಮಾಡಿದಳತ್ತಣಿಂ | ಮಾಡಿದುದರತ್ತಣಿಂ |
| | ಸಂ. ವಿಭಕ್ತಿ. | ಮಾಡಿದನ | ಮಾಡಿದಳ | ಮಾಡಿದುದರ |
| | ಅಧಿ. ವಿಭಕ್ತಿ. | ಮಾಡಿದನೊಳ್ | ಮಾಡಿದಳೊಳ್ | ಮಾಡಿದುದರೊಳ್ |
| | ಸಂಬೋಧನ. | ಮಾಡಿದನೆ | ಮಾಡಿದಳೆ | ಮಾಡಿದುದೆ |
| ಬಹುವಚನ. | ಪ್ರಥಮೆ. | ಮಾಡಿದರ್ | | ಮಾಡಿದುವು |
| | ದ್ವಿತೀಯೆ. | ಮಾಡಿದರಂ | | ಮಾಡಿದುವಂ |
| | ತೃತೀಯೆ. | ಮಾಡಿದರಿಂ | | ಮಾಡಿದುವರಿಂ |
| | ಚತುರ್ಥಿ. | ಮಾಡಿದರ್ಗೆ | | ಮಾಡಿದುವರ್ಗೆ |
| | ಪಂಚಮಿ. | ಮಾಡಿದರತ್ತಣಿಂ | | ಮಾಡಿದವರತ್ತಣಿಂ |
| | ಷಷ್ಠಿ. | ಮಾಡಿದರ | | ಮಾಡಿದುವರ |
| | ಸಪ್ತಮಿ. | ಮಾಡಿದರೊಳ್ | | ಮಾಡಿದುವರೊಳ್ |
| | ಸಂಬೋಧನ. | ಮಾಡಿದರೆ | | ಮಾಡಿದುವೆ |

1. ಮಾಡಿದಂಗೆ ಎಂಬ ರೂಪದಲ್ಲಿ ಬಿಂದು ಒಂದು ವೇಳೆಯಲ್ಲಿ ಹೋಗಿ ಮಾಡಿದಗೆ ಎಂದಾಗುವದು.

2. ಷಷ್ಠಿಯ ಅವಧಾರಣಾರ್ಥವಾದ ರೂಪಗಳು ಮಾಡಿದನಯೆ, ಮಾಡಿದಳಯೆ, ಮಾಡಿದುದರಯೆ, ಮಾಡಿದರಯೆ-ಮಾಡಿದುವರಯೆ ಎಂಬಂತೆ ಆಗುವವು.

## ಭವಿಷ್ಯಂತಿಯ ಕೃಲ್ಲಿಂಗಗಳು.

ಏಕವಚನ.

| ವಿಭಕ್ತಿ. | ಪುಲ್ಲಿಂಗ. | ಸ್ತ್ರೀಲಿಂಗ. | ನಪುಂಸಕಲಿಂಗ. |
|---|---|---|---|
| ಪ್ರ. | ಬೇಡುವಂ | ಬೇಡುವಳ್ | ಬೇಡುವುದು |
| ದ್ವಿ. | ಬೇಡುವನಂ | ಬೇಡುವಳಂ | ಬೇಡುವುದಂ |
| ತೃ. | ಬೇಡುವನಿಂ | ಬೇಡುವಳಿಂ | ಬೇಡುವುದರಿಂ |
| ಚ. | ಬೇಡುವಂಗೆ | ಬೇಡುವಳ್ಗೆ | ಬೇಡುವುದರ್ಕೆ |
| ಪ. | ಬೇಡುವನತ್ತಣಿಂ | ಬೇಡುವಳತ್ತಣಿಂ | ಬೇಡುವುದರತ್ತಣಿಂ |
| ಷ. | ಬೇಡುವನ | ಬೇಡುವಳ | ಬೇಡುವುದರ |
| ಸ. | ಬೇಡುವನೊಳ್ | ಬೇಡುವಳೊಳ್ | ಬೇಡುವುದರೊಳ್ |
| ಸಂಬೋ. | ಬೇಡುವನೆ | ಬೇಡುವಳೆ | ಬೇಡುವುದೆ |

ಬಹುವಚನ.

| ವಿಭಕ್ತಿ. | ಪುಲ್ಲಿಂಗ / ಸ್ತ್ರೀಲಿಂಗ. | ನಪುಂಸಕಲಿಂಗ. |
|---|---|---|
| ಪ್ರ. | ಬೇಡುವರ್ | ಬೇಡುವುವು |
| ದ್ವಿ. | ಬೇಡುವರಂ | ಬೇಡುವುವಂ |
| ತೃ. | ಬೇಡುವರಿಂ | ಬೇಡುವುವರಿಂ |
| ಚ. | ಬೇಡುವರ್ಗೆ | ಬೇಡುವುವರ್ಗೆ |
| ಪ. | ಬೇಡುವರತ್ತಣಿಂ | ಬೇಡುವುವರತ್ತಣಿಂ |
| ಷ. | ಬೇಡುವರ | ಬೇಡುವುವರ |
| ಸ. | ಬೇಡುವರೊಳ್ | ಬೇಡುವುವರೊಳ್ |
| ಸಂಬೋ. | ಬೇಡುವರೆ | ಬೇಡುವುವೆ |

1. ಏಕತ್ವದ ಚತುರ್ಥಿಯಲ್ಲಿ ಬೇಡುವಗೆ ಎಂಬ ರೂಪ ಸಹಾ ವರ್ತಿಸುವದು.

2. ಈ ಪ್ರಕಾರ ಕನ್ನಡಕ್ಕೆ ಕ್ರಿಯಾತ್ಮಕಂಗಳಾದ ಸಂಸ್ಕೃತದ ಭಾವ ವಾಚಕಗಳನ್ನು ಆರಿಸಿ ತೆಗೆದುಕೊಂಡು ಇಸುಪ್ರತ್ಯಯವನ್ನು ಹತ್ತಿಸಿ ಕೃಲ್ಲಿಂಗಗಳನ್ನು ರೂಪಿಸ ಬಹುದು. ಭಾಗಿಸಿದಂ, ಭಾಗಿಸಿದಳ್, ಭಾಗಿಸಿದುದು; ಭಾಗಿಪಂ, ಭಾಗಿಪಳ್, ಭಾಗಿಪುದು; ವರ್ಣಿಸಿದಂ, ವರ್ತಿಸಿದಂ, ಚರಿಸಿದಂ, ಚರಯಿಸಿದಂ.

**29.** ರೂಢನಾಮ, ಅನ್ವರ್ಥನಾಮ, ಅಂಕಿತನಾಮ, ಎಂದು ನಾಮಗಳು 3 ಪ್ರಕಾರವಾಗಿರುವವು. ಇವುಗಳಲ್ಲಿ ಪ್ರಸಿದ್ಧತೆರನಾಗಿರುವದು ರೂಢನಾಮವು; ಅನ್ವರ್ಥನಾಮದಲ್ಲಿ ಅರ್ಥಾನುರೂಪಾನ್ವರ್ಥನಾಮವೆಂದೂ, ಗುಣಾನುರೂಪಾನ್ವರ್ಥವೆಂದೂ 2 ಪ್ರಕಾರವು; ಅಂಕಿತನಾಮವು ಹೆಸರಿಡುವನಿಷ್ಟ ಪ್ರಕಾರ ಹ್ಯಾಗಾದರೂ ಇರುವದು. ಧಿಟದ ನಾಮ (ನಿಶ್ಚಿತನಾಮ=ರೂಢನಾಮ)ವು ಸಮಾಸವಿಲ್ಲದ ಒಂದಕ್ಷರ ಮೊದಲು ಐದಕ್ಷರಗಳವರೆಗೂ ಉಂಟು.

Nouns.

ಪ್ರಯೋಗ:

ರೂಢನಾಮಕ್ಕೆ: ನೆಲಂ, ಪೊಲಂ, ಚಲಂ, ಜಲಂ.

ಗುಣಾನುರೂಪಾನ್ವರ್ಥಕ್ಕೆ: ದಾನಿ, ದಯಾಪರ, ಅಭಿಮಾನಿ, ನೀತಿಜ್ಞಂ.

ಅರ್ಥಾನುರೂಪಾನ್ವರ್ಥಕ್ಕೆ: ಹೆಳೆಗಾಲಂ, ನಿಡಿಮೂಗಂ, ಕುಸಿಗೊರಲಂ.

ಅಂಕಿತನಾಮಕ್ಕೆ: ಕಾಟಂ, ಕಸವಂ, ಮಾಚಂ, ಮಾರಂ.

ಧಿಟದ ನಾಮಗಳ ಅಕ್ಷರ ವೃತ್ತಿಗೆ: ಹೂ, ಮರಂ, ಹೊತ್ತಗೆ, ಕವಳಿಗೆ, ಕಟ್ಟುವತ್ತಿಗೆ.

**30.** ತುಕಾರ ದುಕಾರಂಗಳೆ ಅಂತವಾಗಿ ಉಳ್ಳ ಅನೇಕ ಶಬ್ದಗಳು ಗುಣವಚನಗಳಾಗಿರುವವೆಂದು ಅರಿಯ ತಕ್ಕದ್ದು. ಅವುಗಳಲ್ಲಿ ತುಕಾರಾಂತಕ್ಕೆ ವಿಕಲ್ಪದಿಂದ ದ್ವಿತ್ವ ಬರುವದು.

ಪ್ರಯೋಗ:

ಒಳ್ಳಿತು, ಮೆಲ್ಲಿತು, ಬೆಟ್ಟಿತು, ತೆಳ್ಳಿತು, ಬಸಿದು, ಅಸಿದು, ಕಡಿದು, ನಿಡಿದು, ಇನಿದು—ಇತ್ಯಾದಿಗಳು.

ದ್ವಿತ್ವಕ್ಕೆ: ಒಳ್ಳಿತ್ತು, ಮೆಲ್ಲಿತ್ತು, ಬೆಟ್ಟಿತ್ತು, ತೆಳ್ಳಿತ್ತು, ನುಣ್ಣಿತ್ತು.

**31.** ಅದು, ಇದು, ಉದು, ಆವುದು, ಎಲ್ಲದು, ಪೆಱಿತು, ಏನ್, ಪೆಱಿದು, (ಪಿಱಿದು) ಮೊದಲಾದ ಶಬ್ದಗಳು ಸರ್ವನಾಮಗಳೆಂದರಿಯ ತಕ್ಕದ್ದು. ಮತ್ತು ಏನ್ ಎಂಬ ಸರ್ವನಾಮವು ಏಕವಚನವಾಗಿದ್ದಾಗ್ಯೂ ಕೃತಿಪದ್ಧತಿಯಲ್ಲಿ ಬಹುವಚನಾರ್ಥವನ್ನು ಹೊಂದುವದು.

Pronouns.

ಪ್ರಯೋಗ:

ಏಕವಚನಕ್ಕೆ: ಅವನೇನ್, ಅವಳೇನ್, ಅದೇನ್.

ಬಹುವಚನಾರ್ಥಕ್ಕೆ: ತತ್ಪರಿಜನಾಲಾಪಂಗಳೇನ್.

**32.** ಸಂಸ್ಕೃತದ ಸಂಖ್ಯಾವ್ಯಯಂಗಳನ್ನು ಕಳೆದುಳಿದ ನಿಘಂಟಿನ ನಾಮ ಪ್ರಕೃತಿಗಳನ್ನು ಕನ್ನಡಕ್ಕೆ ಸರಿಮಾಡಿ ಸಮಸಂಸ್ಕೃತವೆಂಬ ಹೆಸರನ್ನಿಟ್ಟು ಶಬ್ದಜ್ಞರು ಲಿಂಗ ಮಾಡುವರು.

Pure Sanskrit crude nouns.

ಪ್ರಯೋಗ:

ಕಾಮ=ಕಾಮಂ, ಭೀಮ=ಭೀಮಂ, ರಾಮ=ರಾಮಂ, ಸೋಮ=ಸೋಮಂ, ನಾರದ=ನಾರದಂ, ಗಣ=ಗಣಂ.

ಆ ಸಮಸಂಸ್ಕೃತ ಶಬ್ದಗಳನ್ನು ಕನ್ನಡ ಶಬ್ದಗಳೊಡನೆ ಬೆರಸಿ ಸಮಾಸ ಮಾಡಲಾಗದು.

ಪ್ರಯೋಗ:

ಕಣ್ಕುಮಲಂ, ಕೆಳದಿಸಮೇತೆರಿ, ಪರಿಗತನಗೆಯಿಂ. (ಇದು ದೋಷ.)

**33.** ಸಂಸ್ಕೃತದ ಅವ್ಯಯಗಳೂ, ತ್ಯದಾದಿಯಾದ ಸರ್ವನಾಮಗಳೂ, ಶತೃಇಂತ (ತಕಾರಾಂತವಾದ) ಶಬ್ದಗಳೂ ಸಂಸ್ಕೃತದಲ್ಲಿ ಸಮಾಸವಿಧಿಯನ್ನು ಧರಿಸಿದ್ದಲದೆ ಕನ್ನಡದಲ್ಲಿ ಸ್ವಭಾವದಿಂದ ಲಿಂಗಗಳಾಗವು. ಅಂತರ್ (ಒಳಗೆ) ಬಹಿರ್ (ಹೊರಗೆ) ಉಚ್ಚೈಸ್ (ಘಟ್ಟಧ್ವನಿ) ನೀಚೈಸ್ (ಕೆಳಗೆ, ಮೆಲ್ಲಗೆ) ಮುಹುಃ, ಪುನರ್ (ಮತ್ತು) ಅಹಸ್ (ಹಗಲು) ಈಷತ್ (ತುಸ) ಯುಗಪತ್ (ಕೂಡೆ) ಪೃಥಕ್ (ಬೇರೆ) ಇವು ಮೊದಲಾದ ಸಹಜಾವ್ಯಯಗಳನ್ನು ಇರಿಸಿ ವಿಭಕ್ತಿಗಳನ್ನು ಹತ್ತಿಸಲಾಗದು.

**Use of Sanskrit adverbs etc.**

ಪ್ರಯೋಗ:

ಅವ್ಯಯಕ್ಕೆ: ಅಂತರ್ಮುಖಂ, ಬಹಿರಂಗಂ, ಉಚ್ಚೈರ್ಧ್ವಾನಂ, ನೀಚೈರ್ಗತಂ, ಮುಹುರ್ನಿರೀಕ್ಷಣಂ, ಪುನಃಪಾಕಂ, ಪ್ರಾತಃಕಾಲಂ, ಅಹರ್ನಿಶಂ, ಈಷದ್ಭೇದಂ, ಯುಗಪತ್ಸಂಭ್ರಮಂ, ಪೃಥಕ್ಚರಿತ್ರಂ ಎಂದು ಸಮಾಸಮಾಡಿ ಅಂತರ್ಮುಖಂ—ಅಂತರ್ಮುಖನಂ ಇತ್ಯಾದಿ ವಿಭಕ್ತಿಗಳನ್ನು ಹತ್ತಿಸ ಬೇಕು.

ತ್ಯದಾದಿ ಸರ್ವನಾಮಕ್ಕೆ: ತ್ಯತ್ಕಥನ (ಆ ಕಥೆ), ತದ್ವಚನ (ಆ ವಚನ), ಏತತ್ಸೌಖ್ಯಂ (ಈ ಸೌಖ್ಯ), ಇದನ್ನಿಮಿತ್ತ (ಈ ನಿಮಿತ್ತ), ಅದಃಪುತ್ರಂ (ಅವನ ಮಗನು), ಯುಷ್ಮದ್ಗುಣಂ (ನಿಮ್ಮ ಗುಣ), ಅಸ್ಮದ್ದೌಹಿತ್ರಂ (ನಮ್ಮ ಮಗಳ ಮಗನು), ಭವದ್ರಾಜ್ಯಂ (ತಮ್ಮ ರಾಜ್ಯ), ಕಿಂವಾರ್ತೆ (ಯಾವ ವಾರ್ತೆ), ಈ ತೆರದಿಂದ ಸಮಾಸ ಮಾಡಿ ವಿಭಕ್ತಿ ಹತ್ತಿಸುವದು. ಅದಃಪುತ್ರಂ-ಅದಃಪುತ್ರನಂ ಇತ್ಯಾದಿ.

ಶತೃಇಂತ (ತಕಾರಾಂತ) ಶಬ್ದಕ್ಕೆ: (ಇವು ಸಂಸ್ಕೃತದಲ್ಲಿ ವರ್ತಮಾನಕಾಲದ ಕೃಲ್ಲಿಂಗಗಳು). ಕ್ಷಣತ್ (ಸಪ್ಪುಳ ಮಾಡುವ)=ಕ್ಷಣತ್ಕಂಕಣಂ, ಭ್ರಮತ್ (ತಿರುಗುವ)=ಭ್ರಮದ್ಭ್ರಮರಂ, ಘೋಷ್ಯತ್ (ಘೋಷಿಸುವ)=ಘೋಷ್ಯದರ್ಣವಂ, ಲಸತ್ (ಒಪ್ಪುವ)=ಲಸದ್ವಚನಂ ಎಂದು ಸಮಾಸ ಮಾಡಿ ಎಲ್ಲಕ್ಕು ವಿಭಕ್ತಿಯನ್ನು ಹತ್ತಿಸುವದು. ಭ್ರಮದ್ಭ್ರಮರಂ, ಭ್ರಮದ್ಭ್ರಮರಮಂ—ಇತ್ಯಾದಿ.

Use of Sanskrit numbers and nouns terminating in vowels.

34. ಏಕ, ದ್ವಿ, ತ್ರಿ ಎಂಬಿವಾದಿಯಾದ ಸಂಸ್ಕೃತ ಸಂಖ್ಯಾವಾಚಕ ಶಬ್ದಗಳು ಸ್ವಭಾವದಿಂದಲ್ಲ, ಸಮಾಸವನ್ನು ಅಥವಾ ಪ್ರತ್ಯಯಾಂತವನ್ನು ಹೊಂದಿ ಲಿಂಗಗಳಾಗುವವು. ಆಕಾರಾಂತವಾದ ಸಂಸ್ಕೃತ ಶಬ್ದಗಳು ಎಕಾರವನ್ನು ಅಥವಾ ಅಕಾರವನ್ನು ಹೊಂದಿ ಕನ್ನಡದಲ್ಲಿ ಲಿಂಗಗಳು ಆಗುವವು.

ಪ್ರಯೋಗ:

ಸಂಖ್ಯಾವಾಚಕ ಸಮಾಸಕ್ಕೆ: ಏಕಾಂಗಂ, ದ್ವಿಮುಖಂ, ತ್ರಿಲೋಕಂ, ಚತುರ್ವೇದಂ, ಪಂಚಭೂತಂ, ಷಟ್ಕರ್ಮಂ, ಸಪ್ತದ್ವೀಪಂ, ಅಷ್ಟಭುಜಂ, ನವನಿಧಿ, ದಶವ್ಯಾಕರಣ.

ಪ್ರತ್ಯಯಾಂತಕ್ಕೆ: ದ್ವಿತೀಯ, ತೃತೀಯ, ಚತುರ್ಥ, ತುರೀಯ, ತುರ್ಯ, ಪಂಚಮ, ಷಷ್ಠ, ಸಪ್ತಮ, ಅಷ್ಟಮ, ನವಮ, ದಶಮ, ಅಷ್ಟಕ.

ಆಕಾರಾಂತವು ಎಕಾರಾಂತವಾದದ್ದಕ್ಕೆ: ಮಾಲಾ=ಮಾಲೆ, ಬಾಲಾ=ಬಾಲೆ, ಲೀಲಾ=ಲೀಲೆ, ಭಾಷಾ=ಭಾಷೆ, ಯಾತ್ರಾ, ಯಾತ್ರೆ.—ಗ್ರೀವಾ ಭಿಕ್ಷಾ ಎಂಬೆರಡು ಶಬ್ದಗಳು. ಗ್ರೀವ, ಗ್ರೀವೆ, ಭಿಕ್ಷ, ಭಿಕ್ಷೆ ಎಂದು ಅಕಾರಾಂತವಾಗಿಯೂ ಎಕಾರಾಂತವಾಗಿಯೂ ವರ್ತಿಸುತ್ತವೆ.

ಆಕಾರಾಂತದ ಅಕಾರಕ್ಕೆ: ಕಂಧರಾ=ಕಂಧರ, ಉಪತ್ಯಕಾ=ಉಪತ್ಯಕ, ಕರುಣಾ=ಕರುಣ.

ಈ ಪ್ರಕಾರ ಲಿಂಗಗಳಾಗಿ ವಿಭಕ್ತಿಪ್ರತ್ಯಯಗಳನ್ನು ಹೊಂದುವವು.

**35.** ಸಂಸ್ಕೃತದ ಅಕಾರಾಂತವಾದ ಶಬ್ದಗಳು ಹ್ರಸ್ವವಾದ ಎಕಾರವನ್ನೂ, ಈಕಾರಾಂತ ಊಕಾರಾಂತವಾದ ಶಬ್ದಗಳು ಹ್ರಸ್ವವಾದ ಇ ಉಕಾರಗಳನ್ನು ಪಡೆದು ಲಿಂಗಗಳು ಆಗುವವು. ಜ್ಯಾ ಮೊದಲಾದ ಏಕಾಕ್ಷರ ಶಬ್ದಗಳು ಇದ್ದಂತೆ ವಿಭಕ್ತಿಯನ್ನು ಪಡೆಯುವವು.

ಪ್ರಯೋಗ:

ಅಕಾರಾಂತಕ್ಕೆ: ವಧ=ವಧೆ, ಅಭಿಲಾಷ=ಅಭಿಲಾಷೆ, ಪ್ರಶ್ನ=ಪ್ರಶ್ನೆ

ಇಕಾರಾಂತಕ್ಕೆ: ಕುಮಾರೀ=ಕುಮಾರಿ, ಕಾವೇರೀ=ಕಾವೇರಿ, ನಾರೀ=ನಾರಿ, ಕಾಮಿನೀ=ಕಾಮಿನಿ.

ಉಕಾರಾಂತಕ್ಕೆ: ಸ್ವಯಂಭೂ=ಸ್ವಯಂಭು, ಜಂಬೂ=ಜಂಬು.

ಏಕಾಕ್ಷರಕ್ಕೆ: ಸ್ತ್ರೀ=ಸ್ತ್ರೀಗೆ, ಮಾ=ಮಾಗೆ, ಭ್ರೂ=ಭ್ರೂಗೆ, ಜ್ಯಾ=ಜ್ಯಾಗೆ.

**36.** ಅಕಾರಾಂತ ಶಬ್ದಗಳೂ ಇಕಾರಾಂತ ಶಬ್ದಗಳೂ ಉಕಾರಾಂತ ಶಬ್ದಗಳೂ ಋಕಾರಾಂತ ಶಬ್ದಗಳೂ, ಇದ್ದ ಹಾಗೆ, ಲಿಂಗಗಳು ಆಗುವವು. ಆದರೆ ವಿಶೇಷವಾಗಿ ಋಕಾರಾಂತಕ್ಕೆ ಆರಾದೇಶವು ಒಮ್ಮೆ ಉಂಟು. ಧಾತೃಶಬ್ದಕ್ಕೆ ತಕಾರವೂ ವಿಧಾತೃಶಬ್ದಕ್ಕೆ ರೇಫೆಯೂ ಆಗುವವು.

ಪ್ರಯೋಗ:

ಅಕಾರಾಂತಕ್ಕೆ: ಭುವನ, ಕರಣ, ಚರಣ, ಕುಲಿಶ, ಕಲಶ.

ಇಕಾರಾಂತಕ್ಕೆ: ಗತಿ, ಪತಿ, ಬುದ್ಧಿ, ಕೃತಿ, ಯತಿ, ಮತಿ.

ಉಕಾರಾಂತಕ್ಕೆ: ಪಶು, ರಿಪು, ಸೂನು, ಶಿಶು, ಭಾನು, ಧೇನು.

ಋಕಾರಾಂತಕ್ಕೆ: ಕರ್ತೃ, ನೇತೃ, ಭರ್ತೃ, ನಪ್ತೃ.

ಆರಾದೇಶಕ್ಕೆ: ಭರ್ತಾರ, ಹೋತಾರ, ಸವಿತಾರ, ನೇತಾರ.

ತಕಾರಕ್ಕೆ: ಧಾತೃ=ಧಾತ, ಮಾಂಧಾತ.

ರಾಂತಕ್ಕೆ: ವಿಧಾತೃ=ವಿಧಾತ್ರ

**37.** ಪಿತೃಶಬ್ದದ ಸ್ಥಾನಕ್ಕೆ ಅರ್ ಆದೇಶವೂ ಸಖಿ ಎಂಬ ಶಬ್ದಕ್ಕೆ ಅಕಾರಾದೇಶವೂ ಆಗುವವು.

## ಪ್ರಯೋಗ:

ಪಿತೃ ಎಂಬ ಶಬ್ದಕ್ಕೆ: ಪಿತರಂ, ಪಿತರರ್, ಪಿತ.

ಸಖಿ ಎಂಬ ಶಬ್ದಕ್ಕೆ: ಸಖಂ, ಸಖನಂ.

ಈ ಪ್ರಕಾರ ಸ್ವರಾಂತ ಸಂಸ್ಕೃತ ಶಬ್ದಗಳು ಕನ್ನಡದಲ್ಲಿ ಸೇರಿ ಲಿಂಗಗಳಾಗುವವು.

**38.** ಸಂಸ್ಕೃತ ವ್ಯಂಜನಾಂತಲಿಂಗಗಳು ಕನ್ನಡದಲ್ಲಿ ಅತ್ವವನ್ನೂ ದ್ವಿತ್ವದ ಸಂಗಡ ಉತ್ವವನ್ನೂ ಕಡೆ ಅಕ್ಷರದ ಲೋಪವನ್ನೂ ಪಡೆದು ಲಿಂಗಗಳು ಆಗುವವು.

**Use of Sanskrit nouns terminating in consonants.**

## ಪ್ರಯೋಗ:

ಅತ್ವಕ್ಕೆ: ದಿವ್=ದಿವ, ಮರುತ್=ಮರುತ.

ದ್ವಿತ್ವ ಉತ್ವಗಳಿಗೆ: ರಜ್=ರಜ್ಜು, ಅಪ್=ಅಪ್ಪು, ಕ್ಷುತ್=ಕ್ಷುತ್ತು.

ಅಂತ್ಯಲೋಪಕ್ಕೆ: ರಾಜನ್=ರಾಜ, ಪೂಷನ್=ಪೂಷ.

ಇದಕ್ಕೆ ಅಪವಾದ: ಸೀಮನ್=ಸೀಮೆ, ಊಷ್ಮನ್=ಊಷ್ಮೆ ಎಂದು ಎತ್ವವೂ ಉಂಟು.

ಸಕಾರಾಂತದಲ್ಲಿ ವಿಕಲ್ಪವಾಗಿ ಬರುವ ದ್ವಿತ್ವ ಉತ್ವಗಳಿಗೂ, ಅಂತ್ಯಲೋಪಕ್ಕೂ: ಮನಸ್=ಮನಸ್ಸು=ಮನ, ತೇಜಸ್=ತೇಜಸ್ಸು=ತೇಜ.

ಕೆಲವು ವ್ಯಂಜನಾಂತವಾಗಿಯೇ ಇರುವವು: ವಾರ್, ವಾಕ್, ಗೀರ್.

**39.** ಸಂಸ್ಕೃತದ ಪ್ರಥಮಾಬಹುವಚನಗಳು ತಮ್ಮ ವಿಸರ್ಗವನ್ನು ಕಳೆಯಲಾಗಿ, ಕನ್ನಡದಲ್ಲಿ ಏಕವಚನವಾಗಿ ಲಿಂಗಗಳು ಆಗುವವು; ಇವನ್ನು ಉದಾಹರಣೆಯ ಮುಖದಿಂದ ತಿಳಿಯ ಬೇಕು.

ಪ್ರಯೋಗ:

ಸಖಾಯಃ=ಸಖಾಯಂ=ಗೆಳೆಯನು, ವಿದ್ವಾಂಸಃ (ವಿದ್ವಾಂಸರು)= ವಿದ್ವಾಂಸಂ, ಶ್ವಾನಃ=ಶ್ವಾನಂ, ಶ್ರೀಮಂತಃ=ಶ್ರೀಮಂತಂ.

ಈ ಪ್ರಕಾರ ಸಂಸ್ಕೃತದ ವ್ಯಂಜನಾಂತಗಳು ಕನ್ನಡದಲ್ಲಿ ಲಿಂಗಗಳಾಗುವವು.

**40.** ಪುರುಷರನ್ನು ಹೇಳುವ ಶಬ್ದಗಳು ಪುಲ್ಲಿಂಗವು, ಸ್ತ್ರೀಯರನ್ನು ಹೇಳುವ ಶಬ್ದಗಳು ಸ್ತ್ರೀಲಿಂಗವು, ಉಳಿದದ್ದೆಲ್ಲವು ನಪುಂಸಕಲಿಂಗವು ಎಂದರಿಯ ತಕ್ಕದ್ದು.

**Genders.**

ಪ್ರಯೋಗ:

ಪುಲ್ಲಿಂಗಕ್ಕೆ: ರಾಮ, ಅರಸ, ಶಿವ, ಶಂಕರ.

ಸ್ತ್ರೀಲಿಂಗಕ್ಕೆ: ಭಾಮಿನಿ, ರಮಣಿ, ರೋಹಿಣಿ.

ನಪುಂಸಕಲಿಂಗಕ್ಕೆ: ಮರ, ಗಿಡ, ಬಳ್ಳಿ, ಪುಲ್, ಪುಲಿ.

(ಈ ಮೇಲೆ ಲಿಂಗತ್ರಯಗಳು ಮಾತ್ರ ಕನ್ನಡದಲ್ಲಿ ಪ್ರಸಿದ್ಧವು; ಉಳಿದವುಗಳೆಲ್ಲ ಅಪ್ರಸಿದ್ಧವು.)

**41.** ಪದಾರ್ಥಗಳನ್ನು ಎಣಿಸುವ ಸ್ಥಳದಲ್ಲಿ ಏಕವಚನ ದ್ವಿವಚನ ಬಹುವಚನಗಳನ್ನು ಸ್ವೀಕರಿಸುವರು; ಏಕವಚನ ಬಹುವಚನಗಳು ಮಾತ್ರ ಕನ್ನಡದಲ್ಲಿ ಒಳವು; ದ್ವಿವಚನವನ್ನು ಔಚಿತ್ಯದಿಂದರಿಯ ತಕ್ಕದ್ದು.

**Numbers.**

ಪ್ರಯೋಗ:

ಏಕವಚನಕ್ಕೆ: ಮೇರುವಿದು, ಕವಿಯಿವಂ.
ಬಹುವಚನಕ್ಕೆ: ಕುರುಳ್ಗಳಿವು, ಕವಿಗಳಿವರ್.
ಔಚಿತ್ಯದ ದ್ವಿವಚನಕ್ಕೆ: ತೊಡೆಗಳ್, ಕಣ್ಗಳ್, ತೋಳ್ಗಳ್.

Formation of the Plural with ಗಳ್.

42. ಬಹುವಚನ ವಿವಕ್ಷೆಯಾದರೆ, ವಿಭಕ್ತಿಗಳ ಮೊದಲಲ್ಲಿ ವಿಶೇಷವಾಗಿ ಗಳಾಗಮ ಸಮನಿಸುವದು; ಸರ್ವನಾಮ ಗುಣವಚನಗಳಲ್ಲಿ ಗಳಾಗಮಕ್ಕೆ ಆದೇಶವಾಗಿ ಅವು ಎಂದಾಗುವದು.

ಪ್ರಯೋಗ:

ಲಿಂಗಕ್ಕೆ: ಕೊಳಂಗಳ್, ತೊಡೆಗಳ್.
ಸರ್ವನಾಮಕ್ಕೆ: ಅವು, ಇವು, ಉವು.
ಗುಣವಚನಕ್ಕೆ: ಇನಿಯುವು, ಮೆಲ್ಲಿದುವು.

Formation of the Plural with ಇರ್, ಅರ್ etc.

43. ಗುಣವಚನದ ತುಕಾರಾಂತಕ್ಕೆ ಮೂರನೆ ಅಕ್ಷರವಾಗಿ ಅವು ಎಂಬ ಆಗಮದ ಆದಿಗೆ ಲೋಪ ಬರುವದು; ಸರ್ವನಾಮ ಗುಣವಚನಗಳಲ್ಲದ ಸ್ತ್ರೀಲಿಂಗ ಪುಲ್ಲಿಂಗದಲ್ಲಿ ಗಳ್ ಎಂಬುವದಕ್ಕೆ ಆದೇಶವಾಗಿ ಇರ್, ದಿರ್, ವಿರ್, ಅರ್ ಎಂದಾಗುವದು.

ಪ್ರಯೋಗ:

ತೃತೀಯತ್ವಕ್ಕೂ ಅವುವಿನ ಲೋಪಕ್ಕೂ: ಬಳ್ಳಿದುವು, ತೆಳ್ಳಿದುವು, ದಟ್ಟಿದುವು.
ಇರಾಗಮಕ್ಕೆ: ಬೆಂಡಿರ್, ತೊಟ್ಟಿರ್.
ದಿರಾಗಮಕ್ಕೆ: ಇವಳ್ದಿರ್, ಅವಂದಿರ್, ಇವಂದಿರ್.
ವಿರಾಗಮಕ್ಕೆ: ತಂದೆವಿರ್, ತಾಯ್ವಿರ್, ಸೊಸೆವಿರ್.

### ಅರ್ ಆಗಮದ ಪ್ರಯೋಗ:

ಪುಲ್ಲಿಂಗಕ್ಕೆ: ಅರಸರ್, ಸಾಮಂತರ್, ಕೋವಿದರ್.
ಸ್ತ್ರೀಲಿಂಗಕ್ಕೆ: ದೇವಿಯರ್, ಕಾಂತೆಯರ್.
ಸಂಖ್ಯೆಗೆ: ಈರ್ವರ್, ಮೂವರ್.
ಸರ್ವನಾಮಕ್ಕೆ: ಪೆಱರ್, ಅವರ್, ಇವರ್, ಉವರ್.
ಕೃತ್ತಿಂಗೆ: ಮಾಡಿದರ್, ಬೇಡುವರ್.
ಗುಣವಚನಕ್ಕೆ: ಬಲ್ಲಿದರ್, ಒಳ್ಳಿದರ್.
ತದ್ಧಿತಕ್ಕೆ: ಮಣಿಗಾಱರ್, ಕಂಚುಗಾಱರ್.
ಪುಲ್ಲಿಂಗವಾದ ಅಕಾರಾಂತಕ್ಕೆ ಎಲ್ಲಿಯೂ ಲೋಪ: ಸುರ+ಅರ್=ಸುರರ್, ನರರ್, ಚದುರರ್, ಪೌರ್ವರ್.

**44.** ಪುಂ ಸ್ತ್ರೀಲಿಂಗದಲ್ಲಿ ಪ್ರಮಾಣವಾಚಿಗಳಲ್ಲಿಯೂ ಸಂಖ್ಯಾವಾಚಿಗಳಲ್ಲಿಯೂ ವಕಾರ ವ್ಯವಹರಿಸುವದು; ಆ ವಕಾರಕ್ಕೆ ಒಮ್ಮೆ ಬಕಾರವಾಗುವದು; ಅಕಾರಾಂತಕ್ಕೆ ವಿಕಲ್ಪದಿಂದ ಬಿಂದು ಬರುವದು; ಆ ಬಕಾರಕ್ಕೆ ಒಮ್ಮೆ ಲೋಪವಾಗುವದು.

Insertion of ವ, ಬ before ಅರ್.

### ಪ್ರಯೋಗ:

ಪ್ರಮಾಣವಾಚಿಗೆ: ಎಲ್ಲವರ್.
ಸಂಖ್ಯಾವಾಚಿಗೆ: ಮೂವರ್, ನಾಲ್ವರ್.
ಬಕಾರಕ್ಕೆ: ಅನಿಬರ್, ಒರ್ಬರ್, ಇರ್ಬರ್.
ಅಕಾರಾಂತಬಿಂದುವಿಗೆ: ಪಲಂಬರ್=ಪಲಬರ್,ಕೆಲಂಬರ್=ಕೆಲಬರ್.
ಬಕಾರ ಲೋಪಕ್ಕೆ: ಪಲರ್, ಕೆಲರ್.

**45.** ಅನಿತು ಇನಿತು ಎನಿತು ಎಲ್ಲವು ಎಂಬೀ ಪ್ರಮಾಣವಾಚಿಗಳಿಗೂ, ಕೆಲವು ಪಲವು ಎಂಬೀ ಸಂಖ್ಯಾವಾಚಿಗಳಿಗೂ, ಕಡೆಯಣ ವರ್ಣ ಲೋಪವಾಗುವದು.

Elision of the last letter before ಅರ್.

ಪ್ರಯೋಗ:

ಅನಿತ+ಬರ್=ಅನಿಬರ್, ಇನಿಬರ್, ಎನಿಬರ್.
ಎಲ್ಲವು+ಅರ್=ಎಲ್ಲವರ್.
ಪಲವು+ಅರ್=ಪಲಿವರ್, ಕೆಲವರ್, ಕೆಲಬರ್.

**Formation of the Plural with ಅರ್, ಕಳ್, ಗಳ್.**

**46.** ಕೆಲವರಲ್ಲಿ ಅರ್ ಎಂಬ ಆಗಮದ ಮೇಲೆ ಕಳ್ ಎಂಬ ಆಗಮ ಬರುವದು; ಕೆಲವರಲ್ಲಿ ಅರ್ ಎಂಬ ಆಗಮ ಇಲ್ಲದಲ್ಲಿಯೂ ಕಳ್ ಎಂಬ ಆಗಮ ಬರುವದು; ಪುಂಸ್ತ್ರೀಲಿಂಗ ವಿಷಯವಾದ ಸರ್ವ ನಾಮಗಳಲ್ಲಿಯೂ ಅರ್ ಎಂಬ ಆಗಮದ ಮೇಲೆ ಗಳ್ ಎಂಬುವದು ವಿಕಲ್ಪದಿಂದ ಬರುವದು; ದಿರ್ ವಿರ್ ಎಂಬ ಆಗಮಗಳಿಗೆ ವಿಕಲ್ಪದಿಂದ ಗಳಾಗಮ ಆದೇಶವಾಗಿ ಬರುವದು.

ಪ್ರಯೋಗ:

ಅರುವಿನ ಮೇಲೆ ಕಳಾಗಮಕ್ಕೆ: ಬುಧರ್+ಕಳ್=ಬುಧರ್ಕಳ್, ಗೋವರ್ಕಳ್.
ಅರುವಿಲ್ಲದಲ್ಲಿ: ಮಕ್ಕಳ್, ನಾಟ್ಕಿಳ್.
ಗಳಾಗಮಕ್ಕೆ: ಅವರ್ಗಳ್, ಇವರ್ಗಳ್, ಉವರ್ಗಳ್.
ದಿರ್ಗೆ: ಅಣ್ಣಂದಿರ್=ಅಣ್ಣಂಗಳ್, ಭಾವಂದಿರ್=ಭಾವಂಗಳ್.
ವಿರ್ಗೆ: ಅತ್ತೆವಿರ್=ಅತ್ತೆಗಳ್, ಶಾಯ್ವಿರ್=ಶಾಯ್ಗಳ್, ತಂದೆವಿರ್= ತಂದೆಗಳ್.

**Use of the ಬಿಂದು before ಗಳ್ and ದಿರ್.**

**47.** ಪುಂಸ್ತ್ರೀಲಿಂಗಗಳಾದ ಅಕಾರಾಂತಗಳಿಗೆ ಗಳ್, ದಿರ್ ಎಂಬ ಆಗಮಗಳ ಆದಿಯಲ್ಲಿ ಬಿಂದು ಹುಟ್ಟುವದು; ಆ ಬಿಂದು ಅಕಾರಾಂತ ನಪುಂಸಕಲಿಂಗದಲ್ಲಿ ವಿಕಲ್ಪವಾಗಿ ಬರುವದು; ಸಂಸ್ಕೃತ ಶಬ್ದಗಳಲ್ಲಿ ಆ ಬಿಂದು ನಿತ್ಯ.

ಪ್ರಯೋಗ:

ಪುಲ್ಲಿಂಗಕ್ಕೆ: ಭಾವಂಗಳ್, ಭಾವಂದಿರ್; ಅರಸಂಗಳ್, ಅರಸಂದಿರ್.
ಸ್ತ್ರೀಲಿಂಗಕ್ಕೆ: ಅಕ್ಕಂಗಳ್, ಅಕ್ಕಂದಿರ್; ಅಮ್ಮಂಗಳ್, ಅಮ್ಮಂದಿರ್.
ನಪುಂಸಕಲಿಂಗಕ್ಕೆ: ಪೊಲಂಗಳ್, ಪೊಲಗಳ್; ಮರಂಗಳ್, ಮರಗಳ್.
ಸಂಸ್ಕೃತಕ್ಕೆ: ಗುಣಂಗಳ್, ದೇಶಂಗಳ್, ಕೋಶಂಗಳ್.
ದೋಷಕ್ಕೆ: ಗುಣಗಳ್, ದೇಶಗಳ್.

Use of the plural.

**48.** ಪಾತ್ರ ವಿಶೇಷವಿಲ್ಲದೆ ಪ್ರಯತ್ನವಲ್ಲದಿರುವ ಗುರುತ್ವದಲ್ಲಿಯೂ, ಗುರು ಹಿರಿಯರಾದಿ ವಿಶೇಷತ್ವದಲ್ಲಿಯೂ, ಅಸಹ್ಯವೃತ್ತಿಯಲ್ಲಿಯೂ, ಏಕವಚನಕ್ಕೆ ಬಹುವಚನವಾಗುವದು.

ಪ್ರಯೋಗ:

ಗುರುತ್ವಕ್ಕೆ: ಎಮ್ಮ ತಂದೆಗಳ್, ಎಮ್ಮ ತಾಯ್ಗಳ್.
ವಿಶೇಷತ್ವಕ್ಕೆ: ಗುರುಗಳ್, ಸ್ವಾಮಿಗಳ್, ಧೊರೆಗಳ್.
ಅಸಹ್ಯವೃತ್ತಿಗೆ: ಬಡವಾದಿರ್ ಅರಸ! ಕಾಲ್ತೊಳ್.
ನಡದಪಿರ್, ಒಡನಾರುಮಿಲ್ಲ, ಕಡಲೆಗಳೇ ನಿಂ
ಮುಡಿಯೊಳಗೆ? ಪಡುವ ದೇಗುಲ
ದೆಡೆಯಾವುದು? ಕುಡದ ನಿಮುಗವಿಾಯೆಡ
ಬಿಾಯ್ತೇ?

Suffixes of the seven Cases.

**49.** ಹಿಂದೆ ಹೇಳಿದ ನಾನಾ ತರದ ಲಿಂಗಗಳಿಗೆ ಪರವಾಗಿ ಹತ್ತುವ ನಾಮವಿಭಕ್ತಿಪ್ರತ್ಯಯಗಳು ಯಾವವಂದರೆ:

**1.** ಮ್. **2.** ಅಮ್. **3.** ಇಮ್. **4.** ಕೆ. **5.** ಅತ್ತಣಿಂ. **6.** ಅ. **7.** ಒಳ್.

Nominative.

**50.** ಪ್ರಥಮೈಕವಚನದಲ್ಲಿ ಅಕಾರಾಂತಕ್ಕೆ ಬಿಂದುವಾಗುವದು; ಅಕಾರಾಂತವಲ್ಲದೆ ಉಳಿದ ಸ್ಥಾನಕ್ಕೆಲ್ಲ ಮ್ ಎಂಬ ಪ್ರತ್ಯಯ ಲೋಪವಾಗುವದು; ಅಕಾರಾಂತ ಪುಲ್ಲಿಂಗಕ್ಕೆ ಸ್ವರಾದಿ ವಿಭಕ್ತಿ ಪರವಾದರೆ ನಕಾರಾಗಮವಾಗುವದು.

ಪ್ರಯೋಗ:

ಬಿಂದುವಿಗೆ: ವೇದವಿದ+ಮ್=ವೇದವಿದಂ, ಮರ+ಮ್=ಮರಂ.

ಲೋಪಕ್ಕೆ: ಪುಲ್, ಕುರಿ, ಕೂಸು, ಎರಲೆ; ಇವಕ್ಕೆ ಪ್ರಥಮೈಕ ವಚನದ ಮ್ ಎಂಬ ಪ್ರತ್ಯಯ ಹತ್ತುವದಿಲ್ಲ.

ನಕಾರಾಗಮಕ್ಕೆ: ಅರಸ+ಉಂ=ಅರಸನುಂ, ಅರಸ+ಅಮ್=ಅರಸನಂ, ಅರಸ+ಇಮ್=ಅರಸನಿಂ, ಅರಸ+ಅತ್ತಣಿಂ=ಅರಸನತ್ತಣಿಂ, ಅರಸ+ಅ=ಅರಸನ, ಅರಸ+ಒಳ್=ಅರಸನೊಳ್.

51. ಕನ್ನಡದಲ್ಲಿ ಅಕಾರಾಂತ ನಪುಂಸಕಲಿಂಗಕ್ಕೆ ದ್ವಿತೀಯೆ ಪರವಾದರೆ, ನಕಾರ ಮಕಾರಗಳು ಆಗುವವು; ಈ ನ ಮಕಾರಗಳು ಒಂದು ವೇಳೆಯಲ್ಲಿ ವಕಾರವಾಗುವದು; ಸಂಸ್ಕೃತ ಶಬ್ದದಲ್ಲಿ ಮಕಾರವೇ ಸಂಬಂಧವಾಗುವದು; ತೃತೀಯೆ ಮೊದಲಾದ ಸ್ವರಾದಿ ವಿಭಕ್ತಿ ಪರವಾದರೆ, ದಕಾರಾಗಮವಾಗುವದು.

Accusative etc. in neuter nouns terminating in the vowel ಅ.

ಪ್ರಯೋಗ:

ನಕಾರಕ್ಕೆ: ಪೊಲನಂ, ನೆಲನಂ, ಬಿಲನಂ.

ಮತ್ವಕ್ಕೆ: ಬೆಟ್ಟಮುಂ, ಹಳ್ಳಮುಂ, ಕೊಳ್ಳಮುಂ.

ಸಂಸ್ಕೃತಮತ್ವಕ್ಕೆ: ಕುಲಮುಂ, ಜಲಮುಂ.

ವಕಾರಕ್ಕೆ: ಮರವಂ, ಬೆಟ್ಟವಂ, ಹಳ್ಳವಂ.

ದಕಾರಾಗಮಕ್ಕೆ: ಮನ+ಇಮ್=ಮನದಿಂ, ಮನ+ಅತ್ತಣಿಂ=ಮನದತ್ತಣಿಂ, ಮನ+ಅ=ಮನದ, ಮನ+ಒಳ್=ಮನದೊಳ್.

52. ಇಮ್, ಇಂದಮ್, ಇಂದೆ ಎಂದು ತೃತೀಯೆ ಮೂರು ತರವಾಗಿರುವದು; ಅಕಾರಾಂತ ನಪುಂಸಕಲಿಂಗ ದಲ್ಲಿ ತೃತೀಯಾವಿಭಕ್ತಿಯ ಮೂರು ರೂಪಗಳಿಗೆ ವಿಕಲ್ಪದಿಂದ ಎಕಾರಾದೇಶವಾಗುವದು.

Instrumental.

ಪ್ರಯೋಗ:

ಇಮ್ಗೆ: ಕುರಿ+ಇಮ್=ಕುರಿಯಿಂ, ಪುಲ್+ಇಮ್=ಪುಲ್ಲಿಂ.
ಇಂದಮ್ಗೆ: ಭಯ+ಇಂದಮ್=ಭಯದಿಂದಂ, ಮುಳಿಸಿಂದಂ.
ಇಂದೆಗೆ: ರಾಗ+ಇಂದೆ=ರಾಗದಿಂದೆ, ಮುಳಿಸಿಂದೆ.
ಆದೇಶದ ಎಕಾರಕ್ಕೆ: ಕ್ರಮ+ಎ=ಕ್ರಮದೆ, ನಯದೆ.

53. ಉ ಊ ಎಂಬ ಸವರ್ಣದಲ್ಲಿಯೂ, ಋ ೠ ಎಂಬ ಸವರ್ಣದಲ್ಲಿಯೂ, ಒ ಓ ಎಂಬ ಸವರ್ಣದಲ್ಲಿಯೂ ಔಕಾರದಲ್ಲಿಯೂ, ಹ್ರಸ್ವವಾದ ಎಕಾರದಲ್ಲಿಯೂ ತೃತೀಯೆ ಮೊದಲಾದ ವಿಭಕ್ತಿಗಳಲ್ಲಿ ಇನಾಗಮದ ವಿಧಿ ತಪ್ಪದು; ವತ್ವಸಂಧಿಯ ಸ್ಥಾನದಲ್ಲಿಯೂ ವಿಕಲ್ಪವಾಗಿ ಇನಾಗಮ ಬರುವದು.

Use of the augment ಇನ್.

ಪ್ರಯೋಗ:

ಉ ಊಕಾರಾಂತಕ್ಕೆ: ಪಾಸು+ಇಮ್=ಪಾಸಿನಿಂ, ಪೂ+ಇಮ್=ಪೂವಿನಿಂ.
ಋ ೠಕಾರಾಂತಕ್ಕೆ: ಪಿತೃ+ಇಂದಂ=ಪಿತೃವಿನಿಂದಂ, ಪಿತೃವಿಂದಂ.
ಒ ಓಕಾರಾಂತಕ್ಕೆ: ಗೋ+ಇಮ್=ಗೋವಿನಿಂ, ಗೋವಿನ.
ಔಕಾರಾಂತಕ್ಕೆ: ಗ್ಲೌ (ಚಂದ್ರ)+ಇಮ್=ಗ್ಲೌವಿನಿಂ, ಗ್ಲೌವಿನ.
ನೌ+ಇಂದಂ=ನೌವಿನಿಂದಂ, ನೌವಿಂದಂ.
ಎಕಾರಾಂತಕ್ಕೆ: ನಿನ್ನೆ+ಇಮ್=ನಿನ್ನಿನಿಂ, ನಿನ್ನಿನ.
ವತ್ವಸಂಧಿಯ ವಿಕಲ್ಪಕ್ಕೆ: ಮಡು+ಇಮ್=ಮಡುವಿಂ=ಮಡುವಿನಿಂ, ಮಡುಗೆ=ಮಡುವಿಂಗೆ, ಮಡುವ=ಮಡುವಿನ, ಮಡುವೊಳ್=ಮಡುವಿನೊಳ್; ಗುರುವಿಂ=ಗುರುವಿನಿಂ, ಗುರುಗೆ=ಗುರುವಿಂಗೆ, ಗುರುವ=ಗುರುವಿನ, ಗುರುವೊಳ್=ಗುರುವಿನೊಳ್.

**Some exceptions to the above rule.**

54. ಪಗಲಿರುಳೆಂಬ ವ್ಯಂಜನಾಂತ ಶಬ್ದಗಳಲ್ಲಿ ಇನಾಗಮ ವಿಕಲ್ಪದಿಂದ ಆಗುವದು; ಅಗಳೀಗಳೆಂಬ ವ್ಯಂಜನಾಂತದಲ್ಲಿ ಇನಾಗಮವು ನಿತ್ಯ; ಉಳಿದ ಸ್ಥಳದಲ್ಲಿ ಎಲ್ಲ ದೋಷ.

ಪ್ರಯೋಗ:

ವಿಕಲ್ಪಕ್ಕೆ: ಪಗಲ್+ಇನ್=ಪಗಲಿನಿಂ, ಪಗಲಿಂ; ಇರುಳಿನಿಂ, ಇರುಳಿಂ.

ನಿತ್ಯಕ್ಕೆ: ಅಗಳ್+ಇನ್=ಅಗಳಿನಿಂ, ಈಗಳಿನಿಂ.

ದೋಷಕ್ಕೆ: ಬೆಮರ್+ಇನ್=ಬೆಮರಿನಿಂ, ಬೆಮರಿಂ, ಮೂಗಿನಿಂ=ಮೂಗಿಂ, ಮಣಲಿನಿಂ.

**Use of the augment ಅರ್ and ಅಣ್.**

55. ಉಕಾರಾಂತವಾದ ಕೃತ್ತಿಗೂ, ಸರ್ವನಾಮಕ್ಕೂ, ಗುಣವಚನಕ್ಕೂ, ಸಂಖ್ಯೆಗೂ, ಪ್ರಮಾಣವಾಚಿಗಳಿಗೂ ತೃತೀಯೆ ಮೊದಲಾದ ವಿಭಕ್ತಿಗಳಲ್ಲಿ ಅರಾಗಮ ಹುಟ್ಟುವದು; ದಿಗ್ವಾಚಕದಲ್ಲಿ ಅಣಾಗಮವಾಗುವದು.

ಪ್ರಯೋಗ:

ಕೃತ್ತಿಗೆ: ಮಾಡಿದುದು+ಇನ್=ಮಾಡಿದುದಱಿಂ, ಕೂಡಿದುದಱಿಂ.

ಸರ್ವನಾಮಕ್ಕೆ: ಅದು+ಇನ್=ಅದಱಿಂ, ಅವು+ಇನ್=ಅವಱಿಂ.

ಗುಣವಚನಕ್ಕೆ: ಕಿಱಿದು+ಇಂ=ಕಿಱಿದಱಿಂ.

ಗುಣವಚನವಲ್ಲದಲ್ಲಿ ಉಂಟು: ಮೇಲುದು+ಇನ್=ಮೇಲುದಱಿಂ.

ಸಂಖ್ಯೆಗೆ: ಮೂಱಱಿಂ, ನಾಲ್ಕಱಿಂ, ಎಯ್ದಱಿಂ.

ಪ್ರಮಾಣವಾಚಿಗೆ: ಅನಿತು+ಇನ್=ಅನಿತಱಿಂ, ಇನಿತಱಿಂ, ಎಲ್ಲವು+ಇನ್=ಎಲ್ಲವಱಿಂ.

ಅಣ್ಗೆ: ಮೂಡಣಿಂ, ತೆಂಕಣಿಂ, ಪಡುವಣಿಂ, ಬಡಗಣಿಂ, ಮೇಗಣಿಂ, ಕೆಳಗಣಿಂ, ನಡುವಣಿಂ, ಕಡೆಯಣಿಂ, ಅತ್ತಣಿಂ, ಇತ್ತಣಿಂ,

ಎತ್ತಣಿಂ, ಮುಂದಣಿಂ, ಪಿಂದಣಿಂ, ಮುಂತಣಿಂ, ಪಿಂತಣಿಂ, ಒಳಗಣಿಂ, ಪೊಱಗಣಿಂ.

Noun with ಅಣ್ and ದ.

**56.** ಅಣಾಗಮ ಹತ್ತಿದ ದಿಗ್ವಾಚಕಗಳಲ್ಲಿ ಪುಲ್ಲಿಂಗವಾಗುವಲ್ಲಿ, ಅಕಾರ ಪ್ರಾಪ್ತಿಸುವದು. ಅಣಾಗಮ ಹತ್ತದ ಮಿಕ್ಕ ದಿಗ್ವಾಚಕಗಳಲ್ಲಿ ಅದೇ ರೀತಿಯಿಂದ ದಕಾರವಿಧಿ ಪರ್ತಿಸುವದು.

ಪ್ರಯೋಗ:

ಅಕಾರಕ್ಕೆ: ಮೂಡಣಂ, ತೆಂಕಣಂ, ಬಡಗಣಂ, ನಡುವಣಂ, ಕಡೆಯಣಂ.

ದಕಾರಕ್ಕೆ: ಕೆಲದಂ, ಬಲದಂ, ಅಲ್ಲಿದಂ, ಇಲ್ಲಿದಂ, ಎಲ್ಲಿದಂ.

Dative.

**57.** ಅಕಾರಾಂತ ಪುಲ್ಲಿಂಗದಲ್ಲಿ ಪರವಾದ ಚತುರ್ಥಿಗೆ ಆದಿಯಲ್ಲಿ ಬಿಂದುವಿನ ಸಂಗಡ ಗೆ ಎಂದಾಗುವದು; ಅಕಾರಾಂತ ನಪುಂಸಕಲಿಂಗದಲ್ಲಿ ಪರವಾದ ಚತುರ್ಥಿಗೆ ವಿಕಲ್ಪದಿಂದ ದ್ವಿತ್ವ ಪ್ರಾಪ್ತಿಸುವದು; ಅಕಾರಾಂತವಲ್ಲದ ಉಳಿದ ಸ್ವರವ್ಯಂಜನಾಂತಗಳಿಗೆ ಪರವಾದ ಚತುರ್ಥಿಗೆ ಲಿಂಗವಚನವ್ಯವಸ್ಥೆ ಇಲ್ಲದೆ ಗೆ ಎಂದು ಆಗುವದು.

ಪ್ರಯೋಗ:

ಅಕಾರಾಂತ ಪುಲ್ಲಿಂಗಕ್ಕೆ: ಅರಸಂಗೆ, ಆತಂಗೆ.

ಅಕಾರಾಂತ ನಪುಂಸಕಲಿಂಗ ದ್ವಿತ್ವವಿಕಲ್ಪಕ್ಕೆ: ಪೊಲಕ್ಕೆ, ಪೊಲಕೆ.

ಸ್ವರವ್ಯಂಜನಾಂತಗಳಿಗೆ: ಕವಿಗೆ, ತನುಗೆ, ಆಕೆಗೆ, ಪೆಣ್ಗೆ, ಕಣ್ಗೆ.

Dative in the plural.

**58.** ಸಂಸ್ಕೃತ ಪುಲ್ಲಿಂಗ ಸ್ತ್ರೀಲಿಂಗದ ಬಹುವಚನದಲ್ಲಿಯೂ, ವಿಶೇಷವಾಗಿ ಕನ್ನಡದ ಪುಂಸ್ತ್ರೀಲಿಂಗದಲ್ಲಿಯೂ, ಶಿಥಿಲವೃತ್ತಿಯಿಂದ ಚತುರ್ಥಿಗೆ ದ್ವಿತ್ವ ವಿಕಲ್ಪವಾಗಿ ಬರುವದು.

ಪ್ರಯೋಗ:

ಸಂಸ್ಕೃತಕ್ಕೆ: ಬುಧರ್+ಗೆ=ಬುಧರ್ಗೆ=ಬುಧರ್ಗ್ಗೆ, ಬಾಂಧವರ್ಗೆ= ಬಾಂಧವರ್ಗ್ಗೆ, ಕಾಂತೆಯರ್ಗೆ=ಕಾಂತೆಯರ್ಗ್ಗೆ.

ಕನ್ನಡಕ್ಕೆ: ಎರವರ್ಗೆ=ಎರವರ್ಗ್ಗೆ, ಅರಸರ್ಗೆ=ಅರಸರ್ಗ್ಗೆ, ಸೂಳೆಯರ್ಗೆ=ಸೂಳೆಯರ್ಗ್ಗೆ.

**59.** ಅತ್ ಎಂಬ ಪಂಚಮಿಯನ್ನು ಅತ್ತಣಿಂ ಎಂದು ಹೇಳಲಾಗುವದು. ಆ ಪಂಚಮಿಯಲ್ಲಿ ಇಂ, ಇಂದಂ, ಇಂದೆ ಎಂಬ ತೃತೀಯೆಯ ಮೂರು ರೂಪಗಳನ್ನು ಕೆಲವರು ಹತ್ತಿಸುವದರಿಂದ ಆ ಪಂಚಮಿಯು ಅತ್ತಣಿಂ, ಅತ್ತಣಿಂದಂ, ಅತ್ತಣಿಂದೆ ಎಂದು ಮೂರು ತರವಾಗಿರುವದು.

**Ablative.**

ಪ್ರಯೋಗ:

ಪಂಚಮಿಯ ನಿಜ ರೂಪಕ್ಕೆ: ಆಳ್ದನತ್ತಣಿಂ, ಆತನತ್ತಣಿಂ.

ತೃತೀಯಾರೂಪಕ್ಕೆ: ಕೆಱೆಯತ್ತಣಿಂ, ಕೆಱೆಯತ್ತಣಿಂದಂ, ಕೆಱೆಯತ್ತಣಿಂದೆ.

**60.** ಅ ಎಂಬ ಷಷ್ಠಿಯ ಅಕಾರಕ್ಕೆ ಕೆಲವರು ದೀರ್ಘಾದೇಶವನ್ನು ಹೇಳುವರು; ಅದನ್ನು ಕೆಲವರು ಖೇದದಲ್ಲಿಯೂ, ಸಂಭ್ರಮದಲ್ಲಿಯೂ ಪ್ರಯೋಗಿಸುವರು.

**Genitive.**

ಪ್ರಯೋಗ:

ಷಷ್ಠಿಯ ಅಕಾರಕ್ಕೆ: ಅರಸ+ಅ=ಅರಸನ, ಮರದ.

ದೀರ್ಘಾದೇಶಕ್ಕೆ: ಅರಸನಾ, ಮರದಾ, ಪುಲಿಯಾ.

ಖೇದಕ್ಕೆ: ಅಕ್ಕಟಾ.

ಸಂಭ್ರಮಕ್ಕೆ: ಬೇಡಗಡಾ ಬೇಡಗಡಾ.

ವಿಧಿಯಲ್ಲಿಯೂ ಉಂಟು:—ಸತ್ಯಮಂ ನುಡಿ ಗಡಾ.

61. ಆ ದೀರ್ಘ ವ್ಯವಹೃತಿ ಶಬ್ದಾಂತರಾಳದಲ್ಲಿಯೂ, ದ್ವಿತೀ
Augmentation of the Accusative. ಯಾವಿಭಕ್ತಿಗೆ ಸ್ವರ ಪರವಾದಲ್ಲಿಯೂ, ವಿಕಲ್ಪ
ದಿಂದ ಉದ್ಭವಿಸುವದು; ವೋಲ್ (ಹಾಗೆ) ಪರ
ವಾದಲ್ಲಿಯೂ ದೀರ್ಘ ಉಂಟು.

ಪ್ರಯೋಗ:

ಶಬ್ದಾಂತರಾಳಕ್ಕೆ: ಆರೊಗಿಸಿದಂ=ಆರೋಗಿಸಿದಂ,ಇಂದೊಳ್ಗಂ=
ಇಂದೋಳ್ಗಂ.

ದ್ವಿತೀಯೆಗೆ: ಕಲ್ಲನೇಱಿದಂ, ಕಲ್ಲಾನೇಱಿದಂ; ಬಿಲ್ಲಿನದಂ=
ಬಿಲ್ಲಾನದಂ.

ವೋಲ್ ಎಂಬುದಕ್ಕೆ: ಈದ ಪುಲಿಯಾವೋಲಿರ್ದಂ.

62. ಅಲ್ಲಿ ಎಂದೂ ಒಳ್ ಎಂದೂ ಸಪ್ತಮಿಗೆ ಸಾಮಾನ್ಯ
Locative. ದಿಂದ ಆಗುವದು; ದಿಗ್ವಾಚಿಯಾದ ಅಕಾರಾಂ
ತದ ಮೇಲೆ ವಿಕಲ್ಪದಿಂದ ಅಲ್ ಬರುವದು;
ಉಕಾರಾಂತ ದಿಗ್ವಾಚಕಗಳಿಗೆ ಎಕಾರವಾಗುವದು; ಅದಂತ ನಪುಂ
ಸಕಲಿಂಗದ ಏಕತ್ವದಲ್ಲಿ ವಿಕಲ್ಪದಿಂದ ಇ ಎಂದಾಗುವದು.

ಪ್ರಯೋಗ:

ಒಳ್ ಅಲ್ಲಿ ಎಂಬಿವುಗಳಿಗೆ: ಅರಸ+ಒಳ್=ಅರಸನೊಳ್, ಮರ
ದೊಳ್, ಮರದಲ್ಲಿ, ಬನದಲ್ಲಿ.

ವಿಕಲ್ಪದಲ್ಲಿ: ಮೂಡಲ್, ಪಡುವಲ್, ತೆಂಕಲ್, ಬಡಗಲ್, ಅತ್ತಲ್,
ಇತ್ತಲ್, ಉತ್ತಲ್, ಎತ್ತಲ್.

ಎತ್ವದ ವಿಕಲ್ಪಕ್ಕೆ: ಒಳಗು, ಒಳಗೆ; ಪೊಱಗು, ಪೊಱಗೆ; ಪೆಱಗು,
ಪೆಱಗೆ; ಮೇಗು, ಮೇಗೆ; ಕೆಳಗು, ಕೆಳಗೆ; ನಡುವೆ.

ಇಗೆ: ಮನ+ಇ=ಮನದಿ, ಮರದಿ, ಗುಡ್ಡದಿ, ರಣಾಂಗಣದಿ.

**63.** ದಿಗ್ವಾಚಿಗಳ ಸಪ್ತಮಿಗೆ ಬಂದ ಅಲ್ ಎಂಬುವದು ಪ್ರಥಮೆಗೂ, ದ್ವಿತೀಯೆಗೂ ಬರುವದು; ಕಾಲವಾಚಿಗಳಾದ ಅಂದು, ಇಂದು, ಉಂದು, ಎಂದು ಎಂಬಿವುಗಳು ಅಲುವಿನಂತೆ ಪ್ರಥಮೆಗೂ ದ್ವಿತೀಯೆಗೂ ಸಪ್ತಮಿಗೂ ಒಂದೇ ರೂಪವಾಗಿರುವದು.

**The ಅಲ್ of the locative.**

ಪ್ರಯೋಗ:

ಪ್ರಥಮೆ ದ್ವಿತೀಯೆ ಸಪ್ತಮಿಗಳ ಅಲುವಿಂಗೆ: ಮೂಡಲ್, ಮೂಡಲ್, ಮೂಡಣಿಂ, ಮೂಡಗ್ಗೆ, ಮೂಡಣತ್ತಣಿಂ, ಮೂಡಣ, ಮೂಡಲ್.

ಅಂದು ಮೊದಲಾದವುಗಳಿಗೆ: ಅಂದು, ಅಂದು, ಅಂದಿಂ, ಅಂದಿಂಗೆ, ಅಂದಿನತ್ತಣಿಂ, ಅಂದಿನ, ಅಂದು. ಉಳಿದದ್ದೂ ಹೀಗೆಯೇ.

**64.** ಮುಂದು ಪಿಂದು ಎಂಬಿವರ ಅಂತ್ಯಕ್ಕೆ ವಿಕಲ್ಪದಿಂದ ತುಕಾರಾದೇಶವಾಗಿ ಹಿಂದಿನಂತೆ ಎತ್ವ ಸವನಿಸುವದು; ಮೇಲ್ ಎಂಬ ವ್ಯಂಜನಾಂತಶಬ್ದಕ್ಕೂ ಎತ್ವ ವ್ಯವಹರಿಸುವದು.

**Changes in ಮುಂದು and ಪಿಂದು.**

ಪ್ರಯೋಗ:

ಮುಂದು, ಮುಂತು, ಪಿಂದು, ಪಿಂತು, ಮುಂದೆ, ಮುಂತೆ, ಪಿಂದೆ, ಪಿಂತೆ.

ಮೇಲೆಂಬುದಕ್ಕೆ: ಆನೆಯ ಮೇಲೆಯುಂ, ಅಳ್ಕೆ ಮೇಲೆಯುಂ.

**65.** ಸ್ತ್ರೀಲಿಂಗದಲ್ಲಿಯೂ ವಿಶೇಷವಾಗಿ ಬಂಧುವಾಚಕಗಳಲ್ಲಿ ಅಕಾರಾಂತಕ್ಕೆ ಪುಲ್ಲಿಂಗದ ಹಾಗೆ ಸಪ್ತವಿಭಕ್ತಿಗಳಿಲ್ಲ ಹತ್ತುವವು; ಗಂಡಾದ ನಪುಂಸಕಲಿಂಗದಲ್ಲಿಯೂ ಕೆಲವು ಸ್ಥಾನಗಳಲ್ಲಿ ಅಕಾರಾಂತಕ್ಕೆ ಪುಲ್ಲಿಂಗದ ಹಾಗೆ ಸಪ್ತವಿಭಕ್ತಿಗಳು ಹತ್ತುವವು; ಇವನ್ನು ಉದಾಹರಣೆಗಳಿಂದ ತಿಳಿಯ ಬೇಕು.

**Nouns of relationship and some irregular nouns.**

## ಪ್ರಯೋಗ:

ಅದಂತ ಸ್ತ್ರೀಲಿಂಗಕ್ಕೆ: ಅಕ್ಕಂ, ಅಕ್ಕನಂ; ಅವ್ವಂ, ಅವ್ವಂ.

ಗಂಡಾದ ಅಕಾರಾಂತ ನಪುಂಸಕಕ್ಕೆ: ಹರಿಣಂ, ಹರಿಣನಂ; ಕೋಣಂ, ಕೂರ್ಮಂ, ಗರುಡಂ, ಕಮಠಂ, ವೃಷಭಂ, ಬಸವಂ ಮುಂತಾದವುಗಳಿಗೂ ಹೀಗೆಯೇ ಅರಿಯ ತಕ್ಕದ್ದು.

ಹೆಣ್ಣಾದರೂ ಗಂಡಾದರೂ: ಹಂಗಂ, ಹಸುಬಂ, ಸರ್ಪಂ ಎಂಬಿವೇ ಆದಿಯಾದವುಗಳಿಗೆ. ಹಂಗನಂ, ಹಸುಬನಿಂ, ಸರ್ಪಂಗೆ ಎಂದರಿಯ ತಕ್ಕದ್ದು.

ವರಾಹ ಶಬ್ದದಲ್ಲಿ ವಿಕಲ್ಪವು—ವರಾಹದಿಂ, ವರಾಹನಿಂ; ವರಾಹಂಗೆ ವರಾಹಕ್ಕೆ ಎಂಬಂತೆ.

**66.** ಆಮಂತ್ರಣದಲ್ಲಿ ಸ್ವರಾಂತ ವ್ಯಂಜನಾಂತಗಳ ಪ್ರಥಮೈಕವಚನಕ್ಕೆ ಎಲ್ಲಿಯೂ ಲೋಪ; ಆ ಸಂಬುದ್ಧಿಯಲ್ಲಿ ಹ್ರಸ್ವ ದೀರ್ಘವೆಂಬಿರಡು ಕಾಕುಗಳನ್ನು ವಿಕಲ್ಪದಿಂದ ಹೇಳುವರು.

Vocative.

## ಪ್ರಯೋಗ:

ಲೋಪಕ್ಕೆ: ದೇವ! ಬಿನ್ನಪಂ, ಕೇಳ್ ಅರಸ!

ಹ್ರಸ್ವಕಾಕುವಿಗೆ: ಎಲೆ ಗಣಪ! ಎಲೆ ತಂದೆ! ಎಲೆ ಕೂಸು!

ದೀರ್ಘಕಾಕುವಿಗೆ: ಎಲೆ ಅರಸಾ! ಎಲೆ ಕುರುಪತೀ! ಎಲೆ ಕೋಗಿಲೇ! ಎಲೆ ತಂಬೆಲಕೇ!

**67.** ಲಿಂಗತ್ರಯವೆನ್ನದೆ ವಚನತ್ರಯವೆನ್ನದೆ ಸ್ವರಾಂತ ವ್ಯಂಜನಾಂತಗಳೆನ್ನದೆ ಸಾಮಾನ್ಯವಾದ ಸಂಬೋಧನೆಯ ಕಡೆಯಲ್ಲಿ ವಿಕಲ್ಪದಿಂದ ಎ ಏ ಎಂಬ ಸವರ್ಣವಾಗುವದು; ಏಕತ್ವದಲ್ಲಿ ಅಕಾರಾಂತದ ಮೇಲೆ ಎ ಏ ಎಂಬಿವು ಪರವಾದರೆ, ನಡುವೆ ಬಿಂದು ಹುಟ್ಟುವದು; ಬಿಂದುವಿಲ್ಲದೆ ಎ ಏ ಎಂಬ ಸವರ್ಣವು ಬಹುವಚನದ ಅರ್ ಎಂಬ ಆಗಮದ ಮೇಲೆ ಹತ್ತುವದು.

Vocative formed by adding ಎ ಏ to the noun.

ಪ್ರಯೋಗ:

ಎ ಏ ಸವರ್ಣಕ್ಕೆ: ಎಳವಮಾವೇ! ಅಳಿಕುಳಕುಂತಳೆಯೆ! ಮನುವೇ!
ಬಿಂದುವಿಗೆ: ಚಂದ್ರನೆ! ಕೊಳನೆ! ನಂದನಮೇ: ಗಜಮೆ! (ಗಜವೆ)!
ಅರುವಿನ ಮೇಲಣ ಎವರ್ಣಕ್ಕೆ: ದೇವರೆ! ಭಟ್ಟರೇ!
ಏಕವಚನದಲ್ಲಿ ಎತ್ವ ವಿಕಲ್ಪಕ್ಕೆ: ಎಲೆ ಅಭಿಮನ್ಯು! ಎಲೆ ಅಭಿಮನ್ಯುವೆ! ಅಭಿಮನ್ಯೂ ಎಂದುಮುಂಟು; ಎಲೆ ತುಂಬಿ! ಎಲೆ ತುಂಬಿಯೇ!

**68.** ಆಮಂತ್ರಣದಲ್ಲಿ ಬಹುವಚನಗಳಾದ ಗಳ್ ಕಳ್‍ಗಳ ಮೇಲೆಯೂ ಅರುವಿನ ಮೇಲೆಯೂ ಇರಾಗಮ ಉಂಟು.

**Augment.**

ಪ್ರಯೋಗ:

ಗಳ್ ಕಳ್ಗೆ: ಮುಗಿಲ್ಗಳಿರ! ಬುಧರ್ಕಳಿರ!
ಅರ್ಗೆ: ನೆಂಟರಿರ! ನಲ್ಲರಿರ!

**69.** ಅಮ್ ಉಮ್ ಎಂಬೀ ಸಮುಚ್ಚಯಾರ್ಥನಿಪಾತಗಳಲ್ಲಿ ಉಮ್ ದ್ವಿತೀಯೆಯ ನಡುವೆ ಹೊಕ್ಕು ಇರುವದು; ಅವು ಷಷ್ಠಿಯೊಳಗೆ ಹತ್ತವು; ಮಿಕ್ಕ ವಿಭಕ್ತಿಗಳ ಮೇಲೆ ಅನುರೂಪವಾಗಿ ಹತ್ತುವವು.

**Copulative suffixes.**

ಪ್ರಯೋಗ:

ಪ್ರಥಮೆಗೆ: ಅರಸನುಂ, ಮರಮುಂ.
ದ್ವಿತೀಯೆಯೊಳಗಣ ಉಮುವಿಗೆ: ಅವರ+ಉಮ್+ಅಮ್=ಅವರುಮಂ, ಪುಲಿಯುಮಂ, ಮರಮುಮಂ.
ತೃತೀಯೆಗೆ: ದೇವರಿಂದೆಯುಂ, ಪುಲಿಯಿಂದೆಯುಂ. [ಯುಂ.
ಚತುರ್ಥಿಯೊಳಗೆ ಎರಡೂ ಹತ್ತುವವು. ದ್ರೋಣಂಗಂ, ನಿನಗೆ
ಪಂಚಮಿಗೆ: ದೇವರತ್ತಣಿಂದೆಯುಂ. [ದೊಳ್ಗಂ.
ಸಪ್ತಮಿಗೆ ಅಂ ಪತ್ತುವದು:—ಚಲದೊಳ್ಗಂ, ನೀರೊಳ್ಗಂ, ಕಲಿತನ
ಅಲ್ಲಿ ಮೊದಲಾದವುಗಳ ಮೇಲೆ ಉಂ ಪತ್ತುವದು.—ಅಲ್ಲಿಯುಂ, ಇಲ್ಲಿಯುಂ, ಎಲ್ಲಿಯುಂ.

## ನಾಮಪದಗಳ ವಿಭಕ್ತಿ

೧) ಪುಲ್ಲಿಂಗ ಅಕಾರಾಂತಗಳು (Nouns of the

ಸಂಸ್ಕೃತದವು.

| | | ಸಾಧಾರಣ ರೂಪ. | ಸಮುಚ್ಚಯಾರ್ಥರೂಪ. |
|---|---|---|---|
| ಏಕವಚನ. | ಪ್ರ. | ಬುಧಂ | ಬುಧನುಂ |
| | ದ್ವಿ. | ಬುಧನಂ | ಬುಧನುಮಂ |
| | ತೃ. | ಬುಧನಿಂ, ಬುಧನಿಂದಂ,-ದೆ | ಬುಧನಿಂದೆಯುಂ [ಗಂ |
| | ಚ. | ಬುಧಂಗೆ, ಬುಧಗೆ [-ದ | ಬುಧಂಗಂ, ಬುಧಂಗೆಯುಂ, ಬುಧ |
| | ಪ. | ಬುಧನತ್ತಣಿಂ, ಬುಧನತ್ತಣಿಂದಂ | ಬುಧನತ್ತಣಿಂದೆಯುಂ |
| | ಷ. | ಬುಧನ | ಅವಧಾರಣಾರ್ಥಕ್ಕೆ: ಬುಧನಯೆ |
| | ಸ. | ಬುಧನೊಳ್ , | ಬುಧನೊಳಂ, ಬುಧನೊಳುಂ |
| | ಸಂ. | ಬುಧ, ಬುಧಾ, ಬುಧನೆ, ಬುಧನೇ | |
| ಬಹುವಚನ. | ಪ್ರ. | ಬುಧರ್, ಬುಧರ್ಕಳ್ | ಬುಧರುಂ |
| | ದ್ವಿ. | ಬುಧರಂ, ಬುಧರ್ಕಳಂ | ಬುಧರುಮಂ, ಬುಧರ್ಕಳುಮಂ. |
| | ತೃ. | ಬುಧರಿಂ, ಬುಧರಿಂದಂ, ಬುಧರಿಂದೆ | ಬುಧರಿಂದೆಯುಂ |
| | ಚ. | ಬುಧರ್ಗ್ಗೆ, ಬುಧರ್ಕಳ್ಗೆ, ಬುಧರಿಂಗೆ | ಬುಧರ್ಗಂ ಬುಧರ್ಗೆಯುಂ |
| | ಪ. | ಬುಧರತ್ತಣಿಂ, ಬುಧರ್ಕಳತ್ತಣಿಂದಂ | ಬುಧರತ್ತಣಿಂದೆಯುಂ |
| | ಷ. | ಬುಧರ, ಬುಧರ್ಕಳ | ಅವಧಾರಣಾರ್ಥಕ್ಕೆ: ಬುಧರಯೆ |
| | ಸ. | ಬುಧರೊಳ್ | ಬುಧರೊಳಂ, ಬುಧರೊಳುಂ |
| | ಸಂ. | ಬುಧರೆ, ಬುಧರ್ಕಳಿರಾ, ಬುದರಿರ! | |

ಅರಸನು ಎಂಬ ನಾಮದಂತೆ ಅಪ್ಪಂ ಅವ್ವಂ ಅಕ್ಕಂ ಎಂಬೀ ಸ್ತ್ರೀ
ಗಳಲ್ಲಿ ಬಹುವಚನದ ಅಂದಿರ್ ಎಂಬ ಆಗಮ ಬಹಳವಾಗಿ ವರ್ತಿಸುವದು.

## ರೂಪಮಾಲೆ (Declensions).

masculine gender terminating in the vowel ಅ).

### ಕನ್ನಡದವು.

| ಸಾಧಾರಣ ರೂಪ. | ಸಮುಚ್ಚಯಾರ್ಥರೂಪ. |
|---|---|
| ಅರಸಂ | ಅರಸನುಂ |
| ಅರಸನಂ | ಅರಸನುಮಂ |
| ಅರಸನಿಂ, ಅರಸನಿಂದಂ, ಅರಸನಿಂದೆ | ಅರಸನಿಂದೆಯುಂ |
| ಅರಸಂಗೆ | ಅರಸಂಗಂ, ಅರಸಂಗೆಯುಂ |
| ಅರಸನತ್ತಣಿಂ, ಅರಸನತ್ತಣಿಂದಂ,—ದೆ | ಅರಸನತ್ತಣಿಂದೆಯುಂ |
| ಅರಸನ | ಅವಧಾರಣಾರ್ಥಕ್ಕೆ: ಅರಸನಯೆ |
| ಅರಸನೊಳ್ | ಅರಸನೊಳಂ, ಅರಸನೊಳುಂ |
| ಅರಸ, ಅರಸಾ, ಅರಸನೇ | |
| ಅರಸಂಗಳ್, ಅರಸರ್ | ಅರಸಂಗಳುಂ |
| ಅರಸಂಗಳಂ, ಅರಸರಂ | ಅರಸಂಗಳುಮಂ |
| ಅರಸಂಗಳಿಂ, ಅರಸಂಗಳಿಂದಂ, ಅರಸರಿಂ [ದೆ | ಅರಸಂಗಳಿಂದೆಯುಂ, ಅರಸರಿಂದೆಯುಂ |
| ಅರಸಂಗಳ್ಗೆ, ಅರಸರ್ಗೆ | ಅರಸಂಗಳ್ಗಂ, ಅರಸರ್ಗೆಯುಂ [ಯುಂ |
| ಅರಸಂಗಳತ್ತಣಿಂ, ಅರಸರತ್ತಣಿಂದಂ | ಅರಸಂಗಳತ್ತಣಿಂದೆಯುಂ, ಅರಸರತ್ತಣಿಂದೆ |
| ಅರಸಂಗಳ, ಅರಸರ | ಅವಧಾರಣಾರ್ಥಕ್ಕೆ: ಅರಸಂಗಳಯೆ |
| ಅರಸಂಗಳೊಳ್, ಅರಸರೊಳ್ | ಅರಸಂಗಳೊಳಂ, ಅರಸರೊಳಂ |
| ಅರಸಂಗಳೆ, ಅರಸಂಗಳಿರಾ, ಅರಸರಿರ! | |

ಲಿಂಗದ ಬಂಧುವಾಚಕಗಳ್ಗೆ ರೂಪಗಳಾಗುವವು. ಈ ಬಂಧುವಾಚಕ ಅಕ್ಕಂದಿರ್.

2) ನಪುಂಸಕಲಿಂಗದ

## ಸಂಸ್ಕೃತದವು.

| | | ಸಾಧಾರಣ ರೂಪ. | ಸಮುಚ್ಚಯಾರ್ಥರೂಪ. |
|---|---|---|---|
| ಏಕವಚನ. | ಪ್ರ. | ಸ್ವರಂ | ಸ್ವರಮುಂ |
| | ದ್ವಿ. | ಸ್ವರಮಂ | ಸ್ವರಮುಮಂ |
| | ತೃ. | ಸ್ವರದಿಂ, ಸ್ವರದಿಂದಂ. ಸ್ವರದಿಂದೆ | ಸ್ವರದಿಂದೆಯುಂ |
| | ಚ. | ಸ್ವರಕೆ, ಸ್ವರಕ್ಕೆ | ಸ್ವರಕ್ಕಂ, ಸ್ವರಕ್ಕೆಯುಂ |
| | ಪ. | ಸ್ವರದತ್ತಣಿಂ, ಸ್ವರದತ್ತಣಿಂದಂ, ಸ್ವರದತ್ತಣಿಂದೆ | ಸ್ವರದತ್ತಣಿಂದೆಯುಂ |
| | ಷ. | ಸ್ವರದ, ಸ್ವರದಾ | ಅವಧಾರಣಾರ್ಥಕ್ಕೆ:ಸ್ವರದಯೆ |
| | ಸ. | ಸ್ವರದೊಳ್, ಸ್ವರದ[1] | ಸ್ವರದೊಳಂ, ಸ್ವರದೊಳುಂ |
| | ಸಂ. | ಸ್ವರ | |
| ಬ.ವ. | ಪ್ರ. | ಸ್ವರಂಗಳ್, ಮುಂ. | |

ಈ ಶಬ್ದಗಳ ಬಹುವಚನವನ್ನು ಅರಸಂಗಳ್ ಎಂಬದರಂತೆ ಮುಂ

1) ಈ ರೂಪವೂ ಗ್ರಂಥಪ್ರಯೋಗದಲ್ಲಿ ಅದೆ.

ಅಕಾರಾಂತ ಶಬ್ದಗಳು.

ಕನ್ನಡದವು.

| ಸಾಧಾರಣ ರೂಪ. | ಸಮುಚ್ಚಯಾರ್ಥರೂಪ. |
|---|---|
| ಮರಂ | ಮರಮುಂ, ಮರವುಂ |
| ಮರಮಂ, ಮರವಂ, ಮರನಂ | ಮರವುಮಂ |
| ಮರದಿಂ, ಮರದಿಂದಂ, ಮರದಿಂದೆ | ಮರದಿಂದೆಯುಂ |
| ಮರಕ್ಕೆ, ಮರಕೆ | ಮರಕಂ, ಮರಕ್ಕೆಯುಂ |
| ಮರದತ್ತಣಿಂ, ಮುಂ. | ಮರದತ್ತಣಿಂದೆಯುಂ |
| ಮರದ, ಮರದಾ | ಅವಧಾರಣಾರ್ಥಕ್ಕೆ: ಮರದಯಿ |
| ಮರದೊಳ್, ಮರದ[1] | ಮರದೊಳಂ, ಮರದೊಳುಂ |
| ಮರ, ಮರಾ, ಮರನೆ, ಮರಮೆ | |
| ಮರಗಳ್, ಮರಂಗಳ್, ಮುಂ. | |

ದೆ ರೂಪಿಸ ಬೇಕು.

3) ಇ ಈ ಎ ಏ ಐ

| | | ಪುಲ್ಲಿಂಗ. | | ಸ್ತ್ರೀ |
|---|---|---|---|---|
| | | ಸಾಧಾರಣ ರೂಪ. | ಸಮುಚ್ಚಯಾರ್ಥರೂಪ. | ಸಾಧಾರಣ ರೂಪ. |
| ಏಕವಚನ | ಪ್ರ. | ತಂದೆ | ತಂದೆಯುಂ | ಕಾಂತೆ |
| | ದ್ವಿ. | ತಂದೆಯಂ | ತಂದೆಯುಮಂ | ಕಾಂತೆಯಂ |
| | ತೃ. | ತಂದೆಯಿಂ, ತಂದೆಯಿಂದೆ | ತಂದೆಯಿಂದೆಯುಂ | ಕಾಂತೆಯಿಂದಂ |
| | ಚ. | ತಂದೆಗೆ | ತಂದೆಗಂ | ಕಾಂತೆಗೆ |
| | ಪ. | ತಂದೆಯತ್ತಣಿಂ | ತಂದೆಯತ್ತಣಿಂದೆಯುಂ | ಕಾಂತೆಯತ್ತಣಿಂದಂ |
| | ಷ. | ತಂದೆಯ, ತಂದೆಯಾ | ಅವಧಾರಣಾರ್ಥಕ್ಕೆ: ತಂದೆಯಯೆ | ಕಾಂತೆಯ, ಕಾಂತೆಯಾ |
| | ಸ. | ತಂದೆಯೊಳ್ | ತಂದೆಯೊಳಂ, ತಂದೆಯೊಳುಂ | ಕಾಂತೆಯೊಳ್ |
| | ಸಂ. | ತಂದೆ, ತಂದೇ | | ಕಾಂತೇ |
| ಬ. ವ. | ಪ್ರ. | ತಂದೆಗಳ್ | ತಂದೆಗಳುಂ | ಕಾಂತೆಯರ್ |

ಈ ಶಬ್ದಗಳ ಬಹುವಚನವನ್ನು ಅರಸಂಗಳ್, ಬುಧರ್ ಎಂಬುದರ

ಕಾರಾಂತ ಶಬ್ದಗಳು.

| ಲಿಂಗ. | ನಪುಂಸಕಲಿಂಗ. | |
|---|---|---|
| ಸಮುಚ್ಚಯಾರ್ಥ ರೂಪ. | ಸಾಧಾರಣ ರೂಪ. | ಸಮುಚ್ಚಯಾರ್ಥ ರೂಪ. |
| ಕಾಂತೆಯುಂ | ಕುರಿ | ಕುರಿಯುಂ |
| ಕಾಂತೆಯುಮಂ | ಕುರಿಯಂ | ಕುರಿಯುಮಂ |
| ಕಾಂತೆಯಿಂದೆಯುಂ | ಕುರಿಯಿಂ | ಕುರಿಯಿಂದೆಯುಂ |
| ಕಾಂತೆಗೆಯುಂ | ಕುರಿಗೆ | ಕುರಿಗಂ |
| ಕಾಂತೆಯತ್ತಣಿಂದೆಯುಂ | ಕುರಿಯತ್ತಣಿಂ | ಕುರಿಯತ್ತಣಿಂದೆಯುಂ |
| ಅವಧಾರಣಾರ್ಥಕ್ಕೆ: ಕಾಂತೆಯಯೆ | ಕುರಿಯ, ಕುರಿಯಾ | ಅವಧಾರಣಾರ್ಥಕ್ಕೆ: ಕುರಿಯಯೆ |
| ಕಾಂತೆಯೊಳುಂ | ಕುರಿಯೊಳ್ | ಕುರಿಯೊಳಂ |
| | ಕುರಿ,ಕುರೀ,ಕುರಿಯೇ | |
| ಕಾಂತೆಯರುಂ | ಕುರಿಗಳ್ | ಕುರಿಗಳುಂ |

ಹಾಗೆ ಮುಂದೆ ರೂಪಿಸ ಬೇಕು.

4) ಉ ಊ ಋ ೠ ಒ

| | | ಸಾಧಾರಣ ರೂಪ. | ಸಮುಚ್ಚಯಾರ್ಥ ರೂಪ. | ಸಾಧಾರಣ ರೂಪ. |
|---|---|---|---|---|
| ಏಕವಚನ | ಪ್ರ. | ಗುರು | ಗುರುವುಂ | ಮಡುವು |
| | ದ್ವಿ. | ಗುರುವಂ | ಗುರುವುಮಂ | ಮಡುವಂ |
| | ತೃ. | ಗುರುವಿಂ, ಗುರುವಿನಿಂದಂ | ಗುರುವಿಂದೆಯುಂ | ಮಡುವಿಂ, ಮಡುವಿನಿಂ |
| | ಚ. | ಗುರುಗೆ, ಗುರುವಿಂಗೆ | ಗುರುವಿಂಗಂ, ಗುರುವಿಂಗೆಯುಂ | ಮಡುಗೆ, ಮಡುವಿಂಗೆ |
| | ಪ. | ಗುರುವತ್ತಣಿಂ, ಗುರುವಿನತ್ತಣಿಂದಂ | ಗುರುವತ್ತಣಿಂದೆಯುಂ | ಮಡುವತ್ತಣಿಂ |
| | ಷ. | ಗುರುವ, ಗುರುವಿನಾ | ಅವಧಾರಣಾರ್ಥಕ್ಕೆ: ಗುರುವಿನಯೆ | ಮಡುವಿನ, ಮಡುವಾ |
| | ಸ. | ಗುರುವೊಳ್ | ಗುರುವಿನೊಳಂ | ಮಡುವೊಳ್ |
| | ಸಂ. | ಗುರು, ಗುರೂ, ಗುರುವೆ | | ಮಡು, ಮಡೂ, ಮಡುವೆ |
| ಬಹು | ಪ್ರ. | ಗುರುಗಳ್ | | ಮಡುಗಳ್ |
| ಅರಸಂಗಳ್ ಮುಂತಾದ ರೂಪಗಳ ಹಾಗೆ ಬಹುವಚನದ ರೂಪಗಳು | | | | |

ಔ ಕಾರಾಂತ ಶಬ್ದಗಳು.

| ಸಮುಚ್ಚಯಾರ್ಥ ರೂಪ. | ಸಾಧಾರಣ ರೂಪ. | ಸಮುಚ್ಚಯಾರ್ಥ ರೂಪ. |
|---|---|---|
| ಮಡುವುಂ | ಗೋ | ಗೋವುಂ |
| ಮಡುವುಮಂ | ಗೋವಂ | ಗೋವುಮಂ |
| ಮಡುವಿಂದೆಯುಂ | ಗೋವಿಂ, ಗೋವಿನಿಂದಂ | ಗೋವಿಂದೆಯುಂ |
| ಮಡುಗಂ, ಮಡುವಿಗಂ | ಗೋವಿಂಗೆ | ಗೋವಿಂಗಂ |
| ಮಡುವಿನತ್ತಣಿಂದೆಯುಂ | ಗೋವಿನತ್ತಣಿಂ | ಗೋವಿನತ್ತಣಿಂದೆಯುಂ |
| ಅವಧಾರಣಾರ್ಥಕ್ಕೆ:ಮಡುವಿನಯೆ | ಗೋವಿನ, ಗೋವಿನಾ | ಅವಧಾರಣಾರ್ಥಕ್ಕೆ: ಗೋವಿನಯೆ |
| ಮಡುವಿನೊಳಂ, ಮಡುವಿನೊಳುಂ | ಗೋವಿನೊಳ್ | ಗೋವಿನೊಳಂ |
| | ಗೋವೆ | |
| | ಗೋಗಳ್, ಗೋವುಗಳ್ | |

ಆಗುವವು.

5) ಕನ್ನಡ ವ್ಯಂಜ

| | | ಸಾಧಾರಣ ರೂಪ. | ಸಮುಚ್ಚಯಾರ್ಥರೂಪ. | ಸಾಧಾರಣ ರೂಪ. |
|---|---|---|---|---|
| ಏಕವಚನ. | ಪ್ರ. | ಊರ್ | ಊರುಂ | ನೇಸರ್ |
| | ದ್ವಿ. | ಊರಂ | ಊರುಮಂ | ನೇಸರಂ |
| | ತೃ. | ಊರಿಂ, ಊರಿಂದಂ | ಊರಿಂದೆಯುಂ | ನೇಸರಿಂ, ನೇಸರಿಂದಂ |
| | ಚ. | ಊರ್ಗೆ, ಊರಿಂಗೆ | ಊರ್ಗಂ, ಊರ್ಗೆಯುಂ | ನೇಸರ್ಗೆ |
| | ಪ. | ಊರತ್ತಣಿಂ, ಊರತ್ತಣಿಂದಂ | ಊರತ್ತಣಿಂದೆಯುಂ | ನೇಸರತ್ತಣಿಂ, ನೇಸರತ್ತಣಿಂದಂ |
| | ಷ. | ಊರ, ಊರಾ | ಅವಧಾರಣಾರ್ಥಕ್ಕೆ: ಊರಯೆ | ನೇಸರ, ನೇನರಾ |
| | ಸ. | ಊರೊಳ್ | ಊರೊಳಂ, ಊರೊಳುಂ | ನೇಸರೊಳ್ |
| | ಸಂ. | ಊರ್, ಊರೆ | | ನೇಸರ್, ನೇಸರೆ |
| ಬಹುವಚನ. | ಪ್ರ. | ಊರ್ಗಳ್ | ಊರ್ಗಳುಂ | ನೇಸರ್ಗಳ್ |
| | ದ್ವಿ. | ಊರ್ಗಳಂ | ಊರ್ಗಳುಮಂ | ನೇಸರ್ಗಳಂ |

ಈ ಪ್ರಕಾರವಾಗಿ ಅರಸಂಗಳ್ ಎಂಬುದರಂತೆ ಬಹುವಚನದ ರೂಪ

1) ಈ ವ್ಯಂಜನಾಂತ ಶಬ್ದಗಳು ಹೊಸಗನ್ನಡದಲ್ಲಿ ಬಹಳವಾಗಿ ಪಾಂತರವಾಗುವವು; ಈ ಪಕ್ಷದಲ್ಲಿ ಇನಾಗಮ ಅವಕ್ಕೆ ವಿಕಲ್ಪವಾಗಿ ಬರು

ನಾಂತ ಶಬ್ದಗಳು.

| ಸಮುಚ್ಚಯಾರ್ಥ ರೂಪ. | ಸಾಧಾರಣ ರೂಪ. | ಸಮುಚ್ಚಯಾರ್ಥ ರೂಪ. |
|---|---|---|
| ನೇಸರುಂ | ಕಣ್ | ಕಣ್ಣುಂ |
| ನೇಸರುಮಂ | ಕಣ್ಣಂ | ಕಣ್ಣುಮಂ |
| ನೇಸರಿಂದೆಯುಂ | ಕಣ್ಣಿಂ, ಕಣ್ಣಿಂದಂ | ಕಣ್ಣಿಂದೆಯುಂ |
| ನೇಸರ್ಗಂ, ನೇಸರ್ಗೆಯುಂ | ಕಣ್ಗೆ | ಕಣ್ಗಂ, ಕಣ್ಗೆಯುಂ |
| ನೇಸರತ್ತಣಿಂದೆಯುಂ | ಕಣ್ಣತ್ತಣಿಂ, ಕಣ್ಣತ್ತಣಿಂದಂ | ಕಣ್ಣತ್ತಣಿಂದೆಯುಂ |
| ಅವಧಾರಣಾರ್ಥಕ್ಕೆ: ನೇಸರಯೆ | ಕಣ್ಣ, ಕಣ್ಣಾ | ಅವಧಾರಣಾರ್ಥಕ್ಕೆ: ಕಣ್ಣಯೆ |
| ನೇಸರೊಳಂ,ನೇಸರೊಳುಂ | ಕಣ್ಣೊಳ್ | ಕಣ್ಣೊಳಂ |
| | ಕಣ್ಣ, ಕಣ್ಣೆ | |
| ನೇಸರ್ಗಳುಂ | ಕಣ್ಗಳ್ | ಕಣ್ಗಳುಂ |
| ನೇಸರ್ಗಳುಮಂ | ಕಣ್ಗಳಂ | ಕಣ್ಗಳುಮಂ |

ಗಳು ಆಗುವವು.

ಉತ್ವವನ್ನು ಧರಿಸಿ ಊರು ಕಣ್ಣು ಎಂದಾಗ ಉಕಾರಾಂತಗಳಂತೆ ರೂಪದು. ಊರಿನಿಂ, ಊರಿಂಗೆ, ಊರಿನತ್ತಣಿಂ, ಊರಿನ, ಊರಿನೊಳ್, ಮುಂ.

6) ದು ತುಕಾರಾಂತ

## a. ದುಕಾರಾಂತ ಗುಣವಾಚಕಗಳು.

| | | ಪುಲ್ಲಿಂಗ. | ಸ್ತ್ರೀಲಿಂಗ. | ನಪುಂಸಕಲಿಂಗ. |
|---|---|---|---|---|
| ಏಕವಚನ. | ಪ್ರ. | ಕರಿಯಂ | ಕರಿಯಳ್ | ಕರಿದು |
| | ದ್ವಿ. | ಕರಿಯನಂ | ಕರಿಯಳಂ | ಕರಿದಂ |
| | ತೃ. | ಕರಿಯನಿಂ, ಕರಿಯನಿಂದಂ | ಕರಿಯಳಿಂ, ಕರಿಯಳಿಂದಂ | ಕರಿದರಿಂ |
| | ಚ. | ಕರಿಯಂಗೆ | ಕರಿಯಳ್ಗೆ | ಕರಿದರ್ಕೆ |
| | ಪಂ. | ಕರಿಯನತ್ತಣಿಂ | ಕರಿಯಳತ್ತಣಿಂ, ಕರಿಯಳತ್ತಣಿಂದಂ | ಕರಿದರತ್ತಣಿಂ |
| | ಷ. | ಕರಿಯನ, ಕರಿಯನಾ | ಕರಿಯಳ, ಕರಿಯಳಾ | ಕರಿದರ, ಕರಿದರಾ |
| | ಸ. | ಕರಿಯನೊಳ್ | ಕರಿಯಳೊಳ್ | ಕರಿದರೊಳ್ |
| | ಸಂ. | ಕರಿಯ, ಕರಿಯಾ, ಕರಿಯನೆ | ಕರಿಯಳೆ, ಕರಿಯಳೇ | ಕರಿದೆ, ಕರಿದೇ |
| ಬಹುವಚನ. | ಪ್ರ. | ಕರಿಯರ್ | | ಕರಿಯವು |
| | ದ್ವಿ. | ಕರಿಯರಂ | | ಕರಿಯವಂ |
| | ತೃ. | ಕರಿಯರಿಂ, ಕರಿಯರಿಂದಂ | | ಕರಿಯವರಿಂ |
| | ಚ. | ಕರಿಯರ್ಗೆ | | ಕರಿಯವರ್ಕೆ |
| | ಪಂ. | ಕರಿಯರತ್ತಣಿಂ | | ಕರಿಯವರತ್ತಣಿಂ |
| | ಷ. | ಕರಿಯರ, ಕರಿಯರಾ | | ಕರಿಯವರ, ಕರಿಯವರಾ |
| | ಸ. | ಕರಿಯರೊಳ್ | | ಕರಿಯವರೊಳ್ |
| | ಸಂ. | ಕರಿಯರಿರ, ಕರಿಯರೆ, ಕರಿಯರ್ಕಳಿರಾ | | ಕರಿಯವೆ, ಕರಿಯವೇ |

1) ಗುಣವಚನದ ಕಡೆಯ ದಕಾರಕ್ಕೆ ಅಕಾರಾದೇಶವಾಗುವದು; ಆ ಗುಣವಚನ ತುಕಾರಾಂತವಾದರೆ, ದಕಾರಾದೇಶ ಬರುವದು.

2) ದು ತುಕಾರಾಂತಗಳಲ್ಲದ ಗುಣವಚನಗಳು ಮಿಕ್ಕ ಲಿಂಗಗಳಿಗೆ ಅನುಸಾರವಾಗಿ ರೂಪವಾಗುವವು.—ಹುಳಿ—ಹುಳಿಯಿಂ, ಅಗಲ—ಅಗಲದಿಂ, ಡೊಂಕು—ಡೊಂಕಿಂ, ಮುಂ.

3) ದುಕಾರಾಂತದ ಹಾಗೆ ರೂಪವಾಗುವವು ಯಾವವಂದರೆ:

1. ಸರ್ವನಾಮಗಳಾದ ಪೆರಂ (ಬೇರೊಬ್ಬನು), ಪೆರನಂ; ಪೆರಳ್ (ಬೇರೊಬ್ಬಳು), ಪೆರಳಂ, ಪೆರತು (ಬೇರೊಂದು), ಪೆರತಂ. ಮುಂ.

2. ಪರಿಮಾಣವಾಚಕಗಳು: ಕೆಲಬರ್, ಕೆಲಂಬರ್; ಅರೆಬರ್ (ಕೆಲವರು), ಕೆಲಬರಂ; ಕೆಲವು—ಕೆಲವ; ಪಲಬರ್, ಪಲಂಬರ್—ಪಲಬರಂ, ಪಲವು—ಪಲವಂ; ಎಲ್ಲ

ವಾದ ಗುಣವಾಚಕಗಳು.

## ೬. ತುಕಾರಾಂತ ಗುಣವಾಚಕಗಳು.

| ಪುಲ್ಲಿಂಗ. | ಸ್ತ್ರೀಲಿಂಗ. | ನಪುಂಸಕಲಿಂಗ. |
|---|---|---|
| ಒಳ್ಳಿದಂ | ಒಳ್ಳಿದಳ್ | ಒಳ್ಳಿತು, ಒಳ್ಳಿತ್ತು |
| ಒಳ್ಳಿದನಂ | ಒಳ್ಳಿದಳಂ | ಒಳ್ಳಿತಂ |
| ಒಳ್ಳಿದನಿಂ | ಒಳ್ಳಿದಳಿಂ | ಒಳ್ಳಿತರಿಂ |
| ಒಳ್ಳಿದಂಗೆ | ಒಳ್ಳಿದಳ್ಗೆ | ಒಳ್ಳಿತರ್ಕೆ |
| ಒಳ್ಳಿದನತ್ತಣಿಂ | ಒಳ್ಳಿದಳತ್ತಣಿಂ | ಒಳ್ಳಿತರತ್ತಣಿಂ |
| ಒಳ್ಳಿದನ, ಒಳ್ಳಿದನಾ | ಒಳ್ಳಿದಳ, ಒಳ್ಳಿದಳಾ | ಒಳ್ಳಿತರ, ಒಳ್ಳಿತರಾ |
| ಒಳ್ಳಿದನೊಳ್ | ಒಳ್ಳಿದಳೊಳ್ | ಒಳ್ಳಿತರೊಳ್ |
| ಒಳ್ಳಿದ, ಒಳ್ಳಿದಾ, ಒಳ್ಳಿದನೆ | ಒಳ್ಳಿದಳೆ | ಒಳ್ಳಿತೆ |
| ಒಳ್ಳಿದರ್ | | ಒಳ್ಳಿದುವು(ಒಳ್ಳಿದುವುಗಳ್) |
| ಒಳ್ಳಿದರಂ | | ಒಳ್ಳಿದುವಂ |
| ಒಳ್ಳಿದರಿಂ | | ಒಳ್ಳಿದುವರಿಂ |
| ಒಳ್ಳಿದರ್ಗೆ | | ಒಳ್ಳಿದುವರ್ಗೆ |
| ಒಳ್ಳಿದರತ್ತಣಿಂ | | ಒಳ್ಳಿದುವರತ್ತಣಿಂ |
| ಒಳ್ಳಿದರ, ಒಳ್ಳಿದರಾ | | ಒಳ್ಳಿದುವರ, ಒಳ್ಳಿದುವರಾ |
| ಒಳ್ಳಿದರೊಳ್ | | ಒಳ್ಳಿದುವರೊಳ್ |
| ಒಳ್ಳಿದರಿರ, ಒಳ್ಳಿದರಿರಾ, ಒಳ್ಳಿದರೆ, ಒಳ್ಳಿದರ್ಕಳಿರಾ | | ಒಳ್ಳಿದುವೆ, ಒಳ್ಳಿದುವುಗಳಿರ |

ರ್—(ಎಲ್ಲವರ್) ಎಲ್ಲರಂ, ಎಲ್ಲವು, ಎಲ್ಲವಂ; ಅನಿತು (ಅಷ್ಟು), ಇನಿತು, ಎನಿತು, ಅನಿತಂ, ಮುಂ.; ಅನಿಬರ್ (ಅಷ್ಟರು), ಇನಿಬರ್, ಎನಿಬರ್—ಅನಿಬರಂ ಮುಂ. ಅನಿತು ಎಂಬ ಶಬ್ದದ ತುಕಾರಕ್ಕೆ ಒಂದು ವೇಳೆಯಲ್ಲಿ ಸುಕಾರಾದೇಶ ಬರುವದು: ಅನಿಸು ಇನಿಸು ಎನಿಸು; ಅನಿತು ಎಂಬ ಶಬ್ದಕ್ಕೆ ಅಂತುಟು, ಇಂತುಟು, ಎಂತುಟು ಎಂದಾಗುವದು.

೩. ಸಂಖ್ಯಾವಾಚಕಗಳು: ಒರ್ವಂ, ಒರ್ಬಂ, (ಒಬ್ಬ)—ಒರ್ವನಂ, ಒರ್ವಳ್—ಒರ್ವಳಂ, ಒಂದು—ಒಂದಂ, ಒಂದರಿಂ; ಇರ್ವರ್ (ಇಬ್ಬರ್), ಇರ್ವರಂ, ಎರಡು—ಎರಡಂ—ಎರಡರಿಂ; ಮೂವರ್—ಮೂವರಂ ಮೂಱ್—ಮೂಱಿಂ, ಮೂಱರಿಂ—ಮುಂ.

೪. ಸಂಖ್ಯಾಪೂರಣಗಳು : ಒಂದನೆಯಂ, ಒಂದನೆಯಳ್—ಒಂದನೆಯದು; ಅನಿತನೆಯಂ—ಇನಿತನೆಯಂ—ಎನಿತನೆಯಂ (ಅಷ್ಟನೆಯವನು).

7) ಸರ್ವನಾಮ

| | | ಉತ್ತಮಪುರುಷ. | | ಮಧ್ಯಮ |
|---|---|---|---|---|
| | | ಸಾಧಾರಣ ರೂಪ. | ಸಮುಚ್ಚಯಾರ್ಥರೂಪ. | ಸಾಧಾರಣ ರೂಪ. |
| ಏಕವಚನ. | ಪ್ರ. | ಆನ್, ಯಾನ್, ಆಂ | ಆನುಂ | ನೀನ್, ನೀಂ |
| | ದ್ವಿ. | ಎನ್ನಂ | ಎನ್ನುಮಂ | ನಿನ್ನಂ |
| | ತೃ. | ಎನ್ನಿಂ, ಎನ್ನಿಂದಂ | ಎನ್ನಿಂದೆಯುಂ | ನಿನ್ನಿಂ, ನಿನ್ನಿಂದಂ |
| | ಚ. | ಎನಗೆ | ಎನಗಂ, ಎನಗೆಯುಂ | ನಿನಗೆ |
| | ಪ. | ಎನ್ನತ್ತಣಿಂ, ಎನ್ನತ್ತಣಿಂದಂ | ಎನ್ನತ್ತಣಿಂದೆಯುಂ | ನಿನ್ನತ್ತಣಿಂ, ನಿನ್ನತ್ತಣಿಂದಂ |
| | ಷ. | ಎನ್ನ, ಎನ್ನಯ | ಅವಧಾರಣಾರ್ಥಕ್ಕೆ: ಎನ್ನಯೆ | ನಿನ್ನ, ನಿನ್ನಯ |
| | ಸ. | ಎನ್ನೊಳ್ | ಎನ್ನೊಳಂ, ಎನ್ನೊಳುಂ | ನಿನ್ನೊಳ್ |
| ಬಹುವಚನ. | ಪ್ರ. | ಆಮ್, ಆಂ, ಆವು | ಆಮುಂ, ಆವುಂ | ನೀ[illegible], ನೀಂ |
| | ದ್ವಿ. | ಎಮ್ಮಂ | ಎಮ್ಮುಮಂ, ಎಮ್ಮುಮಂ | ನಿಮ್ಮಂ |
| | ತೃ. | ಎಮ್ಮಿಂ | ಎಮ್ಮಿಂದೆಯುಂ | ನಿಮ್ಮಿಂ |
| | ಚ. | ಎಮಗೆ, ಎವಗೆ | ಎಮಗಂ, ಎಮಗೆಯುಂ | ನಿಮಗೆ |
| | ಪ. | ಎಮ್ಮತ್ತಣಿಂ, ಎಮ್ಮತ್ತಣಿಂದಂ | ಎಮ್ಮತ್ತಣಿಂದೆಯುಂ | ನಿಮ್ಮತ್ತಣಿಂ, ನಿಮ್ಮತ್ತಣಿಂದಂ |
| | ಷ. | ಎಮ್ಮ, ಎಮ್ಮಯ | ಅವಧಾರಣಾರ್ಥಕ್ಕೆ: ಎಮ್ಮಯೆ | ನಿಮ್ಮ, ನಿಮ್ಮಯ |
| | ಸ. | ಎಮ್ಮೊಳ್ | ಎಮ್ಮೊಳಂ, ಎಮ್ಮೊಳುಂ | ನಿಮ್ಮೊಳ್ |

**70.** ಎನ್ನದು, ನಿನ್ನದು, ತನ್ನದು ಎಂಬಿವಕ್ಕೆ ಎನತು, ನಿನತು, ತನತು ಎಂದು ಆದೇಶವಾಗುವವು; ವಿಕಲ್ಪದಿಂದ ಇವಕ್ಕೆ ದ್ವಿತ್ವ ಬರುವದು.

ಎನತು etc.

**ಪ್ರಯೋಗ:**

ಎನ್ನದು = ಎನತು = ಎನತ್ತು. ಎಮ್ಮದು = ಎಮತು = ಎಮತ್ತು.
ನಿನ್ನದು = ನಿನತು = ನಿನತ್ತು. ನಿಮ್ಮದು = ನಿಮತು = ನಿಮತ್ತು.
ತನ್ನದು = ತನತು = ತನತ್ತು. ತಮ್ಮದು = ತಮತು = ತಮತ್ತು.

ಗಳು.

| ಪುರುಷ. | ಪ್ರಥಮಪುರುಷ. | |
|---|---|---|
| ಸಮುಚ್ಚಯಾರ್ಥ ರೂಪ. | ಸಾಧಾರಣ ರೂಪ. | ಸಮುಚ್ಚಯಾರ್ಥ ರೂಪ. |
| ನೀನುಂ | ತಾನ್, ತಾಂ | ತಾನುಂ |
| ನಿನ್ನುಮಂ, ನಿನ್ನುವಂ | ತನ್ನಂ | ತನ್ನುಮಂ, ತನ್ನುವಂ |
| ನಿನ್ನಿಂದೆಯುಂ | ತನ್ನಿಂ, ತನ್ನಿಂದಂ | ತನ್ನಿಂದೆಯುಂ |
| ನಿನಗಂ, ನಿನಗೆಯುಂ | ತನಗೆ | ತನಗಂ, ತನಗೆಯುಂ |
| ನಿನ್ನತ್ತಣಿಂದೆಯುಂ | ತನ್ನತ್ತಣಿಂ, ತನ್ನತ್ತಣಿಂದಂ | ತನ್ನತ್ತಣಿಂದೆಯುಂ |
| ಅವಧಾರಣಾರ್ಥಕ್ಕೆ: ನಿನ್ನಯೆ | ತನ್ನ, ತನ್ನಯ | ಅವಧಾರಣಾರ್ಥಕ್ಕೆ: ತನ್ನಯೆ |
| ನಿನ್ನೊಳಂ, ನಿನ್ನೊಳುಂ | ತನ್ನೊಳ್ | ತನ್ನೊಳಂ, ತನ್ನೊಳುಂ |
| ನೀಮುಂ, ನೀವುಂ | ತಾಮ್, ತಾಂ | ತಾಮುಂ |
| ನಿಮ್ಮುಮಂ, ನಿಮ್ಮುವಂ | ತಮ್ಮಂ | ತಮ್ಮುಮಂ, ತಮ್ಮುವಂ |
| ನಿಮ್ಮಿಂದೆಯುಂ | ತಮ್ಮಿಂ | ತಮ್ಮಿಂದೆಯುಂ |
| ನಿಮಗಂ, ನಿಮಗೆಯುಂ | ತಮಗೆ | ತಮಗಂ, ತಮಗೆಯುಂ |
| ನಿಮ್ಮತ್ತಣಿಂದೆಯುಂ | ತಮ್ಮತ್ತಣಿಂ, ತಮ್ಮತ್ತಣಿಂದಂ | ತಮ್ಮತ್ತಣಿಂದೆಯುಂ |
| ಅವಧಾರಣಾರ್ಥಕ್ಕೆ: ನಿಮ್ಮಯೆ | ತಮ್ಮ, ತಮ್ಮಯ | ಅವಧಾರಣಾರ್ಥಕ್ಕೆ: ತಮ್ಮಯೆ |
| ನಿಮ್ಮೊಳಂ, ನಿಮ್ಮೊಳುಂ | ತಮ್ಮೊಳ್ | ತಮ್ಮೊಳಂ, ತಮ್ಮೊಳುಂ |

**71.** ಸ್ವರಾದಿ ಸಂಖ್ಯೆಗಳು ಪರವಾದರೆ, ಮೊದಲಲ್ಲಿ ಎಮ್ಮ ನಿಮ್ಮ ತಮ್ಮ ಎಂಬಿವು ಬರಲಾಗಿ, ಮಧ್ಯದಲ್ಲಿ ಉತ್ ಆಗುವದು.

ಎಮ್ಮುತ್ತಿರ್ವರ್ etc.

## ಪ್ರಯೋಗ:

ಎಮ್ಮುತ್ತಿರ್ವರುಂ, ನಿಮ್ಮುತ್ತಿರ್ವರುಂ, ತಮ್ಮುತ್ತಿರ್ವರುಂ, ಎಮ್ಮುತ್ತೇಳ್ವರು. (ಎಲ್ಬರುಂ); ನಿಮ್ಮುತ್ತೈವರುಂ, ತಮ್ಮುತ್ತಱುವರುಂ; ಉಚ್ಚಾರಣ ಸುಭಗವಾಗದಲ್ಲಿ ಬಿಡುವದು; ದೋಷಕ್ಕೆ: ಎಮ್ಮುತ್ತೊಂಬುದಿಂಬರ್.

## ಪ್ರಥಮಪುರುಷದ ಸರ್ವನಾಮವಾದ ಅವಂ.

| | | ಪುಲ್ಲಿಂಗ. | | ಸ್ತ್ರೀಲಿಂಗ. | | ನಪುಂಸಕಲಿಂಗ. | |
|---|---|---|---|---|---|---|---|
| | | ಸಾಧಾರಣ ರೂಪ. | ಸಮುಚ್ಚಯಾರ್ಥ ರೂಪ. | ಸಾಧಾರಣ ರೂಪ. | ಸಮುಚ್ಚಯಾರ್ಥ ರೂಪ. | ಸಾಧಾರಣ ರೂಪ. | ಸಮುಚ್ಚಯಾರ್ಥ ರೂಪ. |
| ಏಕವಚನ | ಪ್ರ. | ಅವಂ | ಅವನುಂ | ಅವಳ್ | ಅವಳುಂ | ಅದು | ಅದುವುಂ |
| | ದ್ವಿ. | ಅವನಂ | ಅವನುಮಂ | ಅವಳಂ | ಅವಳುಮಂ | ಅದಂ | ಅದುವುಮಂ |
| | ತೃ. | ಅವನಿಂ | ಅವನಿಂದೆಯುಂ | ಅವಳಿಂ | ಅವಳಿಂದೆಯುಂ | ಅದರಿಂ | ಅದರಿಂದೆಯುಂ |
| | ಚ. | ಅವಂಗೆ, ಅವಗೆ | ಅವಂಗೆಯುಂ | ಅವಳ್ಗೆ | ಅವಳ್ಗೆಯುಂ | ಅದರ್ಕೆ | ಅದರ್ಕೆಯುಂ |
| | ಪ. | ಅವನತ್ತಣಿಂ | ಅವನತ್ತಣಿಂದೆಯುಂ | ಅವಳತ್ತಣಿಂ | ಅವಳತ್ತಣಿಂದೆಯುಂ | ಅದರತ್ತಣಿಂ | ಅದರತ್ತಣಿಂದೆಯುಂ |
| | ಷ. | ಅವನ, ಅವನಾ | ಅವಧಾರಣಾರ್ಥ: ಅವನನೆ | ಅವಳ, ಅವಳಾ | ಅವಧಾರಣಾರ್ಥಕ್ಕೆ: ಅವಳಯೆ | ಅದರ, ಅದರಾ | ಅವಧಾರಣಾರ್ಥಕ್ಕೆ: ಅವರಯೆ |
| | ಸ. | ಅವನೊಳ್ | ಅವನೊಳಂ | ಅವಳೊಳ್ | ಅವಳೊಳುಂ | ಅದರೊಳ್ | ಅದರೊಳುಂ |
| ಬಹುವಚನ | ಪ್ರ. | ಅವರ್, ಅವರ್ಗಳ್ ಅವದಿರ್, ಅವಂದಿರ್ | | | ಅವರುಂ | ಅವು | ಅವುಂ |
| | ದ್ವಿ. | ಅವರಂ | | | ಅವರುಮಂ | ಅವಂ | ಅವುಮಂ |
| | ತೃ. | ಅವರಿಂ, ಅವರಿಂದಂ | | | ಅವರಿಂದೆಯುಂ | ಅವರಿಂ | ಅವರಿಂದೆಯುಂ |
| | ಚ. | ಅವರ್ಗೆ, ಅವರಿಂಗೆ | | | ಅವರ್ಗಂ, ಅವರ್ಗೆಯುಂ | ಅವರ್ಕೆ | ಅವರ್ಕೆಯುಂ |
| | ಪ. | ಅವರತ್ತಣಿಂ, ಅವರತ್ತಣಿಂದಂ | | | ಅವರತ್ತಣಿಂದೆಯುಂ | ಅವರತ್ತಣಿಂ | ಅವರತ್ತಣಿಂದೆಯುಂ |
| | ಷ. | ಅವರ, ಅವರಾ | | | ಅವಧಾರಣಾರ್ಥಕ್ಕೆ: ಅವರಯೆ | ಅವರ, ಅವರಾ | ಅವಧಾರಣಾರ್ಥಕ್ಕೆ: ಅವರಯೆ |
| | ಸ. | ಅವರೊಳ್ | | | ಅವರೊಳಂ | ಅವರೊಳ್ | ಅವರೊಳುಂ |

ಅವಂ, ಅವಳ್, ಅದು ಎಂಬೀ ಸರ್ವನಾಮಗಳ ಹಾಗೆ ರೂಪಾಂತರವಾಗುವವು ಯಾವವೆಂದರೆ:

1. ಇವಂ, ಇವಳ್, ಇದು. ಉವಂ, ಉವಳ್, ಉದು, ಉವನಂ—ಮುಂ. ಇವಳ್ ಎಂಬ ಶಬ್ದದ ಬಹುತ್ವವು ವಿಕಲ್ಪದಿಂದ ಇವಳ್ದಿರ್ ಎಂದಾಗುವದು.

2. ಈತಂ, ಆತಂ, ಊತಂ, ಈತನಂ—ಮುಂ. ಬಹುವಚನದಲ್ಲಿ ಈತಂಗಳ್ ಎಂದಾಗುವದು.—ಈ ಸರ್ವನಾಮ ಸ್ತ್ರೀಲಿಂಗದಲ್ಲಿ ಈಕೆ, ಆಕೆ, ಊಕೆ ಎಂದಾಗುವದು. ಈ ಶಬ್ದ ಎಕಾರಾಂತಗಳಂತೆ ರೂಪವಾಗುವದು. ಬಹುತ್ವದಲ್ಲಿ ಈಕೆಗಳು, ಈಕೆಯರು, ಈಕೆಯಂದಿರು ಎಂದು ವ್ಯವಹರಿಸುವದು. ಆಕೆಗೆ ಆಬೆ ಎಂದಾದೇಶವುಂಟು.

3. ಯಾವಂ, ಆವಂ (ಆವೊಂ), ಯಾವಳ್, ಆವಳ್, ಯಾವದು, ಆವದು, ಆವನಂ—ಮುಂ. ಬಹುತ್ವದಲ್ಲಿ ಯಾವರ್, ಯಾರ್, ಆರ್, ಎಂದಾಗುವದು. ಆರದು ಎಂಬುವದು ವಿಕಲ್ಪದಿಂದ ಆರ್ತು ಎಂದಾಗುವದು (ಆರ್ತೀ ತುರಂಗಂ?).

**72.** ಏನೆಂಬ ಸರ್ವನಾಮವು ಪ್ರಥಮೆಗೆ ಏನೆಂದೂ ಏತಱಿಂದೂ ಆಗುವದು; ಚತುರ್ಥಿಯೊಳಗೆ ಏತರ್ಕೆ ಎಂದೂ ಏಕೆ ಎಂದೂ ಆಗುವದು; ತೃತೀಯೆ ಮೊದಲಾದವಕ್ಕೆ ಏತಱ್ ಎಂದೇ ಪ್ರಕೃತಿಯಾಗುವದು.

ಪ್ರಯೋಗ:

| ಸಾಧಾರಣ ರೂಪ. | | ಸಮುಚ್ಚಯಾರ್ಥ ರೂಪ. | ಸಾಧಾರಣ ರೂಪ. | | ಸಮುಚ್ಚಯಾರ್ಥ ರೂಪ. |
|---|---|---|---|---|---|
| ಪ್ರ. | ಏನ್, ಏತಱ್ | ಏನುಂ, ಏನಾನುಂ | ಪ. | ಏತಱತ್ತಣಿಂ | ಏತಱತ್ತಣಿಂದೆಯುಂ |
| ದ್ವಿ. | ಏನಂ | ಏನುವಮುಂ, ಏನುವಂ | ಷ. | ಏತಱ, ಏತಱಾ | ಅವಧಾರಣಾರ್ಥಕ್ಕೆ: ಏತಱಯೆ |
| ತೃ. | ಏತಱಿಂ | ಏತಱಿಂದೆಯುಂ | ಸ. | ಏತಱೊಳ್ | ಏತಱೊಳಂ, ಏತಱೊಳುಂ |
| ಚ. | ಏತರ್ಕೆ, ಏಕೆ | ಏತರ್ಕೆಯುಂ | | | |

## ೪) ದಿಗ್ವಾಚಕಗಳು.

*a.* ಅಕಾರಾಂತಗಳು. *b.* ಉಕಾರಾಂತಗಳು.

| | a. ಸಾಧಾರಣ ರೂಪ. | a. ಸಮುಚ್ಚಯಾರ್ಥ ರೂಪ. | b. ಸಾಧಾರಣ ರೂಪ. | b. ಸಮುಚ್ಚಯಾರ್ಥ ರೂಪ. |
|---|---|---|---|---|
| ಪ್ರ.ದ್ವಿ.ಸ. | ಮೂಡಲ್ | ಮೂಡಲುಂ | ಪೊಱಗು, ಪೊಱಗೆ | ಪೊಱಗೆಯುಂ |
| ತೃ. | ಮೂಡಣಿಂ | ಮೂಡಣಿಂದೆಯುಂ | ಪೊಱಗಣಿಂ | ಪೊಱಗಣಿಂದೆಯುಂ |
| ಚ. | ಮೂಡಣ್ಗೆ | ಮೂಡಣ್ಗಂ | ಪೊಱಗಣ್ಗೆ | ಪೊಱಗಣ್ಗೆಯುಂ |
| ಪ. | ಮೂಡಣತ್ತಣಿಂ | ಮೂಡಣತ್ತಣಿಂದೆಯುಂ | ಪೊಱಗಣತ್ತಣಿಂ | ಪೊಱಗಣತ್ತಣಿಂದೆಯುಂ |
| ಷ. | ಮೂಡಣ, ಮೂಡಣಾ | ಅವಧಾರಣಾರ್ಥ: ಮೂಡಣಯೆ | ಪೊಱಗಣ, ಪೊಱಗಣಾ | ಅವಧಾರಣಾರ್ಥ: ಪೊಱಗಣಯೆ |

1) ಇವುಗಳಂತೆ ಅಕಾರಾಂತವಾದ ಪಡುವ, ಬಡಗ, ತೆಂಕ; ಅತ್ತ, ಇತ್ತ, ಉತ್ತ, ಎತ್ತ; ಉಕಾರಾಂತವಾದ ಒಳಗು, ನಡುವು, ಕೆಳಗು, ಮೇಗು, ಪೆಱಗು, ಹಿಂದು, ಮುಂದು, ಕಡೆ ಎಂಬೀ ದಿಗ್ವಾಚಕಗಳಿಗೆ ವಿಭಕ್ತಿ ಪ್ರತ್ಯಯ ಹತ್ತಿಸ ಬೇಕು.—ಎತ್ತಣದು ಎಂಬುವದಕ್ಕೆ ಎತ್ತಣ್ತು ಎಂಬಾದೇಶ ಉಂಟು.

2) ಅಲ್ಲಿ, ಇಲ್ಲಿ, ಎಲ್ಲಿ ಎಂಬ ದಿಗ್ವಾಚಕಗಳು ಇಕಾರಾಂತ ಲಿಂಗಗಳಂತೆ ರೂಪವಾಗುವವು. ತೃತೀಯಾ ವಿಭಕ್ತಿ ಮಾತ್ರ ಅಲ್ಲಿಂ ಎಂದಾಗುವದು; ದಿಕ್ಕಾಲವಾಚಕಗಳಿಗೆ ಪ್ರಥಮಾ ದ್ವಿತೀಯಾ ಸಪ್ತಮೀ ವಿಭಕ್ತಿಗಳಿಗೆ ಏಕರೂಪ.

### 9) ಕಾಲವಾಚಕಗಳು.

| | | | | |
|---|---|---|---|---|
| ಪ್ರ. ದ್ವಿ. ಸ. | ಈಗಳ್ | ಈಗಳುಂ | ಅಂದು | ಅಂದುಂ |
| ತೃ. | ಈಗಳಿನಿಂ | ಈಗಳಿನಿಂದೆಯುಂ | ಅಂದಿಂ-ಅಂದಿನಿಂ | ಅಂದಿನಿಂದೆಯುಂ |
| ಚ. | ಈಗಳಿಂಗೆ | ಈಗಳಿಂಗಂ | ಅಂದಿಗೆ | ಅಂದಿಂಗೆಯುಂ |
| ಪ. | ಈಗಳಿನತ್ತಣಿಂ | ಈಗಳಿನತ್ತಣಿಂದೆಯುಂ | ಅಂದಿನತ್ತಣಿಂ | ಅಂದಿನತ್ತಣಿಂದೆಯುಂ |
| ಷ. | ಈಗಳಿನ, ಈಗಳಿನಾ | ಅವಧಾರಣಾರ್ಥ: ಈಗಳಿನಯೆ | ಅಂದಿನ-ಅಂದಿನಾ | ಅವಧಾರಣಾರ್ಥ: ಅಂದಿನಯೆ |

ಇದೇ ಪ್ರಕಾರ ಇಂದು, ಉಂದು, ಎಂದು, ಆಗಳ್, ಯಾವಾಗಳ್ ಎಂಬಿವು ಆಗುವವು.

ವ, ಯ, ಅ changed into ಔ, ಐ, ಒ.

**73.** ಪದಮಧ್ಯದ ವಕಾರಕ್ಕೆ ಔಕಾರವೂ, ಯಕಾರಕ್ಕೆ ಐಕಾರವೂ, ಪದಾಂತ್ಯದ ಅಕಾರಕ್ಕೆ ಒತ್ವವೂ ಆಗುವವು. ಇವುಗಳಲ್ಲಿ ವಿಕಲ್ಪ ಉಂಟು.

ಪ್ರಯೋಗ:

ಔಕಾರಕ್ಕೆ: ಕವುಂಗು=ಕೌಂಗು, ಕವುಂಕುಳಿರ್=ಕೌಂಕುಳಿರ್, ಅವುಂಕಿದಂ=ಔಂಕಿದಂ.

ಐಕಾರಕ್ಕೆ: ತೆರಯಿಸಿದಂ=ತೆರೈಸಿದಂ, ತೊರಯಿಸಿದಂ=ತೊರೈಸಿದಂ, ಕಯಿವಾರಂ=ಕೈವಾರಂ.

ಒತ್ವಕ್ಕೆ: ಆವಂ=ಆವೊಂ, ನುಡಿದಂ=ನುಡಿದೊಂ, ಪಾಡಿದಂ=ಪಾಡಿದೊಂ.

ನ changed into ಣ.

**74.** ಸಮಾಸದಲ್ಲಿಯೂ, ಭಿನ್ನಪದದಲ್ಲಿಯೂ ಣಕಾರಕ್ಕೆ ಪರವಾದ ನಕಾರವು ಣಕಾರವಾಗುವದು.

ಪ್ರಯೋಗ:

ಸಮಾಸಕ್ಕೆ: ತಣ್+ನೆಳಲ್=ತಣ್ಣೆಳಲ್, ಕಣ್+ನೀರ್=ಕಣ್ಣೀರ್, ಕಣ್+ನೋಟಂ=ಕಣ್ಣೋಟಂ.

ಭಿನ್ನಪದಕ್ಕೆ: ಕಣ್-ನೊಂದಪುದು=ಕಣ್ಣೊಂದಪುದು, ಪುಣ್-ನಾಳಿವೋದಪುದು=ಪುಣ್ಣಾಳಿವೋದಪುದು.

75. ಕರ್ಣಾಟಕಶಬ್ದದ ಪಕಾರಕ್ಕೆ ವಿಕಲ್ಪದಿಂದ ಹಕಾರ ವಾಗುವದು. ಪಕಾರವು ದ್ವಿತ್ವವಾಗಿದ್ದರೆ ಅದಕ್ಕೆ ಹಕಾರವಿಲ್ಲ.

ಪ changed into ಹ.

ಪ್ರಯೋಗ:

ಹಕಾರಕ್ಕೆ: ಪಲಗೆ=ಹಲಗೆ, ಪಂದರ್=ಹಂದರ್, ಪಾಸು=ಹಾಸು. ಇದು ದೇಶೀಯಶಬ್ದಗಳಲ್ಲಿ ಚಲುವು.

ದ್ವಿತ್ವಕ್ಕೆ ಇಲ್ಲದ್ದಕ್ಕೆ: ತಪ್ಪು, ಹೆಪ್ಪು, ಟಿಪ್ಪು, ಉಪ್ಪರಂ, ಟಿಪ್ಪಣಂ, ಮುಪ್ಪುರಿ, ಬಿಪ್ಪಂಡಂ, ಕಪ್ಪುರಂ.

76. ಪ್ರಕಾರ ಕಾಲಾರ್ಥದ ಗಡ ಎಂಬ ಅರ್ಥವಾದಲ್ಲಿ ಅಂತಪ್ಪಂ, ಇಂತಪ್ಪಂ, ಉಂತಪ್ಪಂ, ಎಂತಪ್ಪಂ ಎಂಬಿವುಗಳ ಪಕಾರವು ದ್ವಿತ್ವವಾಗಿದ್ದಾಗ್ಯೂ ಹಕಾರವಾಗುತ್ತದೆ. ಮತ್ತು ಇವುಗಳಿಗೆ ವಿಕಲ್ಪವಾಗಿ ಅನ್ನಂ, ಇನ್ನಂ, ಉನ್ನಂ, ಎನ್ನಂ ಎಂದೂ ಆಗುವವು.

An exception to the above rule.

ಪ್ರಯೋಗ:

ಹಕಾರಕ್ಕೆ: ಅಂತಪ್ಪಂ=ಅಂತಹಂ, ಇಂತಪ್ಪಂ=ಇಂತಹಂ, ಉಂತಪ್ಪಂ=ಉಂತಹಂ, ಎಂತಪ್ಪಂ=ಎಂತಹಂ.

ವಿಕಲ್ಪಕ್ಕೆ: ಸಿಡಿಲನ್ನಂ, ಸಿಂಗದನ್ನಂ, ಉರಿಗಣ್ಣನ್ನಂ, ಮನಸಿಜನೆನ್ನಂ, ದಿನಕರನೆನ್ನಂ.

77. ಮ ನಕಾರಗಳ ಮುಂದೆ ವ್ಯಂಜನಾಕ್ಷರ ಬಂದರೂ ಇಲ್ಲದಿದ್ದರೂ ಅವು ಬಿಂದುವಾಗುವವು; ಆ ಬಿಂದುವಿಗೆ ವರ್ಗಾಕ್ಷರಗಳು ಪರವಾದರೆ ವಿಕಲ್ಪದಿಂದ ಆಯಾ ವರ್ಗದೈದನೆಯಕ್ಷರವಾಗುವವು.

Changes of ಮ and ನ.

ಪ್ರಯೋಗ:

ಮಕಾರಕ್ಕೆ: ನೀಮ್ ಯೋಗ್ಯರ್=ನೀಂ ಯೋಗ್ಯರ್, ಆಮ್ ಸುಖಿಗಳ್=ಆಂ ಸುಖಿಗಳ್, ತಾಮ್ ಸೇವ್ಯರ್=ತಾಂ ಸೇವ್ಯರ್.

ನಕಾರಕ್ಕೆ: ಆನ್ ವಾದಿ=ಆಂ ವಾದಿ, ನೀನ್ ಶುಚಿ=ನೀಂ ಶುಚಿ, ತಾನ್ ಸುಜನಂ=ತಾಂ ಸುಜನಂ.

ವ್ಯಂಜನಶೂನ್ಯಕ್ಕೆ: ನೀಮ್=ನೀಂ, ಆಮ್=ಆಂ, ತಾಮ್=ತಾಂ.

ವರ್ಗಪಂಚಮಕ್ಕೆ: ಅವಂ ಕಡುಗಲಿ=ಅವಙ್ಕಡುಗಲಿ, ಅವಂ ಚಲವಾದಿ=ಅವಞ್ಚಲವಾದಿ, ಕರಂ ಟಕ್ಕಂ=ಕರಣ್ಟಕಂ, ಕೆಂದಳಿರ್=ಕೆನ್ದಳಿರ್, ಕೆಂಮುಗಿಲ್=ಕೆಮ್ಮುಗಿಲ್.

## IV. ಸಮಾಸಪ್ರಕರಣ. Formation of Compound Words.

**78.** ತಾಯ ಬಳಿಯ ಕರುವಿನಂತೆ ನಾಮಪದಗಳು ಅರ್ಥಾನುಗತವಾಗಿರಲಾಗಿ ಸಮಾಸವಾಗುವವು; ಆಗ ಮಧ್ಯದಲ್ಲಿದ್ದ ವಿಭಕ್ತಿ ಎಲ್ಲವು ಹೋಗುವವು.

**Compounds.**

ಪ್ರಯೋಗ:

ತೊಱೆಯ-ಮಾವು=ತೊಱೆಮಾವು, ಎಡೆನುಡಿ, ನೀರ್ಗುಡಿದಂ, ಮೆಲ್ಲಿತ್ತು-ಅಡಿ=ಮೆಲ್ಲಡಿ, ಪುಯಲ್ಗೆ-ಪೋದಂ=ಪುಯಲ್ಪೋದಂ.

**79.** ಇದ್ದದ್ದನ್ನು ಕೆಡಿಸದೆ ಹತ್ತುವವು ಆಗಮಗಳು, ಅವು ವಿಭಕ್ತಿಯ ಸಂಗಡ ಲೋಪವಾಗುವವು; ಹಗೆಯಂತೆ ಇದ್ದದ್ದನ್ನು ಕೆಡಿಸಿ ಆದೇಶವು ಬರುವದು.

**General rule for the formation of compounds.**

ಪ್ರಯೋಗ:

ಆಗಮಕ್ಕೆ: ಮಾತಿನ ಬಲ್ಲಹಂ, ತೆಂಕಣವಂಕಂ.

ಲೋಪಕ್ಕೆ: ಮಾತುವಲ್ಲಹಂ, ತೆಂಕವಂಕಂ.

ಆದೇಶಕ್ಕೆ: ಎರಡು-ಮೈ=ಇರ್ಮೆಯ್, ಕೆಳ-ಕೊಂಬು=ಕಿಱಿಕೊಂಬು.

**80.** ಪರಪದದಲ್ಲಿ ಅರ್ಥ ಪ್ರವರ್ತಿಸಲಾಗಿ, ತತ್ಪುರುಷ ಸಮಾಸವಾಗುವದು; ಈ ಸಮಾಸ ಏಕಾಶ್ರಯವಾಗಿರಲಾಗಿ, ಕರ್ಮಧಾರಯ ಎಂಬ ಸಮಾಸವಾಗುವದು; ಪೂರ್ವಪದದಲ್ಲಿ ಸಂಖ್ಯಾವಾಚಿಗಳು ನೆಲೆಗೊಂಡಿದ್ದರೆ, ದ್ವಿಗು ಎಂಬ ಸಮಾಸವಾಗುವದು.

Three kinds of compounds.

### ಪ್ರಯೋಗ:

ತತ್ಪುರುಷಕ್ಕೆ: ಮಲ್ಲಿಗೆನನೆ, ಮಾಣಿಕ್ಕಗೆಂಪು, ಅಲರ್ಕ್ಕೆ, ಉಡೆನೂಲ್.

ಕರ್ಮಧಾರಯಕ್ಕೆ: ಬಲ್ಕುಗುಳ್, ತೆಳ್ಗದಂಪು, ಒಳ್ಗನ್ನಡಂ, ಮೆಲ್ನುಡಿ, ಕಿಱುಗೂಸು.

ದ್ವಿಗುವಿಗೆ: ಇರ್ಬಾಳ್, ಎರಟಿಪ್ಪತ್ತು, ಎರಟಿಪ್ಪರು, ಒರ್ಪೆಸರ್.

**81.** ಎರಡು ಪದಗಳು ಅಥವಾ ಕೆಲವು ಪದಗಳು ಮತ್ತೊಂದು ಪದಾರ್ಥವನ್ನು ಬಯಿಸುತ್ತಿದ್ದರೆ, ಬಹುವ್ರೀಹಿ ಸಮಾಸವಾಗುವದು; ಪದಾರ್ಥಗಳ ಸಮುದಾಯವು ದ್ವಂದ್ವ ಸಮಾಸವಾಗುವದು. ಪೂರ್ವಪದ ಪ್ರಧಾನವಾದರೆ, ಅವ್ಯಯೀಭಾವ ಸಮಾಸವಾಗುವದು.

Three other kinds of compounds.

### ಪ್ರಯೋಗ:

ಬಹುವ್ರೀಹಿಗೆ: ನಿಡುಮೂಗಿ, ಕಡುಚಾಗಿ, ಚಲವಾದಿ, ಕಡುಗೇಡಿ, ಜೆಳೆಗಾಮಿ, ಹೆಳಗಾಲಂ.

ದ್ವಂದ್ವಕ್ಕೆ: ಮರಗಿಡುಬಳ್ಳಿಪುಲ್ಪೊದಱುಪಕ್ಕಿಮಿಗಂಗಳ್.

ಅವ್ಯಯೀಭಾವಕ್ಕೆ: ಅಂಗಯ್, ಮೇಂಗಾಲ್, ಬೆಂಬಿಸಿಲ್, ಕಿೞ್ಪೊಡೆ.

82. ಅವ್ಯಯೀಭಾವದಲ್ಲಿ ಅಡಿ ಮೇಗು ಎಂಬ ಶಬ್ದಗಳ ಕಡೆಯಕ್ಷರಕ್ಕೆ ಬಿಂದುವಾಗುವದು; ಮುಂದು ಪಿಂದು ಎಂಬಿವರ ಕಡೆಯಕ್ಷರಕ್ಕೆ ಲೋಪವಾಗುವದು; ಕೆಳಗೆಂಬುವದಕ್ಕೆ ಕಿಱ್ ಎಂದು ಆದೇಶವಾಗುವದು; ಪೆಱಗೆಂಬುದು ಆ ರೀತಿಯಿಂದ ಪಿಂತೆಂದು ಆಗುವದು.

Changes of ಅಡಿ etc. in compounds.

ಪ್ರಯೋಗ:

ಅಡಿ-ಕಯ್=ಅಂಗಯ್, ಅಂಗಾಲ್; ಮೇಗು-ಕಾಲ್=ಮೇಂಗಾಲ್, ಮೇಂಗಯ್; ಮುಂದು-ಕಯ್=ಮುಂಗಯ್, ಮುಂಬಗಲ್; ಪಿಂದು-ಬೆಟ್=ಪಿಂಬೆಟ್, ಪಿಂಗಾಲ್; ಕೆಳಗು-ಕೆಱೆ=ಕಿಱುಕೆಱೆ, ಕಿಱುಬೆರ್; ಪೆಱಗು-ತೊಳ್=ಪಿಂತೊಳ್.

83. ಮೊದಲಲ್ಲಿ ಕಾರಕ (ಕರ್ಮ) ಪದವೂ ಪರದಲ್ಲಿ ಕ್ರಿಯಾಪದವೂ ಸಂಬಂಧವಾಗಿ ಅರ್ಥವ್ಯಕ್ತಿಯನ್ನು ಕೊಡಲಾಗಿ, ಕ್ರಿಯಾಸಮಾಸವಾಗುವದು; ಅಲ್ಲಿ ಸಂಸ್ಕೃತದ ಅಕಾರಾಂತಕ್ಕೆ ಬಿಂದು ನಿತ್ಯ, ಕನ್ನಡದ ಅಕಾರಾಂತಕ್ಕೂ ಉಕಾರಾಂತಕ್ಕೂ ಬಿಂದು ವಿಕಲ್ಪ. ಇದರಲ್ಲಿ ಅರಿಸಮಾಸದ ದೋಷವಿಲ್ಲ.

Compounds with a noun and a verb called ಕ್ರಿಯಾಸಮಾಸ.

ಪ್ರಯೋಗ:

ಕ್ರಿಯಾಸಮಾಸಕ್ಕೆ: ಬಳೆದೊಟ್ಟಂ, ಮಱೆವೊಕ್ಕಂ, ಕೆಳೆಗೊಟ್ಟಂ.

ಸಂಸ್ಕೃತದ ನಿತ್ಯ ಬಿಂದುಗೆ: ಪ್ರಿಯಂನುಡಿದಂ, ರಂಗಂಬೊಕ್ಕಂ.

ಕನ್ನಡದ ವಿಕಲ್ಪ ಬಿಂದುಗೆ: ಮೊಗಂನೋಡಿದಂ=ಮೊಗನೋಡಿದಂ.

ಉತ್ವಕ್ಕೆ: ಮಾತುಂಗುಟ್ಟಿದಂ=ಮಾತುಗುಟ್ಟಿದಂ.

ಅರ್ಥವ್ಯಕ್ತಿ ಕೆಡುವಲ್ಲಿ, ಬಿಂದುವನ್ನು ಕಳೆಯಲಾಗದು: ಕಳಸಂಬೊತ್ತಂ, ಕೆಲಸಂಬೊಕ್ಕಂ.

ಅರಿಸಮಾಸ ನಿರ್ದೋಷಕ್ಕೆ: ವಜ್ರಂಗೊಳ್, ಚಕ್ರಂಗೊಳ್.

**84.** ಪರಪದದಲ್ಲಿ ಕಾರಕಪದವು ಪೂರ್ವ ಪದದಲ್ಲಿ ಸಂಖ್ಯಾ ಸರ್ವನಾಮ ಗುಣವಚನ ಕೃತ್ಪದಗಳು ಯಾವವಾದರೂ ಇದ್ದರೆ, ಗಮಕಸಮಾಸವಾಗುವದು; ಇದರಲ್ಲಿ ಅರಿಸಮಾಸದ ದೋಷವಿಲ್ಲ; ಗುಣವಚನಗಳಲ್ಲಿ ಮಧ್ಯಕ್ಕೆ ಅತ್ವವೂ, ಆ ಅತ್ವದ ಹಿಂದುಗಡೆಯಲ್ಲಿ ಇತ್ವವೂ ಹುಟ್ಟುವದು.

Impulse-compounds called ಗಮಕಸಮಾಸ.

ಪ್ರಯೋಗ:

ಸಂಖ್ಯೆಗೆ: ಇರ್ಪ್ಪತ್ತೈದು, ನೂಱಿಪತ್ತು, ಮೂವತ್ತಾಱು.

ಸರ್ವನಾಮಕ್ಕೆ: ಆವಮಾತು, ಆವನಾಯಕಂ.

ಗುಣವಚನಕ್ಕೆ: ಪಿರಿಯಮುಗಂ, ಬಿಳಿಯಕರ್ಬು, ಅಸಿ+ಅ+ನಡು=ಅಸಿಯನಡು.

ಕೃತ್ತಿಂಗೆ: ಪಾಡುವತುಂಬಿ, ಆಡಿದಪೊಲಂ.

ಅರಿಸಮಾಸ ನಿರ್ದೋಷಕ್ಕೆ: ಬೀಸುವಚಾಮರಂ, ಪೂಸಿದಭಸ್ಮಪರಾಗಂ.

**85.** ಗಮಕಸಮಾಸದಲ್ಲಿ ಅದು ಇದು ಉದು ಎಂಬ ಸರ್ವನಾಮಕ್ಕೆ ಆ ಈ ಊ ಎಂಬಿವು ಆದೇಶವಾಗುವವು; ಆ ಎಂಬುವದು ಪೂರ್ವಸ್ಮರಣದಲ್ಲಿಯೂ, ಪ್ರಸಿದ್ಧಿಯಲ್ಲಿಯೂ ವರ್ತಿಸುವದು.

ಪ್ರಯೋಗ:

ಆಕಾರಕ್ಕೆ: ಆಮನೆ ಸಿರಿಯ ತವರ್ಮನೆ, ಆಬನಂ.

ಈಕಾರಕ್ಕೆ: ಈಮನೆಯತ್ತಲೆ, ಈಬನಂ.

ಊಕಾರಕ್ಕೆ: ಊಮನೆಯಂ, ಊಬನವೆನ್ನದೆ.

ಸ್ಮರಣದ ಆಕಾರಕ್ಕೆ: ನೆನೆದನಾಹಿರಣ್ಯಕನಂದು ಬಿಟ್ಟಿಂದಮಂ, ಬಿದಿಗಾಪೊಟಿಲಿಚರ ಮಾನ್ಯದೊಕ್ಕಲ್.

ಪ್ರಸಿದ್ಧಿಯ ಆಕಾರಕ್ಕೆ—ಭಗದತ್ತನಿನಾನಳ್ಳನಿಂ ಮಿಗಿಲಾಂದಂ.

**86.** ಕರ್ಮಧಾರಯದಲ್ಲಿ ಗ ದ ಬ ಜಕಾರಾದಿ ಪದಗಳು ಪರದೊಳಗೆ ಇರಲಾಗಿ, ಪೂರ್ವಪದವು ಕೃತ್ತಾಗಿ (ಕೃಲ್ಲಿಂಗಾರ್ಥವಾಗಿ) ಉಕಾರಾಂತವು ಇಕಾರಾಂತವು ಆಗಿದ್ದರೆ, ಬಹಳವಾಗಿ ಬಿಂದುವಾಗುವದು. ಕೆಲವು ಶಬ್ದಗಳಲ್ಲಿ ಇಲ್ಲ.

Appositional compounds with the root of verb.

ಪ್ರಯೋಗ:

ಉಕಾರಾಂತದಲ್ಲಿ ಗಕಾರ ಪರವಾದದ್ದಕ್ಕೆ: ಎತ್ತುಂಗೋಲ್, ಪೊತ್ತುಂಗೊಱಡು.

ದಕಾರಕ್ಕೆ: ತೂಗುಂದೊಟ್ಟಿಲ್, ಉರ್ಕುಂದೊಱೆ.

ಬಕಾರಕ್ಕೆ: ಆಡುಂಬೊಲಂ, ಮಿಂಚುಂಬುೞು.

ಜಕಾರಕ್ಕೆ: ತೂಗುಂಜೊಡರ್, ಕಟ್ಟುಂಜುರಿಗೆ.

ಇಕಾರಾಂತಕ್ಕೆ: ಸಿಡಿಯುಂದಲೆ, ಇೞಿಯುಂಬೊೞ್ತು (ಇಲ್ಲಿ ಇಕಾರ ಸೇರಿತು.

ಕೃತ್ತಲ್ಲದಲ್ಲಿ ಬಿಂದು ಉಂಟು: ಬೆಟ್ಟುಂಬೊಱೆ.

ಬಿಂದುವಿಲ್ಲದ್ದಕ್ಕೆ: ಸುಡುಗಾಡು, ಇಡುಗಿಚ್ಚು, ಅಡುಗೂೞ್, ಉಡುಗೊಱೆ, ತುಡುಜೊಡರ್, ಅಱುಗೆಱೆ, ಮಾಱುದಾಂಟು, ಬಿಡುಗಣ್, ಬಿಡುವಾಯ್, (ಇವು ಉಕಾರಾಂತವಾಗಿದ್ದರೂ ಬಿಂದುವನ್ನು ಹೊಂದುವದಿಲ್ಲ).

**87.** ಕೃತ್ತಿಲ್ಲದ ಉದಂತಕ್ಕೂ ಅದಂತಕ್ಕೂ ಬಿಂದು ಸಂಧಿಸುವದು; ವ್ಯಂಜನದ ನಕಾರ ಣಕಾರಗಳಿಗೆ ಅತ್ವವು, ಳಕಾರಕ್ಕೆ ಉತ್ವವು ಹತ್ತುತ್ತಲೆ, ಸೊನ್ನೆ ಅವತರಿಸುವದು.

Use of the cipher in compounds.

ಪ್ರಯೋಗ:

ಉದಂತಕ್ಕೆ: ತಾಱುಂಬಳ್ಳಿ, ದಕ್ಕುಂದಲೆ.

ಅದಂತಕ್ಕೆ: ಕಳ್ಳಂಗಡಲೆ, ಒಕ್ಕಂಬಯಲ್.

ನಕಾರಕ್ಕೆ: ವಿಱಾನಂಬುೞಿಱಿ, ಬಾನಂಗುಳಿಗೆ.

ಣತ್ವಕ್ಕೆ: ಕಣ್ಣಂದೊಱಿಲಿ.

ಳಕಾರಕ್ಕೆ: ಬೆಳ್ಳಂಬಟ್ಟೆ.

Use of the cipher in compounds with ಪೆಡ.

88. ಪೆಱಗೆಂಬುದಕ್ಕೆ ಆದೇಶವಾಗಿ ಬಂದ ಪೆಡವೆಂಬ ಶಬ್ದಕ್ಕೆ ಬಿಂದು ಬರುವದು; ಕೆಲವರು ತಡಗಾಲ್ ಎಂಬದರಲ್ಲಿ ಆಗುವ ಪ್ರಕಾರ, ಇದಕ್ಕೂ ಬಿಂದು ಆಚರಿಸುವದಿಲ್ಲ.

ಪ್ರಯೋಗ:

ಬಿಂದುವಿಗೆ: ಪೆಡಂಗಯ್, ಪೆಡಂದಲೆ, ಪೆಡಂಮೆಟ್ಟು.

ಅಬಿಂದುವಿಗೆ: ಪೆಡಗಯ್, ತಡಗಾಲ್, ಪೆಡದಲೆ.

Compounds formed with Sanskrit and Canarese words.

89. ಪುರಾತನ ಕವಿಗಳಿಂದ ಸಂದುವಳಿಯಾದ ಅರಿಸಮಾಸಗಳನ್ನು ಅಲ್ಲದೆ, ಬೇರೆ ಮಾಡಲಾಗದು; ಅವನ್ನು ಬಿರುದಾವಳಿಯಲ್ಲಿಯೂ ಗುಣದಲ್ಲಿಯೂ ಹೇಳುತ್ತಾರೆ.

ಪ್ರಯೋಗ:

ಸಂದುವಳಿಯಾದದ್ದಕ್ಕೆ: ಅರಸುಕುಮಾರಂ, ಕಡುರಾಗಂ, ಕೂರಸಿ, ತುರಗದಳಂ, ಮಂಗಳಾರತಿ, ಅರಸುಗುಣಂ, ಕಡುದರ್ಪಂ.

ಬಿರುದಿಗೆ: ಗಜಪ್ರೋರು, ಗಜದುಳಿ, ನರಲೋಕದಲ್ಲಣಂ.

ಗುಣಕ್ಕೆ: ದಳಮುಖ್ಯಂ, ನಲ್ಲಿಪ್ರಾಣೇಶಂ, ರಾಯಕೋಳಾಹಳಂ.

Rule about ಮಹತ್ and ಎಲ್ಲ in compounds.

90. ಮಹಚ್ಛಬ್ದಕ್ಕೆ ಮಾ ಎಂಬಾದೇಶ ಹುಟ್ಟುವದು; ಎಲ್ಲ ಎಂಬ ಶಬ್ದಕ್ಕೆ ವಿಕಲ್ಪದಿಂದ ಸಮಾಸದಲ್ಲಿ ದೀರ್ಘ ವಿಧಿ ಸಮನಿಸುವದು; ಇವಕ್ಕೆ ಸಂಸ್ಕೃತ ಪದ ಪರವಾಗಿ ಅರಿಸಮಾಸವಾದರೂ, ದೋಷವಿಲ್ಲ.

ಪ್ರಯೋಗ:

ಮಹಚ್ಛಬ್ದಕ್ಕೆ: ಮಾದೇವಂ, ಮಾದಾನಿ, ಮಾಶೌರ್ಯಂ.
ಕನ್ನಡಕ್ಕೆ: ಮಾಸಾವಂತಂ, ಮಾಲಕುಮಿ, ಮಾಸಾಮಿ.
ದೀರ್ಘವಿಕಲ್ಪಕ್ಕೆ: ಎಲ್ಲ ಕಾರ್ಯಂ=ಎಲ್ಲಾಕಾರ್ಯಂ, ಎಲ್ಲ ಧನಂ=ಎಲ್ಲಾಧನಂ.

**91.** ತತ್ಪುರುಷಕ್ಕೆ ಬಹುಳದಿಂದ ಕೆಲವು ಸ್ಥಳಗಳಲ್ಲಿ ಮೊದಲ ಪದದ ಕಡೆ ಅಕ್ಷರಕ್ಕೆ ಲೋಪವೂ ಕೆಲವು ಸ್ಥಳಗಳಲ್ಲಿ ಲೋಪದ ಸಂಗಡ ಉಚಿತಾಕ್ಷರಾಗಮವೂ ಬರುವವು; ಕೆಳಗೆಂಬುದಕ್ಕೆ ಕಿಱಿಂದೂ ಕಿನ್ ಎಂದೂ ಆದೇಶ ಆಗುವವು.

ತತ್ಪುರುಷ dependent compounds.

ಪ್ರಯೋಗ:

ಪದಾಂತಲೋಪಕ್ಕೆ: ತೆಂಗು+ಗಾಳಿ=ತೆಂಗಾಳಿ, ಅರಸು+ಮನೆ=ಅರಮನೆ, ಒಳ್ಕೆಕೋಂಟೆ.
ಉಚಿತಾಕ್ಷರಾಗಮಕ್ಕೆ: ಮಾವು+ಕಾಯಿ=ಮಾಂಗಾಯಿ, ದಾವು+ಗುಡಿ=ದಾಂಗುಡಿ, ಆವು+ಕೊಳ್ಂ=ಅಂಗೊಳ್ಗಂ.
ಲೋಪವಿಲ್ಲದೆ ಉಚಿತಾಕ್ಷರಾಗಮಕ್ಕೆ: ನಟ್ಟಿವನೆ (ನಟ್ಟು+ಮನೆ. ಇಲ್ಲಿ ಎಕಾರ ಉಚಿತವು).
ಕೆಳಗೆಂಬುದರ ಆದೇಶಕ್ಕೆ: ಕಿಱ್ಕೊಂಬು, ಕಿಱ್ಬಿವಲ್; ಕಿನ್ನೀರ್, ಕಿನ್ನೆಲಂ.

**92.** ಕರ್ಮಧಾರಯಕ್ಕೂ, ದ್ವಿಗುವಿಗೂ, ದ್ವಂದ್ವಕ್ಕೂ, ಕ್ರಿಯಾಸಮಾಸಕ್ಕೂ ಪೂರ್ವಪದದ ಕಡೆ ಅಕರಕ್ಕೆ ಲೋಪವಾಗುವದು.

ಕರ್ಮಧಾರಯ, determinative compounds etc.

ಪ್ರಯೋಗ:

ಕರ್ಮಧಾರಯಕ್ಕೆ: ಬಡವು+ನಡು=ಬಡನಡು. ಎಲ್ಲಾ ಗುಣ ವಾಚಿಗಳಲ್ಲಿಯೂ ಹೀಗೆಯೇ ವರ್ತಿಸುವದು.

ದ್ವಿಗುವಿಗೆ: ಪಲವು+ದಿವಸಂ=ಪಲದಿವಸಂ, ಕೆಲವು+ವರುಷಂ=ಕೆಲವರುಷಂ.

ದ್ವಂದ್ವಕ್ಕೆ: ತಮ್ಮ ತಮ್ಮ ರಾಜ್ಯಂ=ತಂತಮ್ಮರಾಜ್ಯಂ.

ಕ್ರಿಯಾಸಮಾಸಕ್ಕೆ: ಪೋಗಃ+ತಂದಂ—ಪೋತಂದಂ, ಕೆಳಗಃ+ಸಾರ್ದಂ=ಕೆಳಸಾರ್ದಂ, ಎಯ್ತಂದಂ, ಏತರ್ಕೆ+ಬಂದಂ=ಏವಂದಂ, ಏವೋದಂ, ಏನಂ+ಪೇೞ್ವೆಂ=ಏವೇೞ್ವೆಂ.

**93.** ಕರ್ಮಧಾರಯದಲ್ಲಿ ಎಲ್ಲಿಯಾದರೂ ಮಧ್ಯದಲ್ಲಿ ಅಕಾರವಾಗುವದು; ಕೆಲವೆಡೆಯಲ್ಲಿ ಮಧ್ಯ ಪದಕ್ಕೆ ಲೋಪವಾಗುವದು.

ಪ್ರಯೋಗ:

ಅತ್ವಕ್ಕೆ: ಬಟ್ಟಿತ್ತು+ತೊಡೆ=ಬಟ್ಟದೊಡೆ, ಬೆಟ್ಟಿತ್ತು+ಬೇಸಿಗೆ=ಬೆಟ್ಟಬೇಸಿಗೆ.

ಮಧ್ಯಪದಲೋಪಕ್ಕೆ: ಅಲರಂತಪ್ಪ+ಕಣ್=ಅಲರ್ಗಣ್, ಪೆಱಿನೊಸಲ್.

**94.** ಪರಪದವು ವಿಶೇಷ್ಯವಾಗಿದ್ದರೆ, ಪೂರ್ವಪದದ ಉಪಾಂತಸ್ವರಕ್ಕೆ ಲೋಪ ಸಂಧಿಸುವದು; ಪದಾದಿಯ ಇಕಾರಕ್ಕೆ ಬಹುಳದಿಂದ ಎಕಾರದ ವಿಧಿ ಬರುವದು.

ಪ್ರಯೋಗ:

ಉಪಾಂತಸ್ವರದ ಲೋಪಕ್ಕೆ: ತೆಳಿತ್ತು+ಬಸುಱಿ್=ತೆಳ್ವಸುಱಿ್, ಒಳ್ನುಡಿ, ಬಲ್ಕುಗುಳ್, ಮೆಲ್ಲಡಿ.

ಎತ್ವಕ್ಕೆ: ಪಿರಿದು+ಮರಂ=ಪೆರ್ಮರಂ, ಬೆಳ್ದಿಂಗಳ್, ಬೆಳ್ಮುಗಿಲ್.
ಬಹುಳಕ್ಕೆ: ಬಿಣಿತು+ಕೊನೆ=ಬಿಣ್ಗೊನೆ, ಬಿಣ್ಪೊಡೆ, ಇ
ಮ್ಮಾವು.

**95.** ಸ್ವರ ಪರವಾದರೆ, ಪದಾದಿಯ ಹ್ರಸ್ವಕ್ಕೆ ದೀರ್ಘವಾಗುವದು. ಪೂರ್ವಪದಾಂತದಲ್ಲಿ ಣ ಟ ಳ ನ ತ ಎಂಬೀ ಅಕ್ಷರಗಳು ಇರಲಾಗಿ, ದ್ವಿತ್ವವಾಗುವವು.

## ಪ್ರಯೋಗ:

ದೀರ್ಘಕ್ಕೆ: ಪಿರಿದು+ಆನೆ=ಪೇರಾನೆ, ಪೇರಡವಿ, ಪೇರೊಕ್ಕಲ್, ಈರೈದು, ಈರೊತ್ತೆ. ಬಹಳವಾಗಿ ವ್ಯಂಜನ ಪರವಾದಲ್ಲಿಯೂ ದೀರ್ಘ
ವಾಯಿತು: ಇನಿದು+ಸ್ವರಂ=ಇಂಚರಂ=ಈಂಚರಂ, ಈಂಬುಳಿ, ಈಂಗ
ಡಲ್, ಈಂದುಟಿ.

ದ್ವಿತ್ವಕ್ಕೆ: ನುಣಿತು+ಅರಸಿನಂ=ನುಣ್ಣಾರಿಸಿನಂ, ತಣ್ಣೆಲರ್, ಕಟ್ಟಾಯಂ, ನಿಟ್ಟೆಸಳ್, ಬೆಳ್ಳಾನೆ, ಒಳ್ಳುಣಿಸು, ಬೆಳ್ಳಾಳ್, ಕುತ್ತಗಿ, ಕುತ್ತೆಸಳ್.

**96.** ಸ್ವರಪರವಾದರೆ, ಕಡಿದು ನಿಡಿದು ನಡು ಎಂಬಿವುಗಳ ಡಕಾರಕ್ಕೆ ಟಕಾರವಾಗುವದು; ಕಿಱಿದೆಂಬ ಱಿಕಾರಕ್ಕೂ, ಕುಱು (ಸಣ್ಣ) ಎಂಬ ಱಿಕಾರಕ್ಕೂ, ವ್ಯಂಜನ ತಕಾರವಾಗುವದು; ವ್ಯಂಜನ ಪರವಾದಲ್ಲಿ, ಇವಕ್ಕೆ ಉಕಾರವಾಗುವದು.

**Letters changed in ಕಡಿದು etc.**

## ಪ್ರಯೋಗ:

ಟಕಾರಕ್ಕೆ: ಕಡಿದು+ಆಳ್=ಕಟ್ಟಾಳ್, ನಿಡಿದು+ಅಡಕಿಲ್=ನಿಟ್ಟಡಕಿಲ್, ನಡು+ಇರುಳ್=ನಟ್ಟಿರುಳ್.

ತಕಾರಕ್ಕೆ: ಕಿಱಿ+ಅಡಿ=ಕಿತ್ತಡಿ, ಕಿಱಿ+ಎಸಳ್=ಕಿತ್ತೆಸಳ್. ಕುಱು+ಅಡಿ=ಕುತ್ತಡಿ.

ಉತ್ವಕ್ಕೆ: ಕಡಿದು+ಕುದುರೆ=ಕಡುಗುದುರೆ, ನಿಡಿದು+ಪಯಣಂ=ನಿಡುವಯಣಂ, ಕಿಱಿ+ಕೂಸು=ಕಿಱುಗೂಸು, ಕುಱುದಡಿ.

**97.** ಪಚ್ಚನೆ ಕೆಚ್ಚನೆ ಬೆಚ್ಚನೆ ಎಂಬೀ ಶಬ್ದಗಳಿಗೆ ಸಮಾಸದಲ್ಲಿ ಅವುಗಳ ಚಕಾರಕ್ಕೆ ಮ್ಕಾರವಾಗುವದು; ಕೆಚ್ಚನೆಯಾದಿಯ ಕಕಾರಕ್ಕೆ ಒಮ್ಮೆ ಚಕಾರವಾಗುವದು; ಈ ಶಬ್ದಗಳ ಕಡೆಯ ಮಕಾರಕ್ಕೆ ಸುಕಾರವು, ಆದಿಯ ಎತ್ವಕ್ಕೆ ಇತ್ವವು ಆಗುವವು.

**Changes in ಪಚ್ಚನೆ etc.**

ಪ್ರಯೋಗ:

ಮಕಾರಕ್ಕೆ: ಪಂದಳಿರ್, ಪಂದೊವಲ್, ಕೆಂಗರಿ, ಕೆಂಬಿಸಿಲ್, ಕೆಂಬಟ್ಟೆ, ಕೆವಿಣ್ಣನ, ಬೆಂಬೂದಿ, ಬೆಂಗದಿರ್.

ಚಕಾರಕ್ಕೆ: ಚೆಂಬೊನ್ನು, ಚೆಂದೆಂಗು, ಚೆಂಗಣಿಗಿಲೆ, ಚೆನ್ನೆಯ್ದಿಲ್.

ಇತ್ವದ ಕೂಡೆ ಸುಕಾರಕ್ಕೆ: ಕಿಸುಸಂಜೆ, ಕಿಸುಗಲ್, ಕಿಸುವೊನಲ್, ಬಿಸುಗದಿರ್, ಬಿಸುಗಾಳಿ, ಬಿಸುನೆತ್ತರ್.

ಪಚ್ಚನೆ ಎಂಬುವದಕ್ಕೆ ಆದಿ ಇತ್ವವಿಲ್ಲವಾದ್ದರಿಂದ ಪಸುಂಗಱಿ, ಪಸುವಂದರವೆಂದಾಯ್ತು.

ಸ್ವರ ಪರವಾದರೆ: ಪಚ್ಚಿಲೆ, ಪಚ್ಚಡಿಕೆ, ಕೆಚ್ಚನೆ ಎಂಬುವದಕ್ಕೆ ಕೇಸ ಎಂದಾಗುವದು: ಕೇಸಕ್ಕಿ, ಕೇಸುರಿ, ಕೇಸಡಿ.

**98.** ಸಮಾಸದಲ್ಲಿ ವ್ಯಂಜನ ಪರವಾದರೆ ಪೂರ್ವಪದದ ಕಡೆಯಲ್ಲಿರುವ ಡಕಾರಕ್ಕೆ ಟಕಾರವೂ ಱಕಾರಕ್ಕೆ ರೇಫವೂ ಆಗುವವು; ಬಹುಳವಾಗಿ ಅಸಮಾಸದಲ್ಲಿಯೂ ಹಾಗೆಯೇ ಆಗುವವು.

**ಡ, ಱ changed into ಟ and ರ.**

ಪ್ರಯೋಗ:

ಟಕಾರಕ್ಕೆ: ಕಾಡು+ಕಿಚ್ಚು=ಕಾಟ್ಕಿಚ್ಚು, ಎರಡು+ಮಾತು=ಎರಟ್ಮಾತು.

ರೇಫಕ್ಕೆ: ಕೆಸಱ್+ಮಲ್ಲಿಗೆ=ಕೆಸರ್ಮಲ್ಲಿಗೆ, ಬೇಸರ್ನುಡಿ.

ಅಸಮಾಸದ ಟಕಾರಕ್ಕೆ: ನೋಟ್ಪಿಂ, ಮಾಟ್ಪಿಂ, ಬೇಟ್ಪಿಂ, ಬಿಸುಟ್ಪಿಂ.

" ರೇಫೆಗೆ: ಕೆಸರ್ಮಸಗಿದುದು, ಏರ್ಮಾಣ್ದುದು.

99. ಕಿಱಿದಕ್ಕೆ ಕುಱು ಎಂದೂ, ಬೆಟ್ಟತು ಎಂಬುವದಕ್ಕೆ ಬಿಱು ಎಂದೂ, ಕೊಂಕು ಎಂಬುವದಕ್ಕೆ ಕುಡು ಎಂದೂ ಆದೇಶವಾಗುವವು. ಸಮಾಸದಲ್ಲಿಯೂ ಸಮಾಸವಲ್ಲದಲ್ಲಿಯೂ ರೇಫೆ ಧರಿಸಿದ ಅಕ್ಷರಕ್ಕೆ ದ್ವಿತ್ವವಾಗುವದು.

Changes in ಕಿಱಿದು etc.

ಪ್ರಯೋಗ:

ಸಮಾಸಕ್ಕೆ: ಕುಱುಗಿಡಂ, ಕುಱುದಡ್ಡಿ; ಬಿಱುಗಾಳಿ, ಬಿಱುವೊಯಲ್; ಕುಡುವೆಱಕೆ, ಕುಡುದಾಡೆ.

ದ್ವಿತ್ವಕ್ಕೆ: ನೀರ್ಗ್ಗಿೞ್ಚು, ಊರ್ವ್ವೇೞಲಿ, ಕಾರ್ಗ್ಗಾೞಲ್.

ಅಸಮಾಸಕ್ಕೆ: ಬೇರ್ಪ್ಪಱಿದುದು, ನೀರ್ತ್ತೞಿದುದು.

100. ಅನ್ಯೋನ್ಯವಾದ ಕ್ರಿಯೆಯಿಂದ ಯುದ್ಧ ಮಾಡುವಲ್ಲಿ ಬಹುವ್ರೀಹಿ ಆಗುವದು; ಅದರ ಮೊದಲ ಪದದ ಕಡಿಗೆ ಆತ್ವವೂ ಪರಪದದ ಕಡೆಗೆ ಇತ್ವವೂ ಆಗುವವು.

Possessive compounds denoting war etc.

ಪ್ರಯೋಗ:

ಖಡ್ಗಾಖಡ್ಗಿ, ಮುಷ್ಟಾಮುಷ್ಟಿ, ಹೊಲ್ಲಾಹೊಲ್ಲಿ, ದೆಖ್ಖಾದೆಖ್ಖಿ, ಧಳ್ಳಾಧಳ್ಳಿ, ಹಣಾಹಣಿ; ಘುಟ್ಟಾಘುಟ್ಟಿ, ಮಲ್ಲಾಮಲ್ಲಿ.

101. ಬಹುವ್ರೀಹಿಯ ಕಡೆಯೊಳಗೆ ಬಹಳವಾಗಿ ಅಕಾರವೂ, ಕೆಲವು ಸ್ಥಳಗಳಲ್ಲಿ ಇಕಾರವೂ ಆಗುವವು; ಪರದಲ್ಲಿ ಇಲ್ಲ ಎಂಬ ಶಬ್ದವಿದ್ದರೆ ಕಡೆ ಅಕ್ಷರಕ್ಕೆ ಲಿಕಾರವಾಗುವದು; ಪರದಲ್ಲಿ ಕೊಲ್ ಎಂದಿದ್ದರೆ ಕುಲಿ ಎಂದು ಆದೇಶವಾಗುವದು.

Other possessive compounds.

## ಪ್ರಯೋಗ:

ಅತ್ವಕ್ಕೆ: ಕುಡುವಿಲ್ಲಂ, ಬಲ್ದಲೆಯುಂ, ಕೇಸಡಿಯುಂ, ಬಟ್ಟದೊಡೆಯುಂ.

ಇತ್ವಕ್ಕೆ: ಕಡುಗೆಲಸಿ, ನಿಡುಮೂಗಿ.

ಲಕಾರಕ್ಕೆ: ಪಲ್ಲಿಲಿವಾಯ್, ಕೂರಿಲಿಕುಡುಗೋಲ್, ಬೆಳ್ಗಿಲಿಗಣ್, ನಾಣಿಲಿವೆಣ್.

ಕುಲಿ ಎಂಬದಕ್ಕೆ: ಮಿಾಂಗುಲಿ, ಅಱುಗುೞಿ, ಆನೆಗುೞಿ.

Numeral compounds.

**102.** ಒಂದೆಂಬುವದಕ್ಕೆ ಓರಾದೇಶವೂ, ಎರಡೆಂಬುವದಕ್ಕೆ ಇರಾದೇಶವೂ ದೊರೆಕೊಳ್ಳುವವು; ವ್ಯಂಜನ ಪರವಾದರೆ, ಮೂಱೆಂಬುದರ ಕಡೆಯಕ್ಕರಕ್ಕೆ ಲೋಪವಾಗುವದು; ಕವರ್ಗ ಪವರ್ಗಗಳು ಪರವಾದರೆ, ದ್ವಿತ್ವವೂ, ಮೊದಲಿಗೆ ಹ್ರಸ್ವವೂ, ಸ್ವರ ಪರವಾದರೆ, ಮೂಱೆಂಬುವದಕ್ಕೆ ಮುಯ್ಯಾದೇಶವೂ ಆಗುವವು; ನಾಲ್ಕೈದೆಂಬಿವುಗಳ ಕಡೆಯಕ್ಕರಕ್ಕೆ ಲೋಪವೂ, ಆಱು ಎಂಬುವದರ ಆದಿಗೆ ಹ್ರಸ್ವವೂ, ಏೞು ಎಂಬುವದಕ್ಕೆ ಏೞ್ ಎಂದಾದೇಶವೂ, ಆಗುವವು; ಎಂಟರ ಕಡೆಗೆ ಲೋಪವೂ, ಒಂಬತ್ತಕ್ಕೆ ಪತ್ತೆಂಬುದು ಪರವಾದರೆ ತೊಮ್ ಎಂಬಾ ದೇಶವೂ, ಅದಕ್ಕೆ ಪರದಲ್ಲಿ ನೂರಾಗಲಿ ಸಾವಿರವಾಗಲಿ ಬಂದರೆ ತೊಂಬಯ್ ಎಂದೂ, ಸಾಸಿರಂ ಪರದೊಳಿರಲಾಗಿ, ಪತ್ತಕ್ಕೆ ಪಯಿನೆಂದಾದೇಶವೂ, ನೂರಕ್ಕೂ ಸಾಸಿರಕ್ಕೂ ಸ್ವರ ವ್ಯಂಜನವೆನ್ನದೆ ಯಾವವು ಪರವಾದರೂ, ಅಂತ್ಯ ಲೋಪವಾಗುವವು; ಪತ್ತೆಂಬುದಕ್ಕೆ ಒಂದೆರಡೆಂಬುದು ಪರವಾದರೆ, ಪನ್ ಎಂಬಾದೇಶವೂ, ಅದಕ್ಕೆ ಮೂಱು ನಾಲ್ಕು ಪರವಾದರೆ ಪದಿ ಎಂಬಾದೇಶವೂ, ಅದಕ್ಕೆ ಸ್ವರ ಪರವಾದರೆ ಮುಂದೆಲ್ಲ ನಕಾರಾಗಮವೂ ಆಗುವವು.

ಪ್ರಯೋಗ:

ಒಂದಕ್ಕೆ: ಓರ್ನುಡಿ, ಓರ್ಪಾಸಱ್; ಎರಡಕ್ಕೆ: ಇರ್ಕಟ್ಟು, ಇರ್ತಡಿ.

ಮೂಱಕ್ಕೆ: ಮೂವೆಸಳ್; ಮೂಗಾವುದಂ; ಮುಕ್ಕುಪ್ಪೆ, ಮುಪ್ಪೊೞಲ್, ಮುಮ್ಮಾರ್, ಮುಚ್ಟೋಟು, ಮುಯ್ಯಾಡಿ, ಮುಯ್ಯೇಱ್.

ನಾಲ್ಕೈದಕ್ಕೆ: ನಾಲ್ವಡಿ, ನಾಲ್ವೆರಲ್; ಐಸಾಸಿರಂ, ಐವೊಗಂ.

ಆಱೇೞಕ್ಕೆ: ಅಱುವತ್ತು, ಅಱುನೂಱು, ಅಱುದಿಂಗಳ್, ಏೞ್ಪತ್ತು, ಏೞ್ಕಡಲ್.

ಎಂಟಕ್ಕೆ: ಎಣ್ಟೆಸೆ, ಎಣ್ಬತ್ತು, ಎಣ್ಛಾಸಿರಂ.

ಒಂಬತ್ತಕ್ಕೆ: ತೊಂಬತ್ತು, ಒಂಬಯ್ನೂಱು, ತೊಂಬತ್ತೊಂಬಯ್ಸಾಸಿರಂ.

ಹತ್ತಕ್ಕೆ: ಪಯಿಂಛಾಸಿರಂ, ಪನ್ನೊಂದು, ಪನ್ನೆರಡು, ಪದಿಮೂರು, ಪದಿನಾಲ್ಕು, ಪದಿನೆಂಟು.

ನೂರ್ಸಾಸಿರಕ್ಕೆ: ನೂರ್ಮಡಿ, ನೂರ್ಮಾತು, ಸಾಸಿರ್ವನಿತೆಯರ್, ಸಾಸಿರ್ವರ್, ನೂರ್ಛಾಸಿರಂ, ಸಾಸಿರ್ಮಡಿ.

**103.** ಅತಿಶಯತರಾರ್ಥವನ್ನು ನುಡಿಯುವ ವೀಪ್ಸಾ ಸಮಾಸದಲ್ಲಿ ಪೂರ್ವಪದಗಳಾದ ಅವ್ಯಯಗಳಿಗೂ, ಅನುಕೃತಿ ಪದಗಳಿಗೂ ಕಡೆಯಕ್ಷರಕ್ಕೆ ಲೋಪ ಸಂಧಿಸುವದು; ಅವ್ಯಯ ಅನುಕರಗಳಲ್ಲದ ಕೆಲವು ಪದಗಳಲ್ಲಿ ಲಕಾರವೂ, ಕಡೆ ಎಂಬುವದರ ಡಕಾರಕ್ಕೆ ಟಕಾರವೂ, ಆಗುವವು.

**Repetition compounds.**

ಪ್ರಯೋಗ:

ಅವ್ಯಯ ಪದಾಂತ ಲೋಪಕ್ಕೆ: ಕಮ್ಮಕಮ್ಮನೆ, ತಣ್ಣತಣ್ಣನೆ, ಸಪ್ಪಸಪ್ಪನೆ.

ಅನುಕರಣಾಂತ ಲೋಪಕ್ಕೆ: ತಟಿತಟಿನೆ, ಗಟಿಗಟಿನೆ, ಚಳಿಚಳಿನೆ.

ಅತ್ವಂಬೆರಸು ಟಕಾರಕ್ಕೆ: ನಟ್ಟನಡು, ಕಟ್ಟಕಡೆ.

**104.** ವಿಶೇಷಿಸಿ ನುಡಿಯುವ ಸ್ಥಳದಲ್ಲಿ ತುದಿ ಮೊದಲ್ ಎಂಬಿವರ ದಕಾರಕ್ಕೆ ದ್ವಿತ್ವವಾದ ತಕಾರಾದೇಶವೂ, ಮೊದಲ್ ಎಂಬದರ ಲಕಾರಕ್ಕೆ ಲೋಪವೂ ಆಗುವವು.

Changes of ತುದಿ etc in compounds.

ಪ್ರಯೋಗ:

ತುತ್ತತುದಿ, ಮೊತ್ತಮೊದಲ್.

**105.** ದೂರದಲ್ಲಿಯೂ, ಆಭೀಕ್ಷ್ಣದಲ್ಲಿಯೂ, ವೀಪ್ಸೆಯಲ್ಲಿಯೂ, ಅನುಕರಣದಲ್ಲಿಯೂ, ಕ್ರಿಯೆಯನ್ನು ಅಭಿಮುಖವಾಗಿ ತೆಗೆದುಕೊಳ್ಳುವ ಎಡೆಯಲ್ಲಿಯೂ, ಸಮೀಪದಲ್ಲಿಯೂ, ಚಪಳತೆಯಲ್ಲಿಯೂ, ಪದಗಳನ್ನು ಎರಡು ಸೂಳು ಉಚ್ಚರಿಸುವದು ಶ್ರೇಷ್ಠವಾದದ್ದು.

Uses of repetition compounds.

ಪ್ರಯೋಗ:

ದೂರಕ್ಕೆ: ಆತೋರ್ಪ್ರುದಾತೋರ್ಪ್ರುದೆ ಬಾನೊಳ್.

ಆಭೀಕ್ಷ್ಣಕ್ಕೆ (ಬಾರಿಬಾರಿಗೂ) : ಗಿಳಿಯೊಡನೋದಿಯೋದಿ, ಹಂಸಮಂಚಳಿಯೊಡನಾಡಿಯಾಡಿ, ನಡೆನೋಡಿನೋಡಿ.

ವೀಪ್ಸೆಗೆ: ಊರೂರೊಳ್ಕೇರಿಕೇರಿಯೊಳ್ಮನೆಮನೆಯೊಳ್.

ಅನುಕರಣಕ್ಕೆ: ಫುಲ್ಫುಲ್ಲೆನೆ, ಭೋಭೋರ್ಗರೆನೆ.

ಕ್ರಿಯಾಸಮಭಿಹಾರಕ್ಕೆ: ನಡೆನಡೆಯೆಂದು ನಡೆದರ್, ಇದಿರ್ಚಿದಿರ್ಚು.

ಸಮೀಪಕ್ಕೆ: ಇದೆಇದೆಸಾರ್ಕೆಸಾರ್ಕೆ ಗಣಿಕಾಳಿ ಪೇಟ್ದಿಮುಹೂರ್ತಂ.

ಚಪಳತೆಗೆ: ಒಪ್ಪಿಸೊಪ್ಪಿಸು, ಅಣ್ಕಣ್ಕು, ಕುಡುಕುಡು ಎಂದು ಕೊಟ್ಟರ್. ಇವುಗಳಿಗೆಲ್ಲ ತ್ರಿ ಪ್ರಯೋಗ (3 ಸೂಳು ಉಚ್ಚರಿಸುವದು) ಒಳವು. ಬಳೆಗಳ್ ಫುಲ್ಫುಲ್ಫುಲ್ಲೆನೆ, ಒಡ್ಡೊಡ್ಡೊಡ್ಡೆನುತೊಡ್ಡಿ ಪೊಯ್ದಳ್.

## V. ತದ್ಧಿತಪ್ರಕರಣ. Derivative Words.

### ತದ್ಧಿತಪ್ರತ್ಯಯಗಳ ವಿವರವು.

The affix ಇಗ.

**106.** ಮಾಡುವನು, ಮಾರುವನು, ನಿಯೋಗಿ, ಅನೃತ, ಅರಿಯುವದು, ಋಣ, ಆಚರಣ, ಶಿಲ್ಪ, ಮೂಲ. ಈ 9 ಅರ್ಥಗಳಲ್ಲಿ "ಇಗ" ಪ್ರತ್ಯಯ ಬರುವದು.

ಪ್ರಯೋಗ:

ಮಾಡುವನಿಗೆ: ಕಬ್ಬಿಗಂ, ಸರವಂದಿಗಂ, ತೋಂಟಿಗಂ.
ಮಾರುವನಿಗೆ: ಗಂದಿಗಂ, ದೂಸಿಗಂ, ತಂಬುಲಿಗಂ.
ನಿಯೋಗಕ್ಕೆ: ಅಡಪಿಗಂ, ಚಾಮರಿಗಂ, ಕರಹಟ್ಟಿಗಂ.
ಅನೃತಕ್ಕೆ: ಅಟಮಟಿಗಂ, ಮಾಳಿಗಂ, ಪುಸಿಗಂ.
ಅರಿತಕ್ಕೆ: ಜೋಯಿಸಿಗಂ, ಲೆಕ್ಕಿಗಂ, ಪೊಲಂಬಿಗಂ.
ಋಣಕ್ಕೆ: ಸಾಲಿಗಂ, ಹಂಗಿಗಂ.
ಆಚರಣಕ್ಕೆ: ದೇಗುಲಿಗಂ, ಅಕ್ಕಡಿಗಂ, ಛಾಂದಸಿಗಂ.
ಶಿಲ್ಪಕ್ಕೆ: ಚಿಪ್ಪಿಗಂ.
ಮೂಲಕ್ಕೆ: ಮೂಲಿಗಂ.

The affixes ವಳ, ಆಯ್ತ etc.

**107.** ಇವನು ಈ ಪ್ರಯೋಜನವನ್ನು ನಡಿಸುವಾತನು ಎಂಬಲ್ಲಿ "ವಳ, ವಳ್ಳ, ಆಯ್ತ" ಪ್ರತ್ಯಯಗಳು ಆಗುವವು; ಇವನು ಇದನ್ನು ಇಕ್ಕುವನು ಎಂಬಲ್ಲಿ "ವಡಿಗ" ಪ್ರತ್ಯಯ ಹತ್ತುವದು.

ಪ್ರಯೋಗ:

ವಳಪ್ರತ್ಯಯಕ್ಕೆ: ಮಡಿವಳಂ, ಪಡೆವಳಂ, ಸೆಜ್ಜೆವಳಂ.
ವಳ್ಳಪ್ರತ್ಯಯಕ್ಕೆ: ಅಡಪವಳ್ಳಂ, ಮಾಸವಳ್ಳಂ, ಮಡಿವಳ್ಳಂ.
ಆಯ್ತಕ್ಕೆ: ಕಲ್ಲಾಯ್ತರ್, ಕಡಂಗಾಯ್ತರ್, ಸೂಟಿಯಾಯ್ತರ್.
ವಡಿಗಕ್ಕೆ: ಪೂವಡಿಗಂ, ಕುಂಚವಡಿಗಂ, ಪುಲ್ಲವಡಿಗಂ.

**108.** ಇದರಲ್ಲಿ ಇವನು ವ್ಯವಹರಿಸುವನೆಂಬಲ್ಲಿ "ಕಾಱ" ಪ್ರತ್ಯಯವೂ, ಇದನ್ನು ಈತನು ಮಾಡುವನೆಂಬಲ್ಲಿ "ಗಾಱ" ಪ್ರತ್ಯಯವೂ ಬರುವವು; ಕಮ್ಮ, ಕುಂಬ ಎಂಬ ಶಬ್ದಗಳು ಪೂರ್ವದಲ್ಲಿದ್ದರೆ ಗಾಱ ಪ್ರತ್ಯಯದ ಗಕಾರಕ್ಕೆ ಲೋಪ ಬರುವದು. ಮುಂದೆ ಗಾಱ ಪ್ರತ್ಯಯ ಇರಲಾಗಿ, ಪೂರ್ವದ ಉದಂತಕ್ಕೆ ಬಿಂದುವೂ ಅಕಾರವೂ ಸಲ್ಲುವವು.

The affixes ಕಾಱ and ಗಾಱ.

ಪ್ರಯೋಗ:

ಕಾಱಕ್ಕೆ: ನಡೆವಳಿಕಾಱಂ, ಇಚ್ಚೆಕಾಱಂ, ಬೇಹುಕಾಱಂ.
ಗಾಱಕ್ಕೆ: ಮಾಲೆಗಾಱಂ, ಬಳೆಗಾಱಂ, ಮಣಿಗಾಱಂ.
ಗಕಾರಲೋಪಕ್ಕೆ: ಕಮ್ಮಱಂ, ಕುಂಬಱಂ.
ಬಿಂದುವಿಗೆ: ಪಾಡುಂಗಾಱಂ, ಓದುಂಗಾಱಂ.
ಅಕಾರಕ್ಕೆ: ಕಂಚಗಾಱಂ.

**109.** ಇದರೊಳಗೆ ಇವನು ಹುಟ್ಟಿದನೆಂಬಲ್ಲಿ "ಇಚ"ಪ್ರತ್ಯಯವನ್ನು ಹೇಳುವರು; ಇಚಪ್ರತ್ಯಯ ಪರವಾದಾಗ ವಿಶೇಷವಾಗಿ ಪೂರ್ವಪದದ ಉಪಧೆಗೆ ಹ್ರಸ್ವ ಬರುವದು.

The affix ಇಚ.

ಪ್ರಯೋಗ:

ಇಚಪ್ರತ್ಯಯಕ್ಕೆ: ಅಲರಿಚಂ, ಪೊಱಲಿಚಂ.
ಉಪಧೆಯ ಹ್ರಸ್ವಕ್ಕೆ: ಕಾಲೂರ್ + ಇಚಂ = ಕಾಲುರಿಚಂ.

**110.** ಇವನು ಇದರಲ್ಲಿ ಘನವಾಗಿ ಪ್ರವರ್ತಿಸುವನು ಎಂಬರ್ಥದಲ್ಲಿ "ಗ, ಕುಟಿಗ" ಪ್ರತ್ಯಯಗಳು ಹತ್ತುವವು; ಇವನು ಇದರಲ್ಲಿ ಅನುಕೂಲವಾಗಿ ಬಾಳುವನು ಎಂಬಲ್ಲಿ "ಉಳಿಗ, ವಣಿಗ, ಆಯಿಲ" ಪ್ರತ್ಯಯಗಳು ಹತ್ತುವವು.

The affixes ಗ etc.

## ಪ್ರಯೋಗ:

ಗಪ್ರತ್ಯಯಕ್ಕೆ: ಮಾತುಗಂ, ಸಟೆಗಂ, ಬಿದಿಗಂ.
ಕುಟಿಗಪ್ರತ್ಯಯಕ್ಕೆ: ಕಲ್ಕುಟಿಗಂ, ನೀರ್ಕುಟಿಗಂ, ಮರಕುಟಿಗಂ.
ಉಳಿಗಪ್ರತ್ಯಯಕ್ಕೆ: ಮಣ್ಣುಳಿಗಂ, ದೇವುಳಿಗಂ.
ವಣಿಗಪ್ರತ್ಯಯಕ್ಕೆ: ಕೂರ್ಪ್ವಣಿಗಂ, ಸಾಲವಣಿಗಂ, ಲಂಚವಣಿಗಂ
ಆಯಿಲಪ್ರತ್ಯಯಕ್ಕೆ: ಗಾಣಾಯಿಲಂ, ಓಜಾಯಿಲಂ, ಕೋಟಾಯಿಲಂ, ಗೋಲಿಪ್ಪಾಯಿಲಂ, ಅಡ್ಡಾಯಿಲಂ.

111. ಯಾವದಾನೊಂದು ಶೀಲಗ್ರಹಣಾರ್ಥದಲ್ಲಿ ಪೂರ್ವದ ಬಿಂದುಗೂಡಿ "ಗುಳಿ"ಪ್ರತ್ಯಯವೂ, ಶೀಲಾದಿನಿಖಿಲಾರ್ಥಗಳಲ್ಲಿ "ಉಕ, ಕುಳಿ, ಆಳಿ, ಉಗ, ಇಕ"ಪ್ರತ್ಯಯಗಳೂ, ಅದರ ಅನುಕೂಲವರ್ತನದಲ್ಲಿ "ಅಡಿಗ"ಪ್ರತ್ಯಯವೂ, ಕೋಲು ಹಿಡಿದು ಆಡುವನು ದೀವಿಗೆ ಹಿಡಿಯುವನು ಎಲೆವರಿದಾಡುವನು ಎಂಬರ್ಥದಲ್ಲಿ "ಅಟಿಗ" ಪ್ರತ್ಯಯವೂ, ಇದನ್ನು ಹಿತದಿಂದ ಉಂಬನೆಂಬಲ್ಲಿ "ಉಣಿ"ಪ್ರತ್ಯಯವೂ ಬರುವವು.

The affixes ಗುಳಿ etc.

## ಪ್ರಯೋಗ:

ಗುಳಿಪ್ರತ್ಯಯಕ್ಕೆ: ಆಟಂಗುಳಿ, ಲಂಚಂಗುಳಿ, ಸಾಲಂಗುಳಿ.
ಉಕಕ್ಕೆ: ಕಟ್ಟುಕಂ, ಬಂದುಕಂ, ಕಾರುಕ.
ಕುಳಿಗೆ: ಆಡುಕುಳಿ, ಬೆಂಕುಳಿ.
ಆಳಿಗೆ: ಮಾತಾಳಿ, ಏಟಾಳಿ.
ಉಗಕ್ಕೆ: ಸಾರುಗಂ, ಬೇರುಗಂ, ಊರುಗಂ.
ಇಕಕ್ಕೆ: ಕರಿಕಂ, ರಸಿಕಂ, ಹಿಂಸಿಕಂ.
ಅಡಿಗಕ್ಕೆ: ದೇವಡಿಗಂ, ಹಾವಡಿಗಂ, ಪೂವಡಿಗಂ.
ಅಟಿಗಕ್ಕೆ: ಕೋಲ್ಲಟಿಗಂ, ದೀವಟಿಗಂ, ಮಾವಟಿಗಂ.
ಉಣಿಪ್ರತ್ಯಯಕ್ಕೆ: ಅಮುರ್ದುಣಿ, ತುಡುಗುಣಿ, ಕಳ್ಳುಣಿ.

112. ಯಾವದಾದರೊಂದು ಭಾವವನ್ನು ಹೊಂದಿರುವನೆಂಬಲ್ಲಿ "ಕ" ಪ್ರತ್ಯಯವೂ, ಇದರಲ್ಲಿ ಇವಂ ವರ್ತಿಪನೆಂಬಲ್ಲಿ "ಇಲ"ಪ್ರತ್ಯಯವೂ, ಇಲ್ಲಿ ಈ ವಸ್ತು ಉಂಟೆಂಬಲ್ಲಿ "ಉಳ್ಳ, ಒಡೆಯ, ವಂತ" ಎಂಬ ಪ್ರತ್ಯಯಗಳೂ, ಹತ್ತುವವು.

The affixes ಕ etc.

## ಪ್ರಯೋಗ:

ಕಪ್ರತ್ಯಯಕ್ಕೆ: ಬಡಕಂ, ನಿಡುಕಂ, ಒಣಕಂ, ಕಿಡುಕಂ.
ಇಲ " : ಪಚ್ಚೆಯಿಲಂ, (ಪಚ್ಚಾಯಿಲಂ), ಪಡೆಯಿಲಂ, ಗಾವಿಲಂ.
ಉಳ್ಳ " : ಧನಮುಳ್ಳಂ, ಓದುಳ್ಳಂ, ತೇಜಮುಳ್ಳಂ.
ಒಡೆಯ " : ಪೇರ್ಮೆಯೊಡೆಯಂ, ಜಾಣೊಡೆಯಂ, ಜಗದೊಡೆಯಂ.
ವಂತ " : ಸಿರಿವಂತಂ, ಜಯವಂತಂ, ಕಾಂತೆವಂತಂ.

113. ಚೇತನಭಾವಾರ್ಥದಲ್ಲಿ "ಇಕೆ, ತನ, ಉಮೆ" ಎಂಬ ಪ್ರತ್ಯಯಗಳೂ, ಮಿಕ್ಕ ಭಾವಾರ್ಥದಲ್ಲಿ "ಅಮೆ, ಗೆ, ಕೆ, ಪು, ಪಿ, ಉ" ಎಂಬ ಪ್ರತ್ಯಯಗಳೂ, ಬರುವವು; ಪು ಎಂಬ ಪ್ರತ್ಯಯವು ಪಿರಿದೆಂಬ ಪದಕ್ಕೆ ಪರವಾದಾಗ ಪಿರಿದೆಂಬ ರೇಫಕ್ಕೆ ಬಿಂದುವೂ ಆದ್ಯಕ್ಷರದ ಇಕಾರಕ್ಕೆ ಎತ್ವವೂ ಬರುವವು.

The affixes ಇಕೆ etc.

## ಪ್ರಯೋಗ:

ಇಕೆಪ್ರತ್ಯಯಕ್ಕೆ: ಉನ್ನತಿಕೆ, ಉದ್ಧತಿಕೆ, ಪನ್ನತಿಕೆ.
ತನ " : ಕಲಿತನಂ, ಆಳ್ತನಂ, ಮರುಳ್ತನಂ.
ಉಮೆ " : ತಕ್ಕುಮೆ, ಬಕ್ಕುಮೆ, ಅಕ್ಕುಮೆ.

ಅಮೆಪ್ರತ್ಯಯಕ್ಕೆ: ತಿರಮೆ, ಅಳ್ಕಮೆ.
ಗೆ ” : ಉಡುಗೆ, ಪಸುಗೆ, ಪತ್ತುಗೆ.
ಕೆ ” : ಕಾಣ್ಕೆ, ಪೂಣ್ಕೆ, ತೆರಳ್ಕೆ.
ಪು ” : ಪಡೆಪು, ಕಡುಪು, ಬಲ್ಪು, ಪೆಂಪು.
ಪಿ ” : ಕಲ್ಪಿ.
ಉ ” : ಉಗ್ಗು, ಸಿಗ್ಗು, ಕೆಂಚು, ಗುಜ್ಜು.

114. ಸ್ತ್ರೀ ವಿಷಯದಲ್ಲಿ ಶಬ್ದಗಳಿಗೆ “ಇತಿ, ತಿ, ಅಳ್, ಎ” ಎಂಬ ಪ್ರತ್ಯಯಗಳು ಪರವಾಗುವವು.

The affixes ಇತಿ etc.

ಪ್ರಯೋಗ:

ಇತಿಗೆ: ಚಾಮರಗಿತಿ, ಪಾರ್ವಿತಿ, ಅಕ್ಕಸಾಲಿತಿ, ಒಕ್ಕಲಿತಿ.
ತಿಗೆ: ಮಣಿಗಾರ್ತಿ, ಕುಂಚಗಾರ್ತಿ, ಪೊಲತಿ, ಗಾಡಿಗಾರ್ತಿ.
ಅಳ್‌ಗೆ: ಪೆಂಡಿಳ್, ಪಿರಿಯಳ್, ಕಮ್ಮಿದಳ್, ಕಿಱಿಯಳ್.
ಎತ್ವಕ್ಕೆ: ಜೋಡೆ, ಸಿತಗೆ, ಚದುರೆ, ಪಾಣ್ಬೆ.

115. ಹೋಲಿಸುವಲ್ಲಿ “ವೋಲ್, ವೊಲ್, ಅಂತೆ” ಎಂಬ ಪ್ರತ್ಯಯಗಳು ಸಲುವಳಿಯಾದವು; ಅಂತೆ ವೋಲೆಂಬೆರಡನ್ನು ಒಂದು ಮಾಡಿ ಹೇಳಿದರೂ, ಪುನರುಕ್ತಿ ದೋಷವಿಲ್ಲ; ಅದಂತಕ್ಕೆ ಮುಂದೆ ವಕಾರವು ಬಿಂದುವಿನ ಕೂಡಾ ಬಕಾರವಾಗುವದು.

Rule about ವೋಲ್ etc.

ಪ್ರಯೋಗ:

ಜಲನಿಧಿಯ ವೋಲ್ ಗಂಭೀರಂ, ಬಲಿಯ ವೊಲಧಿಕದಾನಿ, ಕರಿಯಂತೆ ಬಲಾಢ್ಯಂ, ಪರಾಕ್ರಮಿ ಸಿಂಹದಂತೆವೊಲ್.
ಬಿಂದು ಬೆರಸಿದ ಒಕಾರಕ್ಕೆ: ನರಂಬೋಲ್, ಚಂದ್ರಂಬೊಲ್.

7*

116. ಅನಿತಿನಿತೆನಿತೆಂಬ ಪ್ರಮಾಣಪೂರಣದಲ್ಲಿಯೂ, ಸಂಖ್ಯಾಪೂರಣದಲ್ಲಿಯೂ, "ಅನೆಯ" ಪ್ರತ್ಯಯ ಹತ್ತುವದು; ಎಣಿಸುವ ಸೂಳಿನಲ್ಲಿಯೂ, ಭಾವಾರ್ಥದಲ್ಲಿಯೂ, "ಮೆ" ಎಂಬ ಪ್ರತ್ಯಯ ಬರುವದು.

**Ordinal and multiplicative numbers.**

ಪ್ರಯೋಗ:

ಅನೆಯ ಪ್ರತ್ಯಯಕ್ಕೆ: ಅನಿತನೆಯಂ, ಇನಿತನೆಯಂ, ಎನಿತನೆಯಂ; ಮೂಱನೆಯಂ, ನೂಱನೆಯಂ, ಎರಡನೆಯಂ.

ಎಣಿಸುವಲ್ಲಿ ಮೆಗೆ: ಒರ್ಮೆ, ಇರ್ಮೆ, ಸಾಸಿರ್ಮೆ, ಪಲರ್ಮೆ.

ಭಾವಾರ್ಥದ ಮೆಗೆ: ಕೂರ್ಮೆ, ಪೇರ್ಮೆ, ಬಲ್ಮೆ, ಜಾಣ್ಮೆ.

## VI. ಆಖ್ಯಾತಪ್ರಕರಣ. Verbs.

117. ಕ್ರಿಯಾರ್ಥದ ಮೂಲವು ವಿಭಕ್ತಿ ರಹಿತವಾಗಿದ್ದರೆ "ಧಾತು"ವೆಂದು ವ್ಯವಹರಿಸುವದು. ಧಾತುಗಳ ಪ್ರತಿಷೇಧ ರೂಪಗಳನ್ನು ಕಳೆಯಲು ಧಾತುಸ್ವರೂಪವನ್ನು ಕಾಣ ಬಹುದು.

**The source of verbs.**

ಪ್ರಯೋಗ:

ಧಾತುನಿಶ್ಚಯಕ್ಕೆ: "ಮಾಡಿದಂ" ಎಂಬ ಕ್ರಿಯೆಗೆ ಪ್ರತಿಷೇಧ ರೂಪವು "ಮಾಡಂ" ಎಂದಿರುವದರಿಂದ ಇಲ್ಲಿ ಅಮ್ ಎಂಬ ವಿಭಕ್ತಿಯಂ ಕಳೆಯೆ "ಮಾಡು" ಎಂದೇ ನಿಲ್ವುದು.

ಈ ರೀತಿಯಾಗಿ, ಕೊಡು, ನೋಡು, ತೀಡು, ಕಾಡು, ಸುಡು ಮುಂತಾದವುಗಳನ್ನು ಅಱಿಯ ತಕ್ಕದ್ದು.

118. ಆಖ್ಯಾತದಲ್ಲಿ ವರ್ತಿಸುವ ಪ್ರಥಮ ಮಧ್ಯಮ ಉತ್ತಮ ಪುರುಷಗಳಿಗೆ ಅಮ್, ಅರ್, ಅಯ್, ಇರ್, ಎನ್, ಎವು ಎಂಬೀ 6 ವಿಭಕ್ತಿಗಳು ಏಕ ಬಹು ವಚನಗಳಲ್ಲಿ ಬೇರೆಬೇರೆ ಎರಡೆರಡೊಂದಾಗಿ ಹತ್ತುವವು.

Personal affixes.

## ಪ್ರಯೋಗ:

ಪ್ರಥಮಪುರುಷದ ಅಮ್‌ಗೆ: ನಡೆದಂ, ನುಡಿದಂ, ಎಸೆದಂ.
" ಅರ್‌ಗೆ: ನಡದರ್, ನುಡಿದರ್, ಎಸೆದರ.
ಮಧ್ಯಮಪುರುಷದ ಅಯ್‌ಗೆ: ನಡೆದಯ್,ಬಾಳ್ದಯ್,ಬಸೆದಯ್.
" ಇರ್‌ಗೆ: ನಡೆದಿರ್, ಬಾಳ್ದಿರ್, ಬಸೆದಿರ್.
ಉತ್ತಮಪುರುಷದ ಎನ್‌ಗೆ: ನಡೆದೆನ್, ಬಣ್ಣಿಸೆನ್.
" ಎವುಗೆ: ನಡೆದೆವು, ಬಣ್ಣಿಸೆವು.

119. ಗುಣವಚನದಲ್ಲಿಯೂ, ಸರ್ವನಾಮದಲ್ಲಿಯೂ, ಸಂಖ್ಯಾವಾಚಿಯಲ್ಲಿಯೂ, ಸಂಸ್ಕೃತಗುಣೋಕ್ತಿಗಳಲ್ಲಿಯೂ, ಆಖ್ಯಾತಪ್ರತ್ಯಯಗಳು ವರ್ತಿಸುವವು.— ಸಮುಚ್ಚಯದಿಂದ ಗುಣವಚನವಲ್ಲದಲ್ಲಿಯೂ ಈ ಪ್ರಯೋಗ ಉಂಟು. ಪುರುಷ ಸ್ತ್ರೀ ವಿಷಯದೊಳಗೆ ಬಹುವಚನದ ಗಳಾಗಮಕ್ಕೆ ಆದೇಶವಾಗಿ ಬಂದ ಅರ್ ಎಂಬುವದು ಮಧ್ಯಮಪುರುಷದ ಇರೆಂಬ ಆಖ್ಯಾತ ವಿಭಕ್ತಿಯ ಆದಿಯಲ್ಲಿಯೂ ಉತ್ತಮಪುರುಷದ ಎವು ಎಂಬ ಆಖ್ಯಾತ ವಿಭಕ್ತಿಯ ಆದಿಯಲ್ಲಿಯೂ ಕನ್ನಡದಲ್ಲಿ ವಿಕಲ್ಪದಿಂದ ಹತ್ತುವದು. ಆದರೆ ಸಂಸ್ಕೃತ ಗುಣವಚನದಲ್ಲಿ ಅದು ನಿತ್ಯ. ಏಕವಚನದಲ್ಲಿ ಉತ್ತಮ ಪುರುಷದ ಎನ್ ಎಂಬ ಆಖ್ಯಾತ ವಿಭಕ್ತಿಯ ಆದಿಗೆ ನತ್ವವಾಗುವದು. ಎವುವಿನ ಉಕಾರವು ಕೆಲವರಿಂದ ಬಿಂದುವಾಗುವದು.

Use of personal affixes.

## ಪ್ರಯೋಗ:

ಕನ್ನಡ ಗುಣವಚನಕ್ಕೆ: ಒಳ್ಳಿದಂ, ಒಳ್ಳಿದರ್; ಒಳ್ಳಿದಯ್, ಒಳ್ಳಿದಿರ್, ಒಳ್ಳಿದರಿರ್; ಒಳ್ಳಿದೆನ್, ಒಳ್ಳಿದೆವು, ಒಳ್ಳಿದೆರೆವು.

ಸಂಸ್ಕೃತ ಗುಣವಚನಕ್ಕೆ: ಉದ್ಧತಂ, ಉದ್ಧತರ್; ಉದ್ಧತಯ್, ಉದ್ಧತರಿರ್; ಉದ್ಧತನೆನ್, ಉದ್ಧತರೆವು.

ಸರ್ವನಾಮಕ್ಕೆ: ಪೆಱಿಂ, ಪೆಱರ್; ಪೆಱಿಯ್, ಪೆಱೀರ್, ಪೆಱಿರಿರ್; ಪೆಱೆನ್, ಪೆಱಿನೆನ್, ಪೆಱೆವು, ಪೆಱರೆವು.

ಸಂಖ್ಯೆಗೆ: ಒರ್ವಂ, ಒರ್ವರ್—ಇತ್ಯಾದಿ.

ಗುಣವಚನವಲ್ಲದಲ್ಲಿಯೂ ಈ ಪ್ರಯೋಗ ಉಂಟು: ಕವಿಕೇಶವನೆಂ, ಮಲ್ಲಿಕಾರ್ಜುನ ಸುತನೆಂ, ಬೆಂಡತಿಯೆಂ, ದೌಹಿತ್ರನೆಂ.

ಕನ್ನಡದಲ್ಲಿ ವಿಕಲ್ಪದ ಅರ್ಗೆ: ಕೂರಿದರಿರ್, ಕೂರಿದಿರ್.

ಸಂಸ್ಕೃತದಲ್ಲಿ ನಿತ್ಯ ಅರ್ಗೆ: ವೃದ್ಧರಿರ್, ಆಪ್ತರಿರ್, ನಯವಿದರೆವು.

ನತ್ವಕ್ಕೆ: ಪಿರಿಯನೆನ್, ಪೆಱಿನೆನ್, ಅತಿಚದುರನೆನ್.

ಎವುವಿನ ಬಿಂದುವಿಕಲ್ಪಕ್ಕೆ: ನೋಡುವೆವು=ನೋಡುವೆಂ, ಪಾಡುವೆವು=ಪಾಡುವೆಂ, ಪತ್ತುವೆನ್=ಪತ್ತುವೆಂ.

ಏಕವಚನದ ಎನ್‌ಗೂ, ಬಹುವಚನದ ಎವುವಿಗೂ ಬಂದ ಬಿಂದುವು ಏಕರೂಪವಾಗಿರುವದು; ಅದನ್ನು ಸಂದರ್ಭಾನುಸಾರವಾಗಿ ಅರಿಯತಕ್ಕದ್ದು.

**Affixes indicating the tenses.**

**120.** ದ, ದಪ, ವ ಎಂಬಿವು ಹೋದ ವರ್ತಿಸುವ ಬರುವ ಕಾಲತ್ರಯಗಳಿಗೆ ಸೂಚಕಗಳಾಗಿ ಪುರುಷತ್ರಯದ ವಿಭಕ್ತಿಯ ಮೊದಲಲ್ಲಿ ಹತ್ತುವವು; ಉಕಾರಾಂತಗಳಾದ ಧಾತುಗಳಲ್ಲಿ ದ, ದಪಗಳ ಆದಿಗೆ ಇಕಾರಾಗಮ ಬರುವದು; ಭವಿಷ್ಯಂತಿಯ ವಕಾರಕ್ಕೂ ಇ, ಎಕಾರಾಂತ

ವ್ಯಂಜನಾಂತ ಧಾತುಗಳಿಗೆ ದ, ದಪಗಳು ಪರವಾದಾಗಲೂ ಅದು ಬರುವದಿಲ್ಲ; ದಪಕಾರಕ್ಕೆ ವಿಕಲ್ಪದಿಂದ ದ್ವಿತ್ವವಾಗುವದು; ನೋ, ಬೇ ಧಾತುಗಳಿಗೆ ದಪ ಪರವಾದಾಗ ಆ ಧಾತುಗಳು ಹ್ರಸ್ವವಾಗುವವು.

ಪ್ರಯೋಗ:

ದಕಾರಕ್ಕೆ: ಪಡೆದಂ, ಗೆಲ್ದಂ, ಇಡಿದಂ.

ದಪಕ್ಕೆ: ಎತ್ತಿದಪಂ, ತಂದಪಂ, ಮಾಡಿದಪಂ.

ವಕಾರಕ್ಕೆ: ಕುಡುವಂ, ಇಡುವಂ, ಪಿಡಿವಂ.

ಇಕಾರಾಗಮಕ್ಕೆ: ನೋಡಿದಂ, ಬೇಡಿದಂ.

ಇಕಾರಾಗಮವಿಲ್ಲದ್ದಕ್ಕೆ: ಬರಿವಂ, ಸಿಡಿದಂ, ಸಿಡಿದಪಂ, ಪಡೆದಂ, ಪಡೆದಪಂ, ಕಲಿಲ್ದಂ, ಕಲಿಲ್ದಪಂ.

ದ್ವಿತ್ವಕ್ಕೆ: ಕರೆದಪ್ಪಂ, ಬಂದಪ್ಪಂ.

ಹ್ರಸ್ವಕ್ಕೆ: ನೊಂದಂ, ನೊಂದಪಂ, ಬೆಂದಂ, ಬೆಂದಪಂ.

The affixes ಉದು and ಉವು.

121. ಪ್ರಥಮಪುರುಷದ ಏಕವಚನ ಬಹುವಚನಗಳಿಗೆ ನಪುಂಸಕಲಿಂಗದಲ್ಲಿ "ಉದು, ಉವು" ಎಂದು ಆದೇಶವಾಗುವವು. ಭಾವಾರ್ಥದಲ್ಲಿಯೂ ವಿಧ್ಯರ್ಥದಲ್ಲಿಯೂ "ಉದು" ಬರುವದು.

ಪ್ರಯೋಗ:

ಉದುವಿಗೆ: ಬರೆದುದು, ನೆರೆದುದು.

ಉವುವಿಗೆ: ನಿಮಿರ್ದುವು, ಸಿಲ್ಕಿದುವು.

ಭಾವಾರ್ಥಕ್ಕೆ: ಈವುದು, ಕೂರ್ಪುದು.

ವಿಧ್ಯರ್ಥಕ್ಕೆ: ರಕ್ಷಿಪುದೆನ್ನಂ, ಅವಧರಿಪುದು ಬಿನ್ನಪಮಂ.

122. ನಪುಂಸಕಲಿಂಗದ ಏಕವಚನಕ್ಕೆ ಇತು, ಇತ್ತು, ಅತ್ತು ಎಂದು ಆಗುವವು; ಅತ್ತು ಎಂಬುವದು ಬಂದರೆ, ದತ್ವ ನಿತ್ಯ ಬರುವದು.

**Affixes for the neuter singular.**

ಪ್ರಯೋಗ:

ಇತುಗೆ: ಮುಟ್ಟಿತು, ಪೊಟ್ಟಿತು.
ಇತ್ತುಗೆ: ಓಡಿತ್ತು, ಅಲ್ಲಾಡಿತ್ತು.
ಅತ್ತುಗೆ: ಇರ್ದತ್ತು, ಪಸರಿಸಿದತ್ತು, ಪೋದತ್ತು.

123. ಭೂತಕಾಲವೆನ್ನದೆ ಲಿಂಗತ್ರಯವೆನ್ನದೆ ವಚನತ್ರಯವೆನ್ನದೆ ವರ್ತಮಾನ ಭವಿಷ್ಯತ್ಕಾಲಗಳಿಗೆ ಆದ ಗುಂ ಕುಂ ಎಂಬಿವು ಪ್ರಥಮಪುರುಷದಲ್ಲಿ ಸಲ್ಲುವವು; ಇಸುಪ್ರತ್ಯಯದ ಸುಕಾರಕ್ಕೆ ಕುಂ ಪರವಾದರೆ, ಆ ಸುಕಾರವು ಲೋಪವಾಗುವದು. ಕೆಲವರು ಕುಮಿಗೆ ದ್ವಿತ್ವವನ್ನು ಹೇಳುವರು; ಶ್ರಾವ್ಯವಾಗದಲ್ಲಿ, ಅದು ಸಲ್ಲದು.

**Use of the affixes ಗುಂ and ಕುಂ.**

ಪ್ರಯೋಗ:

ಭೂತಕಾಲಕ್ಕೆ: ಅಂದು ಮಾಡುಗುಂ.
ವರ್ತಮಾನಕ್ಕೆ: ಇಂದು ಅವರ್ ಮಾಡುಗುಂ.
ಭವಿಷ್ಯತ್ಕಾಲಕ್ಕೆ: ಎಂದು ಅವರ್ ಮಾಡುಗುಂ, ನಾಳೆ ಅವಂ ಕಾದುಗುಂ.
ಲಿಂಗತ್ರಯಕ್ಕೆ: ಆಕೆ ಬಿಸುಸುಯ್ಗುಂ, ಅವಂ ನುಡಿಗುಂ, ಕೋಗಿಲೆ ಯುಲಿಗುಂ.
ವಚನತ್ರಯಕ್ಕೆ: ಈರ್ವರು ನುಡಿಗುಂ, ಮೂವರು ಪೇಳ್ಗುಂ; ಕುಂ ಎಂಬುದೂ ಅದರಂತೆ ಸಲ್ಲುವದು: ನುಂಗುಕುಂ, ಬರ್ಕುಂ.

ಸುಕಾರದ ಲೋಪಕ್ಕೆ: ಭಾವಿಸುಗುಂ=ಭಾವಿಕುಂ.

ದ್ವಿತ್ವಕ್ಕೆ: ಭಾವಿಕ್ಕುಂ, ಪೊಗೞ್ಕ್ಕುಂ, ರಂಜಿಕ್ಕುಂ.

ಶ್ರಾವ್ಯವಲ್ಲದುದಕ್ಕೆ: ಕೆಡಿಸುಗುಂ=ಕೆಡಿಕ್ಕುಂ ಎನಬೇಡ. ಬಿಡಿಕ್ಕುಂ=ಬಿಡಿಸುಗುಂ, ಆಸುಗುಂ=ಅಕ್ಕುಂ, ಪೋಗುಸುಂ=ಪೋಕುಂ, ಬಕುಂ=ಬಕ್ಕುಂ, ಬಕ್ಕು.

**124.** ಪ್ರಥಮಪುರುಷದ ಏಕವಚನಕ್ಕೂ, ಬಹುವಚನಕ್ಕೂ, ವಿಧ್ಯರ್ಥದಲ್ಲಿ ಗೆಕಾರ ಕೆಕಾರಗಳು ಹಿತವಾಗುವವು; ಕೆಕಾರಕ್ಕೆ ಕುಮಿನಂತೆ ದ್ವಿತ್ವವಿಕಲ್ಪ; ಮಧ್ಯಮೋತ್ತಮಪುರುಷಗಳ ಬಹುವಚನಕ್ಕೆ ಯುಗಪದುಕ್ತಿಯಲ್ಲಿ ಕ್ರಮದಿಂದ ಇಮ್ ಅಮ್ ಎಂದಾಗುವದು. ಧಾತು ಸ್ವರೂಪದಿಂದ ಮಧ್ಯಮಪುರುಷದೇಕವಚನವು ವಿಧ್ಯರ್ಥವಾಗಿ ಪರಿಣಮಿಸುವದು. ಮತ್ತು ಧಾತುವಿನ ಮುಂದಣ ಅಯ್ ಎಂಬುವದಕ್ಕೆ ಅಕಾರಾದೇಶವು ಅಥವಾ ಉಕಾರಾದೇಶವು ಬರುವದು. ವಿಧ್ಯರ್ಥವು ಕ್ರಿಯಾಸಮಭಿಹಾರದಲ್ಲಿಯೂ (repetition) ಆಗುವದು. ಮಧ್ಯಮಪುರುಷದ ಪ್ರತಿಷೇಧದ ಕ್ರಿಯೆ ವಿಧ್ಯರ್ಥವಾದಲ್ಲಿ ಅಲ್ ಎಂದಾಗುವದು. ಮತ್ತು ಬರುವ ಕಾಲದ ಉತ್ತಮ ಪುರುಷದ ಏಕವಚನವು ವಿಧ್ಯರ್ಥದಲ್ಲಿ ಸಲ್ಲುವದು.

Formation of the imperative.

ಪ್ರಯೋಗ:

ಗೆ ಕೆಕಾರಕ್ಕೆ: ಅವಂ ಕುಡುಗೆ, ಅವರ್ ತೋರ್ಕೆ, ಬಾಳ್ಗೆ, ಬರ್ಕೆ.

ದ್ವಿತ್ವವಿಕಲ್ಪಕ್ಕೆ: ರಕ್ಷಿಕೆ=ರಕ್ಷಿಕ್ಕೆ, ರಾಗಿಸುಕೆ=ರಾಗಿಕೆ, ರಾಗಿಕ್ಕೆ.

ಇಮುಮ್‌ಗಳಿಗೆ: ನೀವು ಇರಿಸಿಂ, ತರಿಸಿಂ, ನಾವು ತಾಗುವಂ, ಬಾಳ್ವಂ.

ಧಾತುಸ್ವರೂಪಕ್ಕೆ: ನೀಂ ಮಾಡ್, ಬಾಳ್, ಪಾಡೆಲೆತುಂಬಿ!

ಅಕಾರ ಉಕಾರಗಳ ಆದೇಶಕ್ಕೆ: ನೀಂ ಮಾಡ, ನೀಂ ಮಾಡು.

ಕ್ರಿಯಾಸಮಭಿಹಾರದ ವಿಧಿಗೆ: ಕೊಳ್ಕೊಳ್ಳೆಂದು ಕೊಟ್ಟಂ

ಅಲ್ಗೆ: ಉಸಿಱಲಿಂ. ನಾಱಲಿಂ, ತವಿಱಿಯಲ್, ಈಯಲ್,
ಉತ್ತಮಪುರುಷದ ಏಕವಚನಕ್ಕೆ: ಅಂ ಮಾಡುವೆಂ, ಮಾಡುವೆಂ.

**125.** ರೇಫೆ ಱಕಾರ ೞಕಾರ ನಕಾರ ಗಕಾರ ಸಕಾರ ಓಕಾರಾಂತ ಧಾತುವಿನ ಪರದ ಭವಿಷ್ಯಂತಿಯ ವಕಾರಕ್ಕೆ ಪಕಾರವಾಗುವದು; ಅದಕ್ಕೆ ವಿಕಲ್ಪದಿಂದ ದ್ವಿತ್ವವಾಗುವದು; ದ್ವಿತ್ವವಾದಲ್ಲಿ, ವಿಕಲ್ಪದಿಂದ ರೇಫೆ ಲೋಪವಾಗುವದು. ಗಾಂತ ಸಾಂತ ಧಾತುವಿನ ಕಡೆಗೆ ಎಲ್ಲಿಯೂ ಲೋಪ ಬರುವದು. ನಾಂತ ಣಾಂತಗಳ ಪರದ ವತ್ವಕ್ಕೆ ಬಕಾರವಾಗುವದು.

**Future tense.**

ಪ್ರಯೋಗ:

ರೇಫಾಂತಕ್ಕೆ: ಬರ್ಪಂ=ಬರ್ಪ್ಪಂ=ಬಪ್ಪಂ, ತರ್ಪ=ತರ್ಪ್ಪ=ತಪ್ಪ.
ಱ ಅಂತಕ್ಕೆ: ಆಱ್ಪಂ, ತೋಱ್ಪಂ, ಮಾಱ್ಪಂ.
ೞಕಾರಕ್ಕೆ: ಅಗೞ್ಪಂ, ಕೀೞ್ಪಂ.
ಡಕಾರಕ್ಕಾದೇಶವಾದ ೞಕಾರಕ್ಕೆ: ಬೆಗೞ್ಪಂ, ನೋೞ್ಪಂ.
ನಕಾರಕ್ಕೆ: ಆಂಪಂ, ನೋಂಪಂ.
ಗಕಾರಕ್ಕೆ: ಪೋಪಂ, ಶಾಪಂ, ತೂಪಂ. | ಇಲ್ಲಿ ಗಕಾರ ಸಕಾರಗ
ಸಕಾರಕ್ಕೆ: ತರಿಪಂ, ಇರಿಪಂ, ಬೆಸಪಂ. | ಳಿಗೆ ಲೋಪವಾಯಿತು.
ಓಕಾರಕ್ಕೆ: ಓಪಂ.
ಪಕಾರದ ದ್ವಿತ್ವಕ್ಕೆ: ಉದಯಿಪ್ಪಂ, ತೊೞಪ್ಪಂ, ಬೆೞಪ್ಪಂ.
ನಾಂತ ಣಾಂತಗಳ ಬಕಾರಕ್ಕೆ: ನಾಂಬಂ, ಎಂಬಂ, ತಿಂಬಂ,
ಉಣ್ಬಂ=ಉಂಬಂ, ಕಾಣ್ಬಂ=ಕಾಂಬಂ, ಪೂಣ್ಬಂ.

**126.** ಪ್ರಯೋಜನ ವಸ್ತುವಿಗೆ ನಿಮಿತ್ತವಾದ ಕ್ರಿಯೆಯಲ್ಲಿಯೂ, ಕ್ರಿಯೆ ತಾನು ಕ್ರಿಯಾರ್ಥವನ್ನು ಹೇಳುವಲ್ಲಿಯೂ, ಅಲ್ ಎಂಬುವದು ಕೂಡುವದು. ಈ

**Infinitive.**

ಅಲ್ ಎಂಬುವದರ ಮುಂದೆ ಒಮ್ಮೆ ಕೆಕಾರ ಸಂಧಿಸುವದು. ಮತ್ತು ಅಲ್ಗೆ ವಿಕಲ್ಪದಿಂದ ಲೋಪವೂ ಆಗುವದು.

ಪ್ರಯೋಗ:

ಪ್ರಯೋಜನ ವಸ್ತು ಕ್ರಿಯೆಗೆ: ಮಾತಱಿಯಲ್ತಕ್ಕ ವಿವೇಕಂ.
ಕ್ರಿಯೆಗೆ: ಗೆಲಲ್ಬಂದಂ, ಈಯಲ್ಬಂದತ್ತು, ಮುತ್ತಲ್ವೇೞ್ದಂ.
ಕೆಕಾರಕ್ಕೆ: ನುಡಿಯಲ್ಕೆ ಬಂದಂ, ಪೇೞಿಲ್ಕೆಳ್ವಂ.
ಅಲುವಿನ ಲೋಪಕ್ಕೆ: ಉಗಲ್ವೇಱಿಪ್=ಉಗವೇಱಿಪ್, ಶರವೇಱಿಪ್.

127. ಭೂತಕಾಲಕ್ರಿಯೆಯಲ್ಲಿ ಈ, ಓ, ಕಾ, ಕೀ, ಕೇ, ನೋ, ಪೂ, ಬೇ, ಬಾ ಎಂಬ ಏಕಾಕ್ಷರ ಧಾತುಗಳಿಗೂ ಇಕಾರ ಎಕಾರಾಂತಗಳಿಗೂ ಉಕಾರ ಹತ್ತುವದು. ಉಕಾರಾಂತ ಧಾತುಗಳಿಗೆ ಇಕಾರ ಹತ್ತುವದು. ವ್ಯಂಜನಾಂತಗಳಿಗೆ ಎರಡೂ ಆಗುವವು. ಉತ್ವ ಹತ್ತಿದಲ್ಲಿ, ಭೂತಕಾಲದ ದಕಾರ ಕೂಡುವದು; ಇತ್ವ ಹತ್ತಿದಲ್ಲಿ, ದತ್ವವು ಬಾರದು. ವರ್ತಮಾನ ಕ್ರಿಯೆಯಲ್ಲಿ ಉತಂ, ಉತ್ತುಂ, ಉತ್ತೆ, ಉತೆ ಎಂದು ನಾಲ್ಕು ರೂಪವಾಗುವವು.

Gerund.

ಪ್ರಯೋಗ:

ಭೂತಕಾಲಕ್ಕೆ: ಕುಸಿದು, ನುಡಿದು, ನೆನೆದು, ಪೊಱಿ, ನೞ್ಚಿ.
ವರ್ತಮಾನ ಕಾಲಕ್ಕೆ: ನಗುತಂ, ಜಡಿಯುತ್ತುಂ, ಕಾದುತ್ತೆ, ಕಾದುತೆ.

128. ದ ದಪ ಎಂಬಿವು ಪರವಾದ ಧಾತುವಿನ ಮೊದಲಿನ ಇಕಾರದಲ್ಲಿಯೂ ಉಕಾರದಲ್ಲಿಯೂ ಹ್ರಸ್ವವಾದ ಎಕಾರವೂ ಒಕಾರವೂ ಬಹಳವಾಗಿ ಬರುವವು. ತರ್ ಬರ್ ಎಂಬ ಧಾತುಗಳ ಮೊದಲು ಅಕಾರಕ್ಕೆ ಪ್ರತಿಷೇಧ ಕ್ರಿಯೆಯಲ್ಲಿಯೂ ವಿಧಿಯಲ್ಲಿಯೂ ದೀರ್ಘವಾಗುವದು.

Irregular verbs.

ಪ್ರಯೋಗ:

ಇತ್ವದ ಎತ್ವಕ್ಕೆ: ಕಿಱಿ=ಕೆತ್ತಂ, ತಿಱಿ=ತೆತ್ತಂ, ಬಿಸು=ಬೆಚ್ಚಂ, ಇಸು (ಎಸೆ) ಎಚ್ಚಂ, ಗಿಱಿ=ಗೆತ್ತಂ.

ಉತ್ವದ ಒತ್ವಕ್ಕೆ: ಉಗು=ಒಕ್ಕಂ, ಕುಡು=ಕೊಟ್ಟಂ, ತುಡು=ತೊಟ್ಟಂ, ಪುಗು=ಪೊಕ್ಕಂ.

ತರ್ ಬರ್‌ಗಳ ದೀರ್ಘಕ್ಕೆ: ತಾರಂ, ಬಾರಂ, ತಾರಯ್, ಬಾರಯ್.

**129.** ದ ದಪ ಎಂಬಿವು ಪರವಾದ ಧಾತುವಿನ ಕಡೆಯ ವರ್ಗ ತೃತೀಯಾಕ್ಷರಕ್ಕೆ ವ್ಯಂಜನ ರೂಪದಿಂದ ಮೊದಲಕ್ಕರವಾಗುವದು. ದಕಾರವು ಅದೇ ಪ್ರಥಮಾಕ್ಷರದ ರೂಪವನ್ನು ಪಡೆಯುವದು. ಸುಕಾರಾಂತ ಧಾತುವಿನ ಕಡೆಯ ಸುಕಾರಕ್ಕೆ ವ್ಯಂಜನ ಚಕಾರ ವಾಗುವದು.

ಪ್ರಯೋಗ:

ಗಕಾರಕ್ಕೆ: ನಗು=ನಕ್ಕಂ, ಮಿಗು=ಮಿಕ್ಕಂ, ಬಿಗು=ಬಿಕ್ಕಂ.

ಡಕಾರಕ್ಕೆ: ನಡು=ನಟ್ಟಂ, ಮಡು=ಮಟ್ಟಂ.

ದಕಾರಕ್ಕೆ: ಮುದು=ಮುತ್ತಂ, ಮುತ್ತಾದು.

ಸುಕಾರದ ಚತ್ವಕ್ಕೆ: ಪಸು=ಪೆಚ್ಚಂ, ಬಿಸು=ಬೆಚ್ಚಂ, ಇಸು=ಎಚ್ಚಂ.

**130.** ಕನ್ನಡದ ಧಾತುವಿಗೆ ಹೇತುವಿನಲ್ಲಿಯೂ, ಸ್ವಯಂಕರ್ತೃ ಪರಕರ್ತೃವಿನಲ್ಲಿಯೂ, ಇಸುವಾಗುವದು. ಸಂಸ್ಕೃತದ ಧಾತುಗಳಿಗೆ ಸ್ವಯಂಕರ್ತೃವಿನಲ್ಲಿಯೂ, ಪ್ರಯೋಜನ ವಸ್ತುವಿನಲ್ಲಿಯೂ, ಇಸು ಹುಟ್ಟುವದು. ಇಸು ಎಂಬುವದಕ್ಕೆ ಆದೇಶವಾಗಿ ಕನ್ನಡ ಧಾತುಗಳಲ್ಲಿ ಪು, ಹು, ಚು ಎಂದಾಗುವವು.

**Causal verbs.**

### ಪ್ರಯೋಗ:

ಹೇತುವಿಗೆ: ಮಾಳಿಂ ನಗಿಸಿದಂ, ಪೋದಪೆಜ್ಜೆಯಿಂ ಕಾಣಿಸಿದಂ.
ಸ್ವಯಂಕರ್ತೃವಿಗೆ: ತುಳ್ಕಿಸಿದಂ, ನಿಟ್ಟಿಸಿದಂ, ದಳ್ಳಿಸಿದಂ.
ಪರಕರ್ತೃವಿಗೆ: ನುಡಿಯಿಸಿದಂ, ಮುಡಿಯಿಸಿದಂ.
ಸಂಸ್ಕೃತ ಧಾತುವಿಗೆ: ಖಂಡಿಸಿದಂ.
ಪ್ರಯೋಜನ ವಸ್ತುವಿಗೆ: ಚಿತ್ರಿಸಿದಂ, ಮುದ್ರಿಸಿದಂ.
ಇಸುವಿಗೆ ಬಂದ ಆದೇಶಕ್ಕೆ: ಕಳುಪು, ಕಳುಹು, ತೊಡರ್ಚು,
ಮಾಣಿಸು=ಮಾಣ್ಚು.

**131.** ಧಾತುಗಳಿಗೆ ಪಡುಧಾತು ಪರವಾದರೆ, ಆ ಧಾತುಗಳ ಅಂತಕ್ಕೆ ಎಕಾರ ಅಥವಾ ಅಲ್ ಎಂಬಿವುಗಳು ಹತ್ತಿ, ಕರ್ಮಣಿಪ್ರಯೋಗವಾಗುವದು. ಪಡು ಎಂಬುವದು ಉಕಾರಾಂತ ಧಾತುಗಳಂತೆ ರೂಪವಾಗುತ್ತದೆ. ಈ ಕರ್ಮಣಿಪ್ರಯೋಗವು ಸಕರ್ಮಕ ಧಾತುಗಳಲ್ಲಿಯೂ, ಅಕರ್ಮಕ ಧಾತುಗಳಲ್ಲಿಯೂ ವ್ಯವಹರಿಸುವದು.

Passive voice.

### ಪ್ರಯೋಗ:

ಎಕಾರಕ್ಕೆ: ಮಾಡೆಪಟ್ಟಂ, ನೋಡೆಪಟ್ಟಂ, ಪ್ರಯೋಗಿಸೆ ಪಡೆಗುಂ.
ಅಲ್‌ಕಾರಕ್ಕೆ: ತಾನಿರಲ್ಪಟ್ಟಂ, ನೀನಿರಲ್ಪಟ್ಟೆಯ್, ಆನಿರಲ್ಪಟ್ಟೆಂ.
ಕರ್ಮಣಿಪ್ರಯೋಗಕ್ಕೆ: ಕುಂಬಱನಿಂ ಘಟಂ ಮಾಡಲ್ಪಟ್ಟುದು,
ಅರಸನಂಗನೆಯಿಂ ನೋಡಲ್ಪಟ್ಟಂ.
ಸಕರ್ಮಕಕ್ಕೆ: ಪಾರ್ವನಿನರಸಂ ಗ್ರಾಮಮಂ ಬೇಡಲ್ಪಟ್ಟಂ.
ಅಕರ್ಮಕಕ್ಕೆ: ಅರಸನಿರಲ್ಪಟ್ಟಂ.

ಕ್ರಿಯಾ

## *a*. ವ್ಯಂಜನಾಂತ ಧಾತುಗಳ ಉದಾಹರಣ.—ಬಾಳ್.

### 1. ಅವ್ಯಯ ರೂಪಗಳು.

ಭಾವರೂಪ: ಬಾಳ, ಬಾಳಲ್, ಬಾಳಲ್ಕೆ

| | ವರ್ತಮಾನ. | ಭೂತ. | ಭವಿಷ್ಯತ್ತು. | ನಿಷೇಧ. |
|---|---|---|---|---|
| ನ್ಯೂನ: ಕೃದ್ವ್ಯಾಪಿ: | ಬಾಳುತ,-ತ್ತೆ,-ತ್ತು | ಬಾಳ್ದು ಬಾಳ್ದ | ಬಾಳ್ವ-ಬಾಳ್ಪ | ಬಾಳದೆ ಬಾಳದ |

### 2. ಆಖ್ಯಾತ ರೂಪಗಳು.

| | ಪುರುಷ. | | ವರ್ತಮಾ. | ಭೂತ. | ಭವಿಷ್ಯ. | ನಿಷೇಧ. | ವಿಧಿ. |
|---|---|---|---|---|---|---|---|
| ಏಕವಚನ. | ಉ. | ಆನ್ | ಬಾಳ್ದಪೆನ್ | ಬಾಳ್ದಿನ್ | ಬಾಳ್ವೆನ್ | ಬಾಳೆನ್ | ಬಾಳ್ವೆಂ [ಳ್ವುದು |
| | ಮ. | ನೀನ್ | ಬಾಳ್ದಪಯ್ | ಬಾಳ್ದಯ್ | ಬಾಳ್ವಯ್ | ಬಾಳಯ್ | ಬಾಳ್, ಬಾಳ, ಬಾ |
| | ಪ್ರ. ಪು. | ಅವಂ | ಬಾಳ್ದಪಂ | ಬಾಳ್ದಂ | ಬಾಳ್ವಂ | ಬಾಳಂ | ಬಾಳ್ಗೆ,ಬಾಳ್ವುದು, |
| | ಸ್ತ್ರೀ. | ಅವಳ್ | ಬಾಳ್ದಪಳ್ | ಬಾಳ್ದಳ್ | ಬಾಳ್ವಳ್ | ಬಾಳಳ್ | ಬಾಳಲಿಂ |
| | ನಪು. | ಅದು | ಬಾಳ್ದಪುದು | ಬಾಳ್ದುದು | ಬಾಳ್ವುದು | ಬಾಳದು | |
| ಬಹುವಚನ. | ಉ. | ಆವ್ | ಬಾಳ್ದಪೆವು | ಬಾಳ್ದೆವು | ಬಾಳ್ವೆವು | ಬಾಳೆವು | ಬಾಳ್ವಂ |
| | ಮ. | ನೀಂ | ಬಾಳ್ದಪಿರ್ | ಬಾಳ್ದಿರ್ | ಬಾಳ್ವಿರ್ | ಬಾಳಿರ್ | ಬಾಳಿಂ,ಬಾಳ್ವುದು |
| | ಪ್ರ. ಪು. ಸ್ತ್ರೀ. | ಅವರ್ | ಬಾಳ್ದಪರ್ | ಬಾಳ್ದರ್ | ಬಾಳ್ವರ್ | ಬಾಳರ್ | ಬಾಳ್ಕೆ, ಬಾಳಲಿಂ, |
| | ನಪು. | ಅವು | ಬಾಳ್ದಪುವು | ಬಾಳ್ದುವು | ಬಾಳ್ವುವು | ಬಾಳವು | ಬಾಳ್ಪುದು |

ಇಸು ಪ್ರತ್ಯಯ ಹತ್ತಿರುವ ಕ್ರಿಯಾಪದಗಳು ಉಕಾರಾಂತ ಧಾತುಗಳ ಹಾಗೆ ರೂಪಗಳಾಗುತ್ತವೆ. ಭವಿಷ್ಯತ್ತಿನ ರೂಪಗಳು ಮಾತ್ರ ಎರಡು ಪ್ರಕಾರವಾಗುವವು. ಕಟ್ಟಿಸುವೆನ್ ಅಥವಾ ಕಟ್ಟಿಪೆನ್.

| ಪುರುಷ. | | ಏಕವಚನ. | ಬಹುವಚನ. |
|---|---|---|---|
| ಉ. | ಆನ್ ಆವ್ | ಕಟ್ಟಿಪೆನ್ | ಕಟ್ಟಿಪೆವು |
| ಮ. | ನೀನ್ ನೀಂ | ಕಟ್ಟಿಪಯ್ | ಕಟ್ಟಿಪಿರ್ |
| ಪ್ರ. ಪು. | ಅವಂ ಅವರ್ | ಕಟ್ಟಿಪಂ | ಕಟ್ಟಿಪರ್ |
| ಸ್ತ್ರೀ. | ಅಳ್ | ಕಟ್ಟಿಪಳ್ | |
| ನ. | ಅದು ಅವು | ಕಟ್ಟಿಪುದು | ಕಟ್ಟಿಪುವು |

ಮಾಲೆ.

## *b.* ಉಕಾರಾಂತ ಧಾತುಗಳ ಉದಾಹರಣ.—ಕಟ್ಟು.

### 1. ಅವ್ಯಯ ರೂಪಗಳು.

ಭಾವರೂಪ: ಕಟ್ಟ, ಕಟ್ಟಲ್, ಕಟ್ಟಲ್ಕೆ.

| ವರ್ತಮಾನ. | ಭೂತ. | ಭವಿಷ್ಯತ್ತು. | ನಿಷೇಧ. |
|---|---|---|---|
| ಕಟ್ಟುತೆ,-ತ್ತೆ,-ತ್ತು | ಕಟ್ಟಿದು, ಕಟ್ಟಿ<br>ಕಟ್ಟಿದ | ಕಟ್ಟುವ | ಕಟ್ಟದೆ<br>ಕಟ್ಟದ |

### 2. ಆಖ್ಯಾತ ರೂಪಗಳು.

| ವರ್ತಮಾನ. | ಭೂತ. | ಭವಿಷ್ಯತ್ತು. | ನಿಷೇಧ. | ವಿಧಿ. |
|---|---|---|---|---|
| ಕಟ್ಟಿದಪೆನ್ | ಕಟ್ಟಿದೆನ್ | ಕಟ್ಟುವೆನ್ | ಕಟ್ಟೆನ್ | ಕಟ್ಟುವೆಂ |
| ಕಟ್ಟಿದಪಯ್ | ಕಟ್ಟಿದಯ್ | ಕಟ್ಟುವಯ್ | ಕಟ್ಟಯ್ | ಕಟ್ಟು, ಕಟ್ಟ, ಕಟ್ಟುವುದು |
| ಕಟ್ಟಿದಪಂ | ಕಟ್ಟಿದಂ | ಕಟ್ಟುವಂ | ಕಟ್ಟಂ | ಕಟ್ಟುಗೆ, ಕಟ್ಟುವುದು, |
| ಕಟ್ಟಿದಪಳ್ | ಕಟ್ಟಿದಳ್ | ಕಟ್ಟುವಳ್ | ಕಟ್ಟಳ್ | ಕಟ್ಟಲಿಂ |
| ಕಟ್ಟಿದಪುದು | ಕಟ್ಟಿದುದು | ಕಟ್ಟುವುದು | ಕಟ್ಟದು | |
| ಕಟ್ಟಿದಪೆವು | ಕಟ್ಟಿದೆವು | ಕಟ್ಟುವೆವು | ಕಟ್ಟೆವು | ಕಟ್ಟುವಂ |
| ಕಟ್ಟಿದಪಿರ್ | ಕಟ್ಟಿದಿರ್ | ಕಟ್ಟುವಿರ್ | ಕಟ್ಟಿರ್ | ಕಟ್ಟಿಂ, ಕಟ್ಟುವುದು |
| ಕಟ್ಟಿದಪರ್ | ಕಟ್ಟಿದರ್ | ಕಟ್ಟುವರ್ | ಕಟ್ಟರ್ | ಕಟ್ಟುಗೆ, ಕಟ್ಟಲಿಂ, |
| ಕಟ್ಟಿದಪುವು | ಕಟ್ಟಿದುವು | ಕಟ್ಟುವುವು | ಕಟ್ಟವು | ಕಟ್ಟುವುದು |

ಇರು ಎಂಬರ್ಥದ ಉಳ್ ಧಾತು.

| ಪುರುಷ. | | ಏಕವಚನ. | ಬಹುವಚನ. |
|---|---|---|---|
| ಉ. | ಆನ್ ಆವ್ | ಒಳೆನ್ | ಒಳೆವು |
| ಮ. | ನೀನ್ ನೀಂ | ಒಳಯ್ | ಒಳಿರ್ |
| ಪ್ರ. ಪು. | ಅವನ್ ಅವರ್ | ಒಳಂ | ಒಳರ್ |
| ಸ್ತ್ರೀ. | ಆಕೆ | ಒಳಳ್ | |
| ನ. | ಅದು ಅವು | ಉಂಟು (ಉಳ್ಳುದು) | ಒಳವು (ಉಳ್ಳುವು) |

ಕೃದ್ವಾಚಿ.— ಉಳ್ಳ-ಉಂಟು ಎಂಬ ರೂಪ ಮೂರು ಲಿಂಗಗಳಲ್ಲಿ ವ್ಯವಹರಿಸುವವು.

## ಆ ಇ ಎಕಾರಾಂತ

### 1. ಅವ್ಯಯ

ಭಾವರೂಪ: ಇೞಿಯು, ಇೞಿಯಲ್, ಇೞಿಯಲ್ಕೆ; ಮೇಯು,

| | ವರ್ತಮಾನ. | ಭೂತ. |
|---|---|---|
| ನ್ಯೂನ: ಕೃದ್ವಾಚಿ: | ಇೞಿಯುತ್ತೆ,-ತೆ,-ತ್ತು<br>ಮೇಯುತ್ತೆ, ಮಾಯುತ್ತೆ | ಇೞಿದು, ಮೇದು, ಮಾದು<br>ಇೞಿದ, ಮಾದ, ಮೇದ |

### 2. ಆಖ್ಯಾತ

| ಪುರುಷ. | | | ವರ್ತಮಾನ. | ಭೂತ. |
|---|---|---|---|---|
| ಏಕವಚನ. | ಉ. | ಆನ್ | ಇೞಿದಪೆನ್, ಮೇದಪೆನ್ | ಇೞಿದೆನ್, ಮೇದೆನ್ |
| | ಮ. | ನೀನ್ | ಇೞಿದಪಯ್ | ಇೞಿದಯ್ |
| | ಪ್ರ. ಪು. | ಅವಂ | ಇೞಿದಪಂ | ಇೞಿದಂ |
| | ಸ್ತ್ರೀ. | ಅವಳ್ | ಇೞಿದಪಳ್ | ಇೞಿದಳ್ |
| | ನಪು. | ಅದು | ಇೞಿದಪುದು | ಇೞಿದುದು |
| ಬಹುವಚನ. | ಉ. | ಆವ್ | ಇೞಿದಪೆವು | ಇೞಿದೆವು |
| | ಮ. | ನೀಂ | ಇೞಿದಪಿರ್ | ಇೞಿದಿರ್ |
| | ಪ್ರ. ಪು. ಸ್ತ್ರೀ. | ಅವರ್ | ಇೞಿದಪರ್ | ಇೞಿದರ್ |
| | ನಪು. | ಅವು | ಇೞಿದಪುವು | ಇೞಿದುವು |

ಧಾತುಗಳು.--ಇಳಿ.

| ರೂಪಗಳು. | |
|---|---|
| ಮೇಯಲ್, ಮೇಯಲ್ಕೆ; ಮಾಯ, ಮಾಯಲ್, ಮಾಯಲ್ಕೆ. | |
| ಭವಿಷ್ಯತ್ತು. | ನಿಷೇಧ. |
| ಇಳಿವ, ಮೇವ, ಮಾವ | ಇಳಿಯದೆ, ಮೇಯದೆ, ಮಾಯದೆ<br>ಇಳಿಯದ, ಮೇಯದ, ಮಾಯದ |

ರೂಪಗಳು.

| ಭವಿಷ್ಯತ್ತು. | ನಿಷೇಧ. | ವಿಧಿ. |
|---|---|---|
| ಇಳಿವೆನ್ | ಇಳಿಯೆನ್ | ಇಳಿವೆಂ |
| ಇಳಿವಯ್ | ಇಳಿಯಯ್ | ಇಳಿ, ಇಳಿವುದು |
| ಇಳಿವಂ | ಇಳಿಯಂ | ಇಳಿಗೆ, ಇಳಿವುದು. |
| ಇಳಿವಳ್ | ಇಳಿಯಳ್ | ಇಳಿಯಲಿಂ |
| ಇಳಿವುದು | ಇಳಿಯದು | |
| ಇಳಿವೆವು | ಇಳಿಯೆವು | ಇಳಿವಂ |
| ಇಳಿವಿರ್ | ಇಳಿಯಿರ್ | ಇಳಿಯಿಂ, ಇಳಿವುದು |
| ಇಳಿವರ್ | ಇಳಿಯರ್ | ಇಳಿಗೆ, ಇಳಿವುದು, |
| ಇಳಿವುವು | ಇಳಿಯವು | ಇಳಿಯಲಿಂ |

## VII. ಅಪಭ್ರಂಶ (ತದ್ಭವ) ಪ್ರಕರಣ.

### Corrupted Sanskrit Words.

**132.** ಸಂಸ್ಕೃತದ ಶ ಷಕಾರಗಳಿಗೆ ಎಲ್ಲಾ ಕಡೆಯಲ್ಲಿಯೂ ಪ್ರಸಿದ್ಧವಾಗಿ "ಸ"ಕಾರವಾಗುವದು.

**ಶ and ಷ changed into ಸ.**

ಪ್ರಯೋಗ:

ಶಕಾರಕ್ಕೆ: ಶಶಿ=ಸಸಿ, ಶರಂ=ಸರಂ, ಶುಚಿ=ಸುಚಿ.

ಷಕಾರಕ್ಕೆ: ಭಾಷೆ=ಬಾಸೆ, ವೇಷಂ=ವೇಸಂ, ಮೇಷಂ=ಮೇಸಂ.

**133.** ಬೇರೆ ಮಾಡಿದ ವೊತ್ತಕ್ಷರದ (ದಡ್ಡಕ್ಕರದ) ಪೂರ್ವ ವ್ಯಂಜನಕ್ಕೆ ಅಕಾರ, ಇಕಾರ, ಉಕಾರಗಳೂ ಆಗುವವು; ಅಕಾರ, ಇಕಾರದ ಮುಂದಣ ದೀರ್ಘಕ್ಕೆ ಹ್ರಸ್ವವಾಗುವದು.

**Double-consonants disjoined.**

ಪ್ರಯೋಗ:

ಅಕಾರಕ್ಕೆ: ಯತ್ನಂ=ಜತನಂ, ಇಂದ್ರಂ=ಇಂದರಂ.

ಇ " : ಶ್ರೀ=ಸಿರಿ, ಗೀರ್ಗಟಂ=ಗಿರಿಗಟಂ.

ಉ " : ಲಕ್ಷ್ಮೀ=ಲಕ್ಕುಮಿ (ಲಕುಮಿ), ಹರ್ಷಂ=ಹರುಸಂ.

ಅತ್ವದ ಮುಂದಣ ಹ್ರಸ್ವಕ್ಕೆ: ಪ್ರಾಯಂ=ಹರಯಂ, ಪ್ರಾಣಂ=ಹರಣಂ.

ಇತ್ವದ " " : ವ್ಯಾಧಿ=ಬಿಯದಿ, ವ್ಯಾಧಂ=ಬಿಯದಂ.

**134.** (1) ವರ್ಗಗಳ ಮೊದಲ ಕ ಚ ಟ ತಗಳು ತಮ್ಮ ಮೂರನೆಯ ಗ ಜ ಡ ದಗಳು ಆಗುವವು; (2) ವರ್ಗದೆರಡನೆಯ ಖ ಛ ಠ ಥ ಫಗಳು ತಮ್ಮ ಮೊದಲ ಕ ಚ ಟ ತ ಪಗಳು ಆಗುವವು;(3) ವರ್ಗದ ನಾಲ್ಕನೆಯ ಘ ಝ ಢ ಧ ಭಗಳು ತಮ್ಮ ಮೂರನೆಯ ಗ ಜ ಡ ದ ಬಗಳಾಗುವವು.

**Other changes.**

ಪ್ರಯೋಗ:

(1) ಕಕಾರಕ್ಕೆ ಗಕಾರ: ವಾಸುಕಿ=ವಾಸುಗಿ, ಆಕರಂ=ಆಗರಂ.

ಚ " ಜ " : ಸೂಚಿ=ಸೂಜಿ, ಕಾಚಂ=ಗಾಜು.

ಟ " ಡ " : ಕೋಟಿ=ಕೋಡಿ, ಕಟಕಂ=ಕಡಗಂ.

ತ " ದ " : ಜಾತಿ=ಜಾದಿ, ಚತುರಂ=ಚದುರಂ.

(2) ಖ " ಕ " : ಖದಿರಂ=ಕದಿರಂ, ಖಳಂ=ಕಳಂ.

ಛ " ಚ " : ಛವಿ=ಚವಿ, ಛಂದಂ=ಚಂದಂ.

ಠ " ಟ " : ಶುಂಠಿ=ಸುಂಟಿ, ಶಠೆ=ಸಟೆ.

ಥ " ತ " : ಕಥೆ=ಕತೆ, ಮಂಥಂ=ಮಂತು.

ಫ " ಪ " : ಫಳಂ=ಪಳಂ, ಫಣಿ=ಪಣಿ.

(3) ಘ " ಗ " : ಘಂಟೆ=ಗಂಟೆ, ಘೂಕಂ=ಗೂಗೆ.

ಝ " ಜ " : ಝಗಟೆ=ಜಗಳೆ, ಝಡಿತಿ=ಜಡಿತಿ.

ಢ " ಡ " : ಢಕ್ಕೆ=ಡಕ್ಕೆ, ಗಾಢಂ=ಗಾಡಂ.

ಧ " ದ " : ಧನಂ=ದನಂ, ಧೂಪಂ=ದೂಪಂ.

ಭ " ಬ " : ಶುಂಭಂ=ಸುಂಬಂ, ಶಂಭು=ಸಂಬು.

**135.** ಖಕಾರಕ್ಕೆ ಗಕಾರವೂ, ಛಕಾರವು ದ್ವಿತ್ವಾಕ್ಷರವಾಗಿದ್ದರೂ ಯಕಾರದೊಡನೆ ಕೂಡಿದ್ದರೂ ದ್ವಿತ್ವವಾದ ಚಕಾರವೂ ಆಗುವವು; ಛಕಾರಕ್ಕೆ ಕೆಲವೆಡೆಯಲ್ಲಿ ಸಕಾರವಾಗುವದು.

ಪ್ರಯೋಗ:

ಖಕಾರಕ್ಕೆ ಗಕಾರ: ಮುಖಂ=ಮೊಗಂ, ವೈಶಾಖಂ=ಬೇಸಗೆ.

ದ್ವಿತ್ವದ ಛತ್ವಕ್ಕೆ ಚ್ಚಕಾರ: ಇಚ್ಛೆ=ಇಚ್ಚೆ, ಮಚ್ಛರಂ=ಮಚ್ಚರಂ.

ಯತ್ವಂ ಬೆರಸಿದ ಛತ್ವಕ್ಕೆ ಚ್ಚಕಾರ: ಅಛ್ಯಂ=ಅಚ್ಚಂ.

ಸಕಾರಕ್ಕೆ: ಛುರಿಕೆ=ಸುರಿಗೆ, ಛತ್ರಿಕೆ=ಸತ್ತಿಗೆ.

**136.** ಎಲ್ಲಿಯಾದರೂ ಕೆಲವು ಶಬ್ದಗಳ ಠಕಾರವು ಡಕಾರ ಟಕಾರಗಳಾಗುವವು; ಸಕಾರದೊಡನೆ ಕೂಡಿದ ಥಕಾರವು ಸ್ವರಾ

ನ್ವಿತ ತಕಾರವಾಗುವದು; ಥಕಾರವು ಕೆಲವು ಕಡೆಯಲ್ಲಿ ದಕಾರ ಟಕಾರ ಹಕಾರವಾಗಿ ಪರಿಣಮಿಸುವದು.

ಪ್ರಯೋಗ:

ಠಕಾರಕ್ಕೆ ಡಕಾರ: ಕುಠಾರಂ=ಕೊಡಲಿ, ಮಠಂ=ಮಡಂ.
ಠ " ಱ " : ಮಠಿಗೆ=ಮಱಿಗೆ, ಪೀಠಿಗೆ=ಪಿಱಿಗೆ.
ಸ್ಥ " ತ " : ಸ್ಥಾನಂ=ಠಾಣಂ, ಸಂಸ್ಥೆ=ಸಂತೆ.
ಥ " ದ " : ವೀಥಿ=ಬೀದಿ.
ಥ " ಟ " : ಗ್ರಂಥಿ=ಗಂಟು.
ಥ " ಹ " : ಗಾಥೆ=ಗಾಹೆ.

137. ಪಕಾರಕ್ಕೆ ವಕಾರ ಹಕಾರಗಳೂ, ಬಕಾರಕ್ಕೆ ವಕಾರವೂ, ವಕಾರಕ್ಕೊಮ್ಮೆ ಬಕಾರವೂ ಆಗುವವು.

ಪ್ರಯೋಗ:

ಪಕಾರಕ್ಕೆ ವಕಾರ: ದೀಪಿಕೆ=ದೀವಿಗೆ, ಸೂಪಂ=ಸೂವಂ.
ಪ " ಹ " : ಪಿಪ್ಪಲಿ=ಹಿಪ್ಪಲಿ, ಪಾದುಕಂ=ಹಾವುಗೆ.
ಬ " ವ " : ಕಬಳಂ=ಕವಳಂ, ಶಿಬಿಕೆ=ಸಿವಿಗೆ.
ವ " ಬ " : ವಿಧಿ=ಬಿದಿ, ವೇಗಂ=ಬೇಗಂ.

138. ಯಕಾರಕ್ಕೆ ಕೆಲವೆಡೆಯಲ್ಲಿ ಗಕಾರ ನಕಾರಾದೇಶವೂ, ಆ ಯಕಾರಕ್ಕೆ ಹೆಚ್ಚಾಗಿ ಜಕಾರಾದೇಶವೂ, ದಕಾರದಲ್ಲಿ ಕೂಡಿದ ಯಕಾರಕ್ಕೆ ದ್ವಿತ್ವ ಜಕಾರವೂ ಆಗುವವು.

ಪ್ರಯೋಗ:

ಯತ್ವಕ್ಕೆ ಗತ್ವಂ: ದ್ವಿತೀಯೆ=ಬಿದಿಗೆ, ತೃತೀಯೆ=ತದಿಗೆ.
ಯ " ನ " : ಯುಗಂ=ನೊಗಂ.
ಯ " ಜ " : ಯವೆ=ಜವೆ, ಯಶಂ=ಜಸಂ.
ದ್ವಿತ್ವ ಜಕಾರಕ್ಕೆ: ವಿದ್ಯೆ=ಬಿಜ್ಜೆ, ಉದ್ಯೋಗಂ=ಉಜ್ಜುಗಂ.

**139.** ದ್ಯೂತ ವಿಂಧ್ಯ ವಂಧ್ಯಾ ಸಂಧ್ಯಾ ಧ್ಯಾನ ಮೊದಲಾದ ಶಬ್ದಗಳಲ್ಲಿಯ ದ ಧಕಾರಗಳು ಲೋಪವಾಗಿ ಉಳಿದ ಯಕಾರಕ್ಕೆ ಜಕಾರವಾಗುವದು.

ಪ್ರಯೋಗ:

ದ್ಯೂತಂ=ಜೂದು, ವಿಂಧ್ಯಂ=ಬಿಂಜಂ, ವಂಧ್ಯೆ=ಬಂಜೆ, ಸಂಧ್ಯೆ=ಸಂಜೆ, ಧ್ಯಾನಂ=ಜಾನಂ.

**140.** ದಡ್ಡಕ್ಕರದ ಮೇಲಿನ ರೇಫೆಗೂ, ಒತ್ತಾಗಿ ಸೇರಿದ್ದ ರೇಫೆಗೂ ಕೆಲವು ಕಡೆಯಲ್ಲಿ ಲೋಪ ಬರುವದು; ಆ ಒತ್ತಾಗಿ ಸೇರಿದ್ದ ರೇಫಕ್ಕೆ ಲೋಪವಾಗಿ ಕೆಲವೆಡೆಯಲ್ಲಿ ಮೇಲಿನ ಅಕ್ಷರಕ್ಕೆ ದ್ವಿತ್ವ ಬರುವದು.

ಪ್ರಯೋಗ:

ದಡ್ಡಕ್ಕರದ ಮೇಲಿನ ರೇಫೆಗೆ: ಬರ್ಬ್ಬರಂ=ಬಬ್ಬರಂ, ಸರ್ಬ್ಬಂ=ಸಬ್ಬಂ.

ಒತ್ತಾಗಿ ಸೇರಿದ್ದ ರೇಫ ಲೋಪಕ್ಕೆ: ದ್ರೋಣಿ=ದೋಣಿ, ಪ್ರಭೆ=ಪಬೆ.

ರೇಫೆ ಲೋಪವಾಗಿ ದ್ವಿತ್ವಕ್ಕೆ: ವೇತ್ರಂ=ಬೇತ್ತಂ, ವ್ಯಾಘ್ರಂ=ಬಗ್ಗಂ.

**141.** ಕ್ಷಕಾರಕ್ಕೆ ದ್ವಿತ್ವಂಬೆರಸಿದ ಕಕಾರವೂ, ಚಕಾರವೂ, ಖಕಾರವೂ, ಪ್ರಯೋಗಾನುಸಾರವಾಗಿ ಆಗುವವು; ಆ ಕ್ಷಕಾರಕ್ಕೆ ಕೆಲವೆಡೆಯಲ್ಲಿ ಸಕಾರವೂ, ದ್ವಿತ್ವವಿಲ್ಲದ ಕಕಾರವೂ, ಆಗುವವು.

ಪ್ರಯೋಗ:

ದ್ವಿತ್ವದ ಕಕಾರಕ್ಕೆ: ರಕ್ಷೆ=ರಕ್ಕೆ, ಪಕ್ಷಂ=ಪಕ್ಕಂ, ಲಕ್ಷಂ=ಲಕ್ಕಂ.

" ಚಕಾರಕ್ಕೆ: ಅಕ್ಷಿ=ಅಚ್ಚಿ, ಭಿಕ್ಷೆ=ಬಿಚ್ಚೆ, ಮಕ್ಷಿ=ಮಚ್ಚಿ.

" ಖಕಾರಕ್ಕೆ: ಪ್ರಕ್ಷಾಲಂ=ಪಖ್ಖಾಳಂ (ಪಖ್ಖಳಂ).

ಕ್ಷಕಾರಕ್ಕೆ ಸಕಾರ: ಕ್ಷೇಮಂ=ಸೇಮಂ, ಕ್ಷಪಣಂ=ಸವಣಂ.
ದ್ವಿತ್ವವಿಲ್ಲದ ಕಕಾರಕ್ಕೆ: ಕ್ಷಾರಃ=ಕಾರಂ, ಕ್ಷೀರಂ=ಕೀರಂ (ಕಿರಂ).

**142.** ಪದದೊಳಗಿನ ಮಕಾರಕ್ಕೆ ವಕಾರವೂ, ಚಕಾರಕ್ಕೆ ಸಕಾರ ದಕಾರವೂ, ಶ ಷ ತಕಾರಗಳಿಗೆ ಚಕಾರವೂ ಬರುವವು; ಹಕಾರಕ್ಕೆ ಬಹಳವಾಗಿ ಯಕಾರ ಗಕಾರ ಣಕಾರಗಳು ಬರುವವು.

ಪ್ರಯೋಗ:

ಮಕಾರಕ್ಕೆ ವಕಾರ: ಗ್ರಾಮಃ=ಗಾವಂ, ಭೀಮಂ=ಬೀವಂ.
ಚ " ಸ " : ಚರ್ಮಕಾರಃ=ಸಮ್ಮಗಾಲಿಂ, ಚೂರ್ಣಃ=ಸುಣ್ಣಂ.
ಚ " ದ " : ಉಚ್ಚಃ=ಉದ್ದಂ.
ಶ " ಚ " : ಶಿಲ್ಪಿಗಂ=ಚಿಪ್ಪಿಗಂ, ಶಷ್ಕುಲಿ=ಚಕ್ಕುಲಿ.
ಷ " ಚ " : ಷಷ್ಠಿ=ಚಟ್ಟಿ.
ತ " ಚ " : ನರ್ತಕಿ=ನಚ್ಚಣಿ, ನಿತ್ಯಃ=ನಿಚ್ಚಂ.
ಹ " ಯ " : ಕುಹಕಂ=ಕೊಯಕಂ (ಕೋಯಕಂ).
ಹ " ಗ " : ಸಿಂಹಃ=ಸಿಂಗಂ, ಹಡಹಃ=ಹಡಗಃ.
ಹ " ಣ " : ಸನ್ನಾಹಂ=ಸನ್ನಣಂ.

**143.** "ಕ್ತ, ಸ್ತ, ಪ್ತ, ನ್ಮ, ಹ್ಮ, ಷ್ಮ, ತ್ನ, ರ್ಣ, ಹ್ನ, ಷ್ಕ, ತ್ಪ, ತ್ಫ" ಹೀಗೆ ಒತ್ತಕ್ಷರಗಳಾಗಿರುವ ಅಕ್ಷರಗಳಲ್ಲಿ ಮೇಲಿನ ಅಕ್ಷರ ಲೋಪವಾಗಿ ಕೆಳಗೆ ಒತ್ತಾಗಿ ಸೇರಿರುವ ಅಕ್ಷರವೇ ದ್ವಿತ್ವ ಹೊಂದಿದ ಪೂರ್ಣಾಕ್ಷರವಾಗುವದು.

ಪ್ರಯೋಗ:

ಶುಕ್ತಿ=ಸುತ್ತಿ, ವಿಸ್ತಾರಂ=ಬಿತ್ತರಂ, ಸಪ್ತಮಿ=ಸತ್ತವಿ, ಉನ್ಮತಂ=ಉಮ್ಮತಂ, ಬ್ರಹ್ಮಂ=ಬೊಮ್ಮಂ, ಊಷ್ಮೆ=ಉಮ್ಮೆ, ರತ್ನಂ=ರನ್ನಂ,

ಕರ್ಣ್ಣಂ=ಕನ್ನಂ, ಚಿಹ್ನಂ=ಚಿನ್ನಂ, ಪುಷ್ಕರಣಿ=ಪೊಕ್ಕರಣೆ, ಉತ್ಪುಟಂ= ಉಪ್ಪುಡಂ, ಸತ್ಫಲಿಂ=ಸಪ್ಪಳಿಂ.

**144.** "ಜ್ವ, ಲ್ವ, ತ್ವ, ದ್ವ, ನ್ಯ, ಲ್ಯ, ತ್ಯ, ವ್ಯ, ಪ್ಯ, ಗ್ನ" ಹೀಗೆ ಒತ್ತಕ್ಷರವಾಗಿರುವಲ್ಲಿ ಕೆಳಗಿನ ಒತ್ತಿಗೆ ಲೋಪ ಬಂದು ಮೇಲಿನ ಅಕ್ಷರವು ಅದರದರ ದ್ವಿತ್ವವನ್ನು ಹೊಂದುವದು.

ಪ್ರಯೋಗ:

ಉಜ್ವಲಂ=ಉಜ್ಜಳಂ, ಬಿಲ್ವಪತ್ರಂ=ಬೆಲ್ಲವತ್ತಂ, ಸತ್ವಕಂ= ಸತ್ತಗಂ, ಮೃದ್ವಿಕೆ=ಮುದ್ದಿಗೆ, ಅನ್ಯಾಯಂ=ಅನ್ನೆಯಂ, ಪಲ್ಯಯನಂ=ಹಲ್ಲಣಂ, ಮೃತ್ಯು=ಮಿತ್ತು (ಮಿಟ್ಟಿ), ಕಾವ್ಯಂ=ಕಬ್ಬಂ, ಲೇಪ್ಯಂ=ಲೆಪ್ಪಂ, ಅಗ್ನಿ=ಅಗ್ಗಿ.

**145.** ಪದಗಳಲ್ಲಿ ನೆಲಸಿದ ದಕಾರಕ್ಕೆ ವಕಾರ, ರೇಫೆ, ಜಕಾರ, ಯಕಾರ, ತಕಾರ, ಡಕಾರಗಳು ಆದೇಶವಾಗುವವು; ಕೆಲವು ಶಬ್ದಗಳ ಆದಿಗೆ ದೀರ್ಘ ಬರುವದು.

ಪ್ರಯೋಗ:

ವಕಾರಕ್ಕೆ: ಪಾದುಕಂ=ಪಾವುಗೆ.
ರೇಫಕ್ಕೆ: ಕದಂಬಂ=ಕರಂಬಂ.
ಜಕಾರಕ್ಕೆ: ಗದೆ=ಗಜೆ, ದಂತಂ=ಜಂತಂ.
ಯಕಾರಕ್ಕೆ: ಮದನಂ=ಮಯಣಂ.
ತಕಾರಕ್ಕೆ: ದರ್ದು=ತರ್ದು.
ಡಕಾರಕ್ಕೆ: ವಿಚ್ಛಂದಂ=ಬಿಚ್ಚಂಡಂ.
ದೀರ್ಘಕ್ಕೆ: ದಂಷ್ಟ್ರ=ದಾಡೆ.

**146.** ಪದದ ಮೊದಲ ಋುತ್ವಕ್ಕೆ ಇಕಾರ, ಎಕಾರ, ಅಕಾರ, ಉಕಾರಗಳು ಬರುವವು; ಬ್ರಹ್ಮ ಶಬ್ದದಂತೆ ಅಮೃತ ಶಬ್ದಕ್ಕೂ ಕಡೆಗೆ ರೇಫೆ ಬರುವದು.

ಪ್ರಯೋಗ:

ಇತ್ವಕ್ಕೆ: ಋತು=ರಿತು, ಋಷಿ=ರಿಸಿ, ಮೃಗಂ=ಮಿಗಂ.
ಎತ್ವಕ್ಕೆ: ಹೃದ್ವಂ=ಹೆಟ್ಟಂ, ಹೃದಯಂ=ಹೆದೆಯಂ.
ಅತ್ವಕ್ಕೆ: ವೃಷಭಂ=ಬಸವಂ, ಕೃತಕಿ=ಗದಕಿ.
ಹೀಗೆಯೇ ಪದಮಧ್ಯದ ಋತ್ವಕ್ಕೆ ಅಕಾರ ಬಹುಳವಾಗಿ ಬರುವದು—ಪ್ರಾಕೃತಂ=ಪಾಗದಂ.
ಉತ್ವಕ್ಕೆ: ಮೃದ್ವಿಕೆ=ಮುದ್ದಿಗೆ.
ರೇಫೆಗೆ: ಬ್ರಹ್ಮ=ಬಮ್ಮ್, ಅಮೃತ=ಅಮರ್ದು.

**147.** ಪದಾದಿಯ ಅಕಾರಕ್ಕೆ ಇಕಾರವೂ, ಉಕಾರವೂ, ಹಕಾರವೂ ಆಗುವವು; ಆದಿಯನ್ನು ಕಳದು ಉಳಿದ ಜ್ಞಕಾರಕ್ಕೆ ಬಹುಳದಿಂದ ದ್ವಿತ್ವ ನಕಾರ ಬರುವದು.

ಪ್ರಯೋಗ:

ಇಕಾರಕ್ಕೆ: ಜಳೂಕಂ=ಜಿಗುಳ್ಳೆ, ಅಂಗಾರಂ=ಇಂಗಳಂ.
ಉಕಾರಕ್ಕೆ: ಅಂಗುಷ್ಠಂ=ಉಂಗುಟಂ, ತ್ವರಿತಂ=ತುರಿಹಂ.
ಹಕಾರಕ್ಕೆ: ಅಗ್ನಿ=ಹಗ್ಗಿ.
ದ್ವಿತ್ವ ನಕಾರಕ್ಕೆ: ವಿಜ್ಞಾನಂ=ಬಿನ್ನಣಂ, ಸಂಜ್ಞೆ=ಸನ್ನೆ.
ಬಹುಳವೆಂದದರಿಂದ ಆಜ್ಞೆ=ಆಣೆಯುಂದುಂಟು.

**148.** ವಿಕಲ್ಪದಿಂದ ಪದಾದಿಯ ಉ ಊ ಔ ಅಕಾರಗಳಿಗೆ ಒ ಓಕಾರಗಳೂ, ಪದಾದಿಯ ದೀರ್ಘಕ್ಕೆ ಹೆಚ್ಚಾಗಿ ಪ್ರಸ್ವವೂ ಆಗುವವು.

ಪ್ರಯೋಗ:

ಉಕಾರಕ್ಕೆ ಒಕಾರ: ಕುಂತಂ=ಕೊಂತಂ, ಸುಧೆ=ಸೊದೆ, ಮುಖಂ=ಮೊಗಂ, ಸುಖಂ=ಸೊಗಂ.
„ ಓಕಾರ: ಕುಕ್ಕುಟಂ=ಕೋಳಿ, ಕುರುಂಟಂ=ಗೋರಟಿ.

ಊಕಾರಕ್ಕೆ ಓಕಾರ: ಮೂಢಂ=ಮೋಡಂ, ಕೂಟಂ=ಕೋಡು.

ಔಕಾರಕ್ಕೆ ಒ ಓಕಾರಗಳು: ಕ್ರೌಂಚಂ=ಕೊಂಚೆ, ಕೌಪೀನಂ=ಕೋವಣಂ.

ಅಕಾರಕ್ಕೆ ಒ ಓಕಾರಗಳು: ಸ್ವರ್ಣಂ=ಸೊನ್ನಂ, ಮಯೂರಂ=ಮೋರಂ.

ದೀರ್ಘಕ್ಕೆ ಹ್ರಸ್ವ: ಕಾರ್ಯಂ=ಕಜ್ಜಂ, ರಾಕ್ಷಸಂ=ರಕ್ಕಸಂ, ವ್ಯಾಘ್ರಂ=ಬಗ್ಗಂ, ಆರ್ಯಂ=ಅಜ್ಜಂ, ತಾತಂ=ತಂದೆ.

**149.** ಪದಾದಿಯ ಇಕಾರ ಅಕಾರ ಐಕಾರಗಳಿಗೆ ಎ ಏಕಾರಗಳು ಬರುವವು; ಪದಾದಿಯ ಹಕಾರಕ್ಕೆ ಲೋಪವಾಗಿ ಅದರ ಸ್ವರ ಮಾತ್ರ ಉಳಿಯುವದು.

ಪ್ರಯೋಗ:

ಇಳ್ಳೆ=ಎಳ್ಳೆ, ದಿಶೆ=ದೆಸೆ; ನಿಯಮಂ=ನೇಮಂ; ಶಯ್ಯೆ=ಸೆಜ್ಜೆ, ವ್ಯಂಜನಂ=ಬೆಂಜನಂ; ವ್ಯವಹಾರಂ=ಬೇಹಾರಂ; ಸೈಂಧವಂ=ಸೆಂದವಂ, ವೈದ್ಯಂ=ಬೆಜ್ಜಂ; ವೈಶಾಖಂ=ಬೇಸಗೆ; ಹಂಸೆ=ಅಂಚೆ, ಹಿಂಗು=ಇಂಗು, ಹಿಂಗುಳಿಕಂ=ಇಂಗುಳಿಕಂ.

**150.** ಸಂಯುಕ್ತಾಕ್ಷರಗಳಲ್ಲಿ ಮೇಲಿನ ಅಕ್ಷರವು ಶಕಾರ ಸಕಾರಗಳಾಗಿದ್ದರೆ ಅವುಗಳಿಗೆ ಲೋಪವಾಗಿ ಕೆಳಗಿನ ಅಕ್ಷರಗಳೇ ಪೂರ್ಣಾಕ್ಷರಗಳಾಗುವವು.

ಪ್ರಯೋಗ:

ಸ್ಮಶಾನಂ=ಮಸಣಂ, ಸ್ಪರ್ಶಂ=ಪರುಸಂ, ಸ್ಫಟಿಕಂ=ಪಳಿಕು, ಸ್ಥಿಕೆ=ಹಿಕ್ಕೆ, ಸ್ತುತಿ=ತುತಿ, ಸ್ತಿಮಿತಂ=ತಿಮಿತಂ, ಸ್ತೋಮಂ=ತೋಮಂ.

**151.** ಪದಮಧ್ಯದ ದೀರ್ಘಕ್ಕೆ ಹೆಚ್ಚಾಗಿ ಹ್ರಸ್ವವೂ, ಒತ್ವಕ್ಕೆ ಉತ್ವವೂ, ಉತ್ವಕ್ಕೆ ಇಕಾರ ಅಕಾರಗಳೂ, ಅಕಾರಕ್ಕೆ ಇಕಾರವೂ, ಬರುವವು.

ಪ್ರಯೋಗ:

ಹ್ರಸ್ವಕ್ಕೆ: ದುಕೂಲಂ=ದುಗುಲಂ, ಆಕಾಶಂ=ಆಗಸಂ.
ಉತ್ವಕ್ಕೆ: ಅಶೋಕೆ=ಅಸುಗೆ, ಉದ್ಯೋಗಂ=ಉಜ್ಜುಗಂ.
ಇತ್ವಕ್ಕೆ: ಆಯುಷ್ಯಂ=ಆಯಿಸಂ.
ಅತ್ವಕ್ಕೆ: ಮಾನುಷ್ಯಂ=ಮಾನಸಂ, ಕುರುಂಟಂ=ಗೋರಟೆ.
ಇತ್ವಕ್ಕೆ: ಕನ್ಯಕೆ=ಕನ್ನಿಕೆ.

**152.** ಪದಮಧ್ಯದ ಏಕಾರ ಈಕಾರಗಳಿಗೆ ಅತ್ವವೂ, ಅಕಾರಕ್ಕೆ ಉಕಾರವೂ, ಆಕಾರಕ್ಕೆ ಎತ್ವವೂ, ಬಹಳವಾಗಿ ಆಗುವವು.

ಪ್ರಯೋಗ:

ಅತ್ವಕ್ಕೆ: ಅಲೇಖಂ=ಅಳಕಂ, ಕೌಪೀನಂ=ಕೋವಣಂ, ಮರೀಚಂ=ಮೆಳಸು.
ಉತ್ವಕ್ಕೆ: ಸತ್ವಕಂ=ಸತ್ತುಗಂ.
ಎತ್ವಕ್ಕೆ: ಅನ್ಯಾಯಂ=ಅನ್ನೆಯಂ.

**153.** ಪದಮಧ್ಯದ ಅಕ್ಷರಕ್ಕೆ ಬಹುಳದಿಂದ ಲೋಪವೂ, ಪದಾದಿಯ ಬಕಾರಕ್ಕೆ ಭೈಕಾರವೂ, ಪದಾದಿಯ ಅಕಾರ ಆಕಾರಗಳಿಗೆ ಐಕಾರವೂ, ಆಗುವವು.

ಪ್ರಯೋಗ:

ಲೋಪಕ್ಕೆ: ನವಮಿ=ನಾಮಿ, ಸಾಹಸಂ=ಸಾಸಂ, ನಿಯಮಂ=ನೇಮಂ.
ಭೈಕಾರಕ್ಕೆ: ಬಹಿತ್ರಂ=ಭೈತ್ರಂ.
ಐಕಾರಕ್ಕೆ: ಮಹಿಮೆ=ಮೈಮೆ, ಮಹಿಷಿ=ಮೈಸಿ, ವಾಹ್ಯಾಳಿ=ವೈಯ್ಯಾಳಿ.

**154.** ಪದಮಧ್ಯದ ಮಕಾರ ಳಕಾರಗಳಿಗೆ ಗಕಾರವೂ, ಕಕಾರಕ್ಕೆ ವಕಾರವೂ, ಆಗುವವು; ಯಕಾರ ಮಿಶ್ರ ಧಕಾರ (ಧ್ಯ) ಕ್ಕೆ ದಕಾರ ಬರುವದು ಮತ್ತೂ ಅದರ ಅತ್ವಕ್ಕೆ ಇತ್ವ ಬರುವದು.

ಪ್ರಯೋಗ:

ಮತ್ವಕ್ಕೆ ಗತ್ವ: ಯಮುನೆ=ಜಗುನೆ.
ಳತ್ವಕ್ಕೆ ಗತ್ವ: ಜಳೂಕಂ=ಜಿಗುಳೆ.
ಕತ್ವಕ್ಕೆ ವತ್ವ: ಶೀಕರಂ=ಸೀವರಂ (ಸಿವರಂ).
ಧ್ಯತ್ವಕ್ಕೆ: ಅಧ್ಯಕ್ಷಂ=ಅದ್ದಿಕಂ.

**155.** ಪದಮಧ್ಯದ ತಕಾರಕ್ಕೆ ಒಮ್ಮೆ ರೇಫೆಯೂ, ಟಕಾರ ಗಕಾರಗಳೂ ಆಗುವವು; ಪದಾಂತ್ಯದ ತಕಾರಕ್ಕೆ ಡಕಾರ ಹಕಾರ ಗಳು ಆಗುವವು.

ಪ್ರಯೋಗ:

ರೇಫೆಗೆ: ಖಾತಿಗೆ=ಕಾಱಿಗೆ (ಗಾಱಿಗೆ).
ಟಕಾರಕ್ಕೆ: ಪತ್ತನಂ=ಪಟ್ಟಣಂ.
ಗಕಾರಕ್ಕೆ: ಉತ್ಕಟಂ=ಉಗ್ಗಡಂ, ಅತಸಿ=ಅಗಸಿ.
ಡಕಾರಕ್ಕೆ: ಸಂಘಾತಂ=ಸಂಗಡಂ.
ಹಕಾರಕ್ಕೆ: ತ್ವರಿತಂ=ತುರಿಹಂ.

**156.** ಬಹುಳದಿಂ ಶಬ್ದಗಳ ಕಡೆಯ ನಕಾರ ಜ್ಞಕಾರ ಕಕಾರ ಗಳಿಗೆ ಣಕಾರವೂ, ಪದಾಂತ್ಯದ ಅಕಾರಕ್ಕೆ ಎಕಾರ ಇಕಾರ ಉ ಕಾರಗಳೂ, ಬರುವವು.

ಪ್ರಯೋಗ:

ನತ್ವಕ್ಕೆ ಣತ್ವಂ: ಖನಿ=ಖಣಿ (ಕಣಿ), ಲಂಬನಂ=ಲಂಬಣಂ, ಸ್ಥಾನಂ=ಠಾಣಂ.
ಜ್ಞತ್ವಕ್ಕೆ ಣತ್ವಂ: ಆಜ್ಞೆ=ಆಣೆ.

ಕತ್ವಕ್ಕೆ ಣತ್ವಂ: ನರ್ತಕಿ=ನಚ್ಚಣಿ.

ಅತ್ವಕ್ಕೆ ಎತ್ವಂ: ಶಾಣಃ=ಸಾಣೆ, ಜೀರಕಂ=ಜೀರಿಗೆ, ಚೀರಂ=ಸೀರೆ.

ಅತ್ವಕ್ಕೆ ಇತ್ವಂ: ಕಂಬಳಃ=ಕಂಬಳಿ, ಮಾಘಂ=ಮಾಗಿ, ಕುದ್ದಾಲಃ=ಗುದ್ದಲಿ.

ಅತ್ವಕ್ಕೆ ಉತ್ವಂ: ವಾಟಂ= ಬಾಡು, ಸ್ಫಟಿಕಂ=ಪಳಿಕು, ಕೂಟಃ=ಕೋಡು.

157. ಪದಾಂತ್ಯದ ಉಕಾರಕ್ಕೆ ಇಕಾರವೂ, ಇಕಾರಕ್ಕೆ ಉಕಾರವೂ ಎಕಾರವೂ, ಒಂದು ವೇಳೆ ಪದಾಂತ್ಯ ಸ್ವರಕ್ಕೆ ಲೋಪವೂ, ಆಗುವವು.

ಪ್ರಯೋಗ:

ಉತ್ವಕ್ಕೆ ಇತ್ವಂ: ಖರ್ಜು=ಕಜ್ಜಿ, ಕುಸ್ತುಂಬುರಃ=ಕೊತ್ತುಂಬರಿ.
ಇತ್ವಕ್ಕೆ ಉತ್ವಂ: ಗ್ರಂಥಿ=ಗಂಟು, ಮಕ್ಷಿ=ಮಚ್ಚು.
ಇತ್ವಕ್ಕೆ ಎತ್ವಂ: ಪಂಚವಿಃ=ಪಂಚವೆ, ತುಲಸಿ=ತೊಳಸೆ.
ಲೋಪಕ್ಕೆ: ಪ್ರಮಾಣಂ=ಪವಣ್, ಮುಕುಳಂ=ಮುಗುಳ್.

158. "ಆಶ್ಚರ್ಯ, ಪ್ರಗ್ರಹ, ವಿಜ್ಞಾಪನ, ಕಪಿಂಜಳ, ಆಂಗಿರಸ" ಈ ಶಬ್ದಗಳ ಅಂತ್ಯಾಕ್ಷರವು ಲೋಪವಾಗುವವು; ಗ್ರಹಣ ಶಬ್ದಕ್ಕೆ ಗರಣವೆಂದಾದೇಶವಾಗುವದು.

ಪ್ರಯೋಗ:

ಆಶ್ಚರ್ಯಃ=ಅಚ್ಚರಿ, ಪ್ರಗ್ರಹಂ=ಪಗ್ಗಂ, ವಿಜ್ಞಾಪನಃ=ಬಿನ್ನಪಂ, ಕಪಿಂಜಳಂ=ಕವಿಂಜು, ' ಆಂಗಿರಸಃ =ಅಂಗಿರು, ಗ್ರಹಣಃ=ಗರಣಂ.

159. ಕ್ರೂರ ಎಂಬ ಶಬ್ದದ ಅಂತ್ಯದಲ್ಲಿರುವ ರೇಫಕ್ಕೆ ೞವೂ, ಪ್ರಾಕಾರ ಶಬ್ದದ ಅಂತ್ಯ ರೇಫೆಗೆ ಲಕಾರವೂ, ಗ್ರಾಮಾಣ ಶಬ್ದದ ಣಕಾರಕ್ಕೆ ಲಕಾರವೂ, ಆದೇಶವಾಗಿ ಬರುವವು.

### ಪ್ರಯೋಗ:

ಕ್ರೂರಂ=ಕೂಱ್, ಪ್ರಾಕಾರಂ, ಪಾಗಲ್ (ಪಾಗರ), ಗ್ರಾಮೀಣಂ=ಗಾವಿಲಂ.

160. “ಶ್ವ, ಸ್ವ, ದ್ವ, ಧ್ವ, ಲ್ವ, ಜ್ವ, ಳ್ವ. ತ್ವ” ಹೀಗಿರುವ ಅಕ್ಷರಗಳಲ್ಲಿ ಕೆಳಗಿನ ಒತ್ತಕ್ಷರವಾದ ವಕಾರವೂ, “ಶ್ನ” ಎಂಬದರಲ್ಲಿ ಕೆಳಗಿನ ನಕಾರವೂ “ಜ್ಯ, ಸ್ಯ, ಕ್ಯ, ನ್ಯ, ಶ್ಯ, ಷ್ಯ” ಇವುಗಳ ಕೆಳಗಿನ ಯ ಒತ್ತೂ, ಲೋಪವನ್ನು ಹೊಂದುವವು.

### ಪ್ರಯೋಗ:

ವತ್ವಲೋಪಕ್ಕೆ: ಈಶ್ವರಂ=ಈಸರಂ, ಸ್ವರ್ಗಂ=ಸಗ್ಗಂ, ಧ್ವನಿ=ದನಿ, ದ್ವಿಗುಣಂ=ದುಗುಣಂ, ಸುಲ್ವಂ=ಸುಲು (ಸುಲ್), ಜ್ವಾಲೆ=ಜಾಳೆ, ಖಿಳ್ವಂ=ಕಿಳ್, ತ್ವರಿತಂ=ತುರಿಹಂ; ಶ್ನದೆ=ಸೊಸೆ.

ಯತ್ವಲೋಪಕ್ಕೆ: ಜ್ಯೋತಿ=ಜೋತಿ, ಸಸ್ಯಂ=ಸಸಿ, ಮಾಣಿಕ್ಯಂ=ಮಾಣಿಕಂ, ನ್ಯೂನಂ=ನೂನಂ, ವ್ಯಥೆ=ಬೆತೆ, ಶ್ಯಾಮವರ್ಣಂ=ಸಾವರ್ಣಂ, ಆಯುಷ್ಯಂ=ಆಯಿಸಂ.

161. ಜಕಾರಕ್ಕೆ ಯಕಾರ ಸಕಾರ ದಕಾರ ಚಕಾರಗಳೂ, ಭಕಾರಕ್ಕೆ ಹಕಾರ ಪಕಾರ ವಕಾರಗಳೂ, ರೇಫೆಗೆ ಲಕಾರ ಳಕಾರಗಳೂ, ಆದೇಶವಾಗಿ ಬರುವವು.

### ಪ್ರಯೋಗ:

ಜತ್ವಕ್ಕೆ ಯತ್ವಂ: ರಾಜಂ=ರಾಯಂ. ಜತ್ವಕ್ಕೆ ಸತ್ವಂ: ಕುಟಜಕಂ=ಕೊಡಿಸಿಗೆ.

ಜತ್ವಕ್ಕೆ ದತ್ವಂ: ಮುಂಜಂ=ಮೊದೆ. ಜತ್ವಕ್ಕೆ ಚತ್ವಂ: ಲಾಮಜ್ಜಂ=ಲಾಮಚ್ಚಂ.

ಭತ್ವಕ್ಕೆ ಹತ್ವಂ: ವಲ್ಲಭಂ=ಬಲ್ಲಹಂ. ಭತ್ವಕ್ಕೆ ಪತ್ವಂ: ಭಿಂಡಿಪಾಳಂ=ಪಿಂಡಿವಾಳಂ.

” ವತ್ವಂ: ವೃಷಭಂ=ಬಸವಂ.

ರೇಫೆಗೆ ಲತ್ವಂ: ಕುಠಾರಂ=ಕೊಡಲಿ. ರೇಫೆಗೆ ಳತ್ವಂ: ಮರೀಚಂ=ಮೆಳಸು.

**162.** ಪದದ ಎರಡನೆ ಅಕ್ಷರದ ಊಕಾರಕ್ಕೆ ಅಕಾರವೂ, ಆ ಎರಡನೆ ಅಕ್ಷರದ ದೀರ್ಘಕ್ಕೆ ಹ್ರಸ್ವವೂ, ಬರುವವು; ತೃತೀಯಾಕ್ಷರಕ್ಕೂ ಹಾಗೆಯೇ ಆಗುವದು.

ಪ್ರಯೋಗ:

ಊಕಾರಕ್ಕೆ ಅತ್ವಂ: ನಿರೂಪಿಸಿದಂ=ನಿರವಿಸಿದಂ.
ದ್ವಿತೀಯಾಕ್ಷರಕ್ಕೆ ಹ್ರಸ್ವಂ: ಪ್ರಸಾದನಂ=ಪಸದನಂ.
ತೃತೀಯಾಕ್ಷರಕ್ಕೆ ಹ್ರಸ್ವಂ: ಉತ್ತರೀಯಕಂ=ಉತ್ತರಿಗೆ.

**163.** ಶಬ್ದಗಳ ತೃತೀಯಾಕ್ಷರದ ಅಕಾರಕ್ಕೆ ಇಕಾರ ಒಕಾರ ಉಕಾರಗಳೂ, ಉಕಾರಕ್ಕೆ ಅಕಾರವೂ, ಆಗುವವು.

ಪ್ರಯೋಗ:

ಅತ್ವಕ್ಕೆ ಇತ್ವಂ: ಹಿಂಗೂಲಕಂ=ಇಂಗುಲಿಕಂ.
" ಒತ್ವಂ: ಸುರಪರ್ಣಿ=ಸುರಹೊನ್ನೆ.
" ಉತ್ವಂ: ಆಲಸ್ಯಕಂ=ಅಲಸುಗೆ.
ಉತ್ವಕ್ಕೆ ಅತ್ವಂ: ಕುಸ್ತುಂಬುರು=ಕೊತ್ತುಂಬರಿ.

**164.** ಪದದ ನಾಲ್ಕನೆ ಅಕ್ಷರದ ಅಕಾರಕ್ಕೆ ಒಕಾರ ಬರುವದು; ಮತ್ತು ಅದರ ಎರಡನೆ ಮೂರನೆ ನಾಲ್ಕನೆ ಅಕ್ಷರಗಳಿಗೆ ಲೋಪ ಬರುವದು.

ಪ್ರಯೋಗ:

ಅಕಾರಕ್ಕೆ ಒತ್ವಂ: ಆಟರೂಷಕಂ=ಆಡಸೋಗೆ.
ದ್ವಿತೀಯಾಕ್ಷರ ಲೋಪಕ್ಕೆ: ವ್ಯವಹಾರಂ=ಬೇಹಾರಂ.
ತೃತೀಯಾಕ್ಷರ ಲೋಪಕ್ಕೆ: ಪಲ್ಯಯನಂ=ಹಲ್ಲಣಂ.
ಚತುರ್ಥಾಕ್ಷರ ಲೋಪಕ್ಕೆ: ಉತ್ತರೀಯಕಂ=ಉತ್ತರಿಗೆ.

**165.** ಎರಡು ಪದಗಳೂ ಅಪಭ್ರಂಶವಾದರೆ, ಸಮಾಸ ಮಾಡುವದು. ಎರಡು ಪದಗಳಲ್ಲಿ ಒಂದು ಪದ ಅಪಭ್ರಂಶಕ್ಕೆ ಬಾರದೆ ನಿಜರೂಪದಿಂದ ನಿಂತರೂ, ನಿರ್ದೋಷವಾಗಿ ಕೆಲವು ಸ್ಥಾನಗಳಲ್ಲಿ ಸಮಾಸ ಉಂಟು.

**Compounds with ತದ್ಭವ and ತತ್ಸಮ.**

ಪ್ರಯೋಗ:

ಎರಡು ಪದಗಳ ಅಪಭ್ರಂಶಕ್ಕೆ: ಸರ್ವಲಕ್ಷಣಂ,=ಸಬ್ಬಲಕ್ಕಣಂ.

ತತ್ಸಮ ತದ್ಭವಸಮಾಸಕ್ಕೆ: ಮಂಗಳಪ್ರಸಾದನಂ=ಮಂಗಳ್ವಸದನಂ.

ತದ್ಭವ ತತ್ಸಮಸಮಾಸಕ್ಕೆ: ದಿಶಾಬಲಿ=ದೆಸೆಬಲಿ.

**166.** ಸಮಾಸದ ಆದಿಯೊಳಗೆ ಇದ್ದ ಏಕ, ದ್ವಿ, ತ್ರಿ, ಚತುಃ ಶಬ್ದಗಳಿಗೆ ಎಕ್ಕ, ದು, ತಿ, ಚೌ ಎಂಬಿವು ಆದೇಶವಾಗಿ ಬರುವವು; ದು, ತಿ, ಚೌ, ಶಬ್ದಗಳು ಪ್ರತ್ಯಯಾಂತವಾದಾಗ್ಯೂ ಈ ಲಕ್ಷಣ ಸಲ್ಲುವದು.

**Changes of ಏಕ, ದ್ವಿ etc. in compounds.**

ಪ್ರಯೋಗ:

ಎಕ್ಕಕ್ಕೆ: ಏಕ ಸ್ಥಲಂ=ಎಕ್ಕತಲಂ, ಏಕಶರಂ=ಎಕ್ಕಸರಂ.

ದುಗೆ: ದ್ವಿಹಸ್ತಂ=ದುಹತ್ತಂ, ದ್ವಿಶರಂ=ದುಸರಂ.

ತಿಗೆ: ತ್ರಿಗುಣಂ=ತಿಗುಣಂ, ತ್ರಿಶೂಲಂ=ತಿಸುಳ್ಳಂ.

ಚತುಃ ಎಂಬುದಕ್ಕೆ: ಚತುರ್ಗ್ರಾಮಂ=ಚೌಗಾವಂ, ಚತುಃಪಥಂ=ಚೌಪದಂ.

ಪ್ರತ್ಯಯಾಂತಕ್ಕೆ: ದ್ವಿಕಂ=ದುಗಂ, ತ್ರಿಕಂ=ತಿಗಂ ಚತುಷ್ಕಂ=ಚೌಕಂ.

**167.** ಸಹ ಮಹಚ್ಛಬ್ದಗಳಿಗೆ ವ್ಯಂಜನ ಪರವಾದರೆ, ಸಾ ಮಾ ಎಂಬ ಆದೇಶ ಬಹಳವಾಗಿ ಬರುವವು.

**ಸಹ, ಮಹ in compounds.**

ಪ್ರಯೋಗ:

ಸಹವಾಸಿ=ಸಾವಾಸಿ, ಸಹದೇವಂ=ಸಾದೇವಂ, ಮಹಾಜನಂ=ಮಾಜನಂ, ಮಹಾದಾನಿ=ಮಾದಾನಿ.

**168.** ಪರಪದದ ಮೊದಲಲ್ಲಿ ಪಕಾರ ಬಕಾರ ಮಕಾರಗಳು ಇದ್ದರೆ, ವಕಾರವಾಗುವದು; ಆ ಪಕಾರದ ಊತ್ವಕ್ಕೆ ಹ್ರಸ್ವವಾದ ಉಕಾರ ಬರುವದು. ಅಂತರ್ ಶಬ್ದದ ಕಡೆಯ ರೇಫೆಗೆ ಲೋಪವಾಗುವದು.

**ಪ, ಬ, ಮ changed into ವ etc.**

ಪ್ರಯೋಗ:

ಪಕಾರಕ್ಕೆ ವಕಾರಂ: ಪಾದಪಾಶಂ=ಪಾದವಾಸಂ, ಸಂಸ್ಥಾಪತ್ತನಂ=ಸಂತೆವಟ್ಟಣಂ.

ಬಕಾರಕ್ಕೆ ವಕಾರಂ: ಶರಬಂಧಂ=ಸರವಂದಂ, ಶೃಂಖಲಾಬಂಧಂ= ಸಂಕಲೆವಂದಂ.

ಮಕಾರಕ್ಕೆ ವತ್ವಂ: ದೇವಮಾನುಷಂ=ದೇವವಾನಸಂ, ರತ್ನಮಣಿ=ರನ್ನವಣಿ.

ಊತ್ವಕ್ಕುತ್ವಂ: ಕರ್ಣಪೂರಂ=ಕನ್ನವುರಂ.

ರೇಫೆ ಲೋಪಕ್ಕೆ: ಅಂತಃಪುರಂ=ಅಂತವುರಂ, ಆದರೆ ಕೆಲವರೊಳಗೆ ಈ ಪ್ರಯೋಗವಿಲ್ಲ. ಪತಿವ್ರತೆ=ಹದಿಬದೆ, ನಿರ್ಬುದ್ಧಿ=ನಿಬುದ್ಧಿ.

**169.** ಆಕಾರ ಆಗಾರ ಆವಳಿಕಾ ಶಬ್ದಗಳು ಪರವಾದರೆ, ತಮ್ಮ ಎರಡನೇ ಅಕ್ಕರದಲ್ಲಿಯೂ ಆದಿಯ ಅಕ್ಕರದಲ್ಲಿಯೂ ಲೋಪ ಬರುವದು.

**Compounds with ಆಕಾರ etc.**

ಪ್ರಯೋಗ:

ಆಕಾರಕ್ಕೆ: ಚಿತ್ರಾಕಾರಂ=ಚಿತ್ತಾರಂ, ರೂಪಾಕಾರಂ=ರೂಪಾರಂ.

ಆಗಾರಕ್ಕೆ: ಭಂಡಾಗಾರಂ=ಭಂಡಾರಂ, ದೇವಾಗಾರಂ=ದೇವಾರಂ
ಆವಳಿಕೆಗೆ: ದೀಪಾವಳಿಕೆ=ದೀಪಾಳಿಗೆ=ದೀವಳಿಗೆ.
ಸಿಂಹಾಗಾರ, ಕಾರಾಗಾರ ಎಂಬ ಶಬ್ದಗಳಿಗೆ ಈ ಲಕ್ಷಣವಿಲ್ಲ.

Compounds of ದ್ವಾರ with ಶ್ರೀ etc.

**170.** ಶ್ರೀ, ವಕ್ರ (ಸೊಟ್ಟ), ಪಾನೀಯ (ನೀರು), ಕಂಟಕ (ಮುಳ್ಳು) ಎಂಬಿವಕ್ಕೆ ಆದ ಸಿರಿಯು, ವಂಕ, ಪಾಣಿಯು, ಕಂಟಿಯು ಎಂಬ ಶಬ್ದಗಳು ಮೊದಲಲ್ಲಿ ಇದ್ದರೆ, ಮುಂದಣ ದ್ವಾರ ಎಂಬ ಶಬ್ದಕ್ಕೆ ದರವೆಂದೂ, ದಾರವೆಂದೂ, ಬಾರವೆಂದೂ, ವಿಕಲ್ಪವಾಗಿ ಬರುವವು.

ಪ್ರಯೋಗ:

ಶ್ರೀದ್ವಾರಂ=ಸಿರಿಯುದರಂ=ಸಿರಿಯುದಾರಂ=ಸಿರಿಯುಬಾರಂ; ವಕ್ರದ್ವಾರಂ=ವಂಕದರಂ=ವಂಕದಾರಂ=ವಂಕಬಾರಂ; ಪಾನೀಯದ್ವಾರಂ=ಪಾಣಿಯುಬಾರಂ; ಕಂಟಕದ್ವಾರಂ=ಕಂಟಿಯುಬಾರಂ.

Compounds of Sanskrit and Canarese words.

**171.** ಮಣಿ, ಮಂಚಂ, ಪಟ್ಟಂ, ತೋರಣಂ, ಅಟ್ಟಂ, ಗೋಣಿ, ಸಬಳಂ (=ಈಟಿ), ಅಂಕಂ(=ಗುರುತು), ಲತೆ, ಕಂಕಣಂ, ಕೋಂಟೆ, ಬಲಂ, ಅಂಗಣಂ, ಬಿಲಂ, ಬಂದಿ, ಮಾಲೆ, ಗಾಳಂ, ಗಂಡಂ, ಗಲ್ಲಂ, ಮಲ್ಲಂ, ತಳಂ ಎಂಬೀ ಶಬ್ದಗಳು ಸಂಸ್ಕೃತಕ್ಕೂ ಕನ್ನಡಕ್ಕೂ ಸರಿ; ಇವನ್ನು ಸಂಸ್ಕೃತ ಶಬ್ದಗಳ ಸಂಗಡಲೂ ಕನ್ನಡ ಶಬ್ದಗಳ ಸಂಗಡಲೂ ಸಮಾಸಿಸಲಾಗುವದು.

ಪ್ರಯೋಗ:

ಮಣಿಗೆ: ದಿನಮಣಿ, ಉಡೆವಣಿ.
ಮಂಚಕ್ಕೆ: ರತ್ನಮಂಚಂ, ನೆಳ್ಳೆಮಂಚಂ.
ಪಟ್ಟಕ್ಕೆ: ಪಟ್ಟಮಹಿಷಿ, ಪಟ್ಟಗರ್ದುಗೆ.

ತೋರಣಕ್ಕೆ: ಕಾಂಸ್ಯತೋರಣಂ, ತಳಿರ್ದೋರಣಂ.
ಅಟ್ಟಕ್ಕೆ: ಅಟ್ಟಹಾಸಂ, ಅಟ್ಟಗವಲ್.
ಗೋಣಿಗೆ: ಗೋಣಿಕಾಪುತ್ರಂ, ಪೇರ್ಗೋಣಿ.
ಸಬಳಕ್ಕೆ: ಸಬಳತ್ರಿಣೇತ್ರಂ, ಸಬಳಗದ್ಯಾಣಂ.
ಅಂಕಕ್ಕೆ: ಮೃಗಾಂಕಂ, ಕಟ್ಟಂಕಂ.
ಲತೆಗೆ: ನವಲತೆ, ಎಳಲತೆ.
ಕಂಕಣಕ್ಕೆ: ಹಸ್ತಕಂಕಣಂ, ಹಿಡುಗಂಕಣಂ.
ಕೋಂಟೆಗೆ: ಧೂಳಿಕೋಂಟೆ, ಹತ್ತುಕೋಂಟೆ.
ಬಲಕ್ಕೆ: ಭುಜಬಲಂ, ತೋಳ್ವಲಂ.
ಅಂಗಣಕ್ಕೆ: ಅಂಗಣವಲಯಂ, ಅಂಗಣವಟ್ಟು.
ಬಿಲಕ್ಕೆ: ಬಿಲದ್ವಾರಂ, ಪೇರ್ಬಿಲಂ.
ಬಂದಿಗೆ: ಬಂದಿಗ್ರಹಣಂ, ಬಂದಿವಿಡಿದಂ.
ಮಾಲೆಗೆ: ವನಮಾಲೆ, ಪೂಮಾಲೆ.
ಗಾಳಕ್ಕೆ: ಗಳಗಾಳಂ, ಸಣ್ಣಗಾಳಂ.
ಗಂಡಕ್ಕೆ: ಗಂಡಗರ್ವಂ, ಗಂಡಪೆಂಡಿರ್.
ಗಲ್ಲಕ್ಕೆ: ಗಲ್ಲಸ್ಥಳಂ, ಗಲ್ಲಗಿವಿ.
ಮಲ್ಲಕ್ಕೆ: ಮಲ್ಲಮುರಾಂತಕಂ, ಮಲ್ಲವಾತು.
ತಳಕ್ಕೆ: ಕರತಳಂ, ಧರಣಿತಳಂ, ತಟ್ಟತಳಂ.

**172.** ಸಂಸ್ಕೃತವನ್ನು ಮರೆಗೊಳ್ಳದೆ ಅಪಭ್ರಂಶಕ್ಕೂ ದೇಶಿಯ ಪದಕ್ಕೂ ಸಮಾಸ ಉಂಟು.

ಪ್ರಯೋಗ:

ಅಪಭ್ರಂಶಕ್ಕೂ ದೇಶೀಯಪದಕ್ಕೂ: ಸಜ್ಜೆವನೆ, ಸಿಂಗವೆಂಟಿ.
ಅಪಭ್ರಂಶಸಮಾಸಕ್ಕೂ ದೇಶೀಯಪದಕ್ಕೂ: ಶಾಣದೀವಿಗೆ ಬೆಳಗು.
ತತ್ಸಮಸಮಾಸಕ್ಕೂದೇಶೀಯಪದಕ್ಕೂ: ಪೂಮಾಲೆದುಱುಂಬು.

# VIII. ಅವ್ಯಯ ಪ್ರಕರಣ. Adverbs.

Adverbs, conjunctions, interjections.

**173.** ಅವ್ಯಯ ಅಂದರೆ—ರೂಪಾಂತರವಾಗದಂಥ ಪದ; ಅದಕ್ಕೆ ವಿಭಕ್ತಿ ಮುಂತಾದದ್ದು ಏನೇನೂ ಹತ್ತುವದಿಲ್ಲ; ಆದರೂ ಕೆಲವು ಅವ್ಯಯ ಪದಗಳಿಗೆ ವಿಕಲ್ಪದಿಂದ ವಿಭಕ್ತಿಗಳು ಹತ್ತುವವು. ಅವ್ಯಯ ಪದಗಳು ಯಾವವೆಂದರೆ: ಭೋಂಕನೆ, ಧಿಗಿಲನೆ, ಭುಗಿಲನೆ, ಭೋರನೆ ಎಂಬ ಅನುಕರಣ ಪದಗಳು ಬಂದರೂ ಅದು, ಅನೆ, ಎಂಬಿವು ಪದಾಂತದಲ್ಲಿ ಇದ್ದರೂ, ಅವ್ಯಯ ಪದಗಳಾಗುವವು.

ಪ್ರಯೋಗ:

ಅನುಕರಣಕ್ಕೆ: ಧಿಗಿಲನೆ, ಭುಗಿಲನೆ, ಭೋರನೆ, ಭೋಂಕನೆ.

ಅದುಗೆ: ನೂಂಕದು, ನೂಳ್ಕದು, ಕೆತ್ತದು (ಕೀರದೆಂಬರ್ಥ).

ಅನೆಗೆ: ಮೆಲ್ಲನೆ, ಕಮ್ಮನೆ, ಇಮ್ಮನೆ, ಸಿಯ್ಯನೆ, ಗಮ್ಮನೆ.

ನಕಾರಕ್ಕೆ ವಿಕಲ್ಪದಿಂದ ಗಕಾರವಾಗುವದು—ನೆಟ್ಟನೆ=ನೆಟ್ಟಗೆ, ಸುಮ್ಮನೆ=ಸುಮ್ಮಗೆ, ಕಮ್ಮನೆ=ಕಮ್ಮಗೆ, ಬಿನ್ನನೆ=ಬಿನ್ನಗೆ.

**174.** "ಇಲ್ಲ" ಎಂಬುವದು ವಾಕ್ಯದಲ್ಲಿ ಕ್ರಿಯಾಸ್ವರೂಪವಾದ ಅವ್ಯಯವೆಂದೂ, "ಕೀಱದು" ಎಂಬುವದು ತುಂಬಿತು ಎಂಬರ್ಥದ ಅವ್ಯಯವೆಂದೂ, "ನಿರ್ನಿರ್, ನಿರ್ನಿರೆ, ನಿರ್ನೆರಂ" ಎಂಬಿವು ಕಾರಣವಲ್ಲದ ಅರ್ಥದಲ್ಲಿ ವರ್ತಿಸುವ ಅವ್ಯಯವೆಂದೂ, ತಿಳಿಯತಕ್ಕದ್ದು.

**175.** "ಸುಮ್ಮಗೆ, ಸುಮ್ಮನೆ, ಉಸಿಕನೆ" ಎಂಬಿವು ಮೌನಾರ್ಥದಲ್ಲಿಯೂ, "ಗುಱುಗುಮ್ಮಗೆ, ಬಿನ್ನಗೆ, ಬಿನ್ನನೆ" ಎಂಬವು ಕ್ರಿಯಾಶೂನ್ಯಾರ್ಥದಲ್ಲಿಯೂ, ವರ್ತಿಸುವವು.

**176.** ಸ್ಥಾನ ದಿಶಾ ಕಾಲ ಸಂಖ್ಯೆಗಳಲ್ಲಿ "ಆನುಂ" ಎಂಬ ಅವ್ಯಯವನ್ನೂ ಏನುಂ ಎಂಬರ್ಥದಲ್ಲಿ "ಆಣಂ, ಆಣಂ" ಎಂಬ ಅವ್ಯಯವನ್ನೂ ಹೇಳಲಾಗುವವು.

**The suffix ಆನುಂ etc.**

ಪ್ರಯೋಗ:

ಸ್ಥಾನಕ್ಕೆ: ಎಲ್ಲಿಯಾನುಂ. ದೆಶೆಗೆ: ಎತ್ತಾನುಂ.
ಕಾಲಕ್ಕೆ: ಎಂದಾನುಂ. ಸಂಖ್ಯೆಗೆ: ಒಂದಾನುಂ, ಪತ್ತಾನುಂ.
ಅಣಕ್ಕೆ: ಕಾರ್ಯ್ಯಮಣಮಿಲ್ಲ. ಆಣಕ್ಕೆ: ಗುಣಮಾಣಮಿಲ್ಲ.

**177.** (1) "ನಾಡೆ, ಎಡೆ, ಆವಗಂ, ಸೆಱಿ, ನೀಡುಂ, ಕರಂ, ಆದಂ, ಎಯ್ದೆ, ನೂಳದು, ಪಿರಿದುಂ, ನೀಡು, ಮಿಗೆ, ಕೆನ್ನಂ, ಸಲೆ" ಎಂಬಿವು ಪ್ರಸಿದ್ಧವಾಗಿ ಅಧಿಕಾರ್ಥದಲ್ಲಿ ವರ್ತಿಸುವವು.

(2) "ಭೋಂಕನೆ, ಚಕ್ಕನೆ, ಭೋರನೆ, ಭೊಂಕಲ್, ಚಡುಪುಡನೆ, ಗಿಜ್ಬಿತಿಜ್ಬಿನೆ, ಕಡು, ಚೆಚ್ಚರಂ, ಬೆಚ್ಚರಂ" ಎಂಬಿವು ಶೀಘ್ರಾರ್ಥ (ಬೇಗನೆ ಎಂಬರ್ಥ)ದಲ್ಲಿ ವರ್ತಿಸುವವು.

(3) "ತಿಜ್ಬಿನೆ, ತಿಟ್ಟನೆ, ಬಟ್ಟನೆ, ಒಯ್ಯನೆ, ನೆಟ್ಟನೆ, ನೆಟ್ಟಗೆ," ಎಂಬಿವು ವ್ಯಕ್ತಾರ್ಥದಲ್ಲಿಯೂ, "ಏಗಂ, ವಲಂ, ವೆಱಿಂ, ದಲ್" ಎಂಬಿವು ಅತಿ ನಿಶ್ಚಯಾರ್ಥದಲ್ಲಿಯೂ, ವರ್ತಿಸುವವು.

(4) "ಅರಮೆ, ಅರೆ" ಎಂಬಿವು ಅದೆಲ್ಲಿಯಾದರೂ ಎಂಬರ್ಥದಲ್ಲಿಯೂ, "ಬೆಳ್ಪಳಂ (ಬೆಳ್ವಳಂ)" ಎಂಬುದು ಎಳೆದೆಂಬರ್ಥದಲ್ಲಿಯೂ, ವರ್ತಿಸುವವು.

(5) "ಬೞಿಕೆ, ಬೞಿಕ್ಕಂ, ಬೞಿಕಂ, ಬೞಿಕ್ಕೆ, ಬೞಿಯಂ, ಮೇಣ್" ಎಂಬಿವು ಮತ್ತೆ (ಆಮೇಲೆ) ಎಂಬ ಅರ್ಥದಲ್ಲಿಯೂ, "ಗಳ, ಗಡ" ಎಂಬಿವು ಉಪಚಾರವಾದ ಮಾತಿನಲ್ಲಿಯೂ ಉಚಿತವಾದ ಮಾತಿನಲ್ಲಿಯೂ, ವರ್ತಿಸುವವು.

(6) "ಅಂತು, ಇಂತು, ಉಂತು, ಎಂತು" ಎಂಬಿವು ಪ್ರಕಾರಾರ್ಥದಲ್ಲಿಯೂ, "ಆಗಳ್, ಈಗಳ್, ಆಗಡು, ಈಗಡು" ಎಂಬಿವು ಕಾಲಾರ್ಥದಲ್ಲಿಯೂ ವರ್ತಿಸುವವು.

(7) "ಸವಳದೆ, ಪೊೞ್ತಿಡೆ, ಸವಳ್ತಡೆ" ಎಂಬಿವು ಉದಯ ಕಾಲವನ್ನು ಹೇಳುವಲ್ಲಿ ವರ್ತಿಸುವವು.

(8) ಕಾಲಾರ್ಥವನ್ನು ಹೇಳುವ ಅವ್ಯಯ ಪದಗಳಿಗೆಲ್ಲಾ ಚತುರ್ಥಿ, ಷಷ್ಠಿ, ಈ ಎರಡು ವಿಭಕ್ತಿಗಳು ಮಾತ್ರಾ ಹತ್ತುವವು.

ಪ್ರಯೋಗ:

ಚತುರ್ಥಿಗೆ: ಆಗಳಿಂಗೆ, ಈಗಳಿಂಗೆ, ಆಗಡಿಂಗೆ—ಇತ್ಯಾದಿ.
ಷಷ್ಠಿಗೆ: ಆಗಳಿನ, ಈಗಳಿನ, ಆಗಡಿನ—ಇತ್ಯಾದಿ.

## IX. ಪ್ರಯೋಗ ಪ್ರಕರಣ. Syntax.

178. ಪ್ರಥಮಾದಿ ವಿಭಕ್ತಿಗಳ ಪ್ರಯೋಗವು ಹ್ಯಾಗಂದರೆ—

**Uses of cases: The nominative.**

(1) ಪ್ರಥಮಾವಿಭಕ್ತಿಯು "ವಸ್ತುವಿನ ಗುರುತನ್ನು ಹೇಳುವ ಲಿಂಗದಲ್ಲಿಯೂ, ಅರ್ಥದಲ್ಲಿಯೂ, ವಚನ ಮಾತ್ರದಲ್ಲಿಯೂ, ಸಂಬೋಧನದಲ್ಲಿಯೂ" ವರ್ತಿಸುವದು.

ಪ್ರಯೋಗ:

ಲಿಂಗಕ್ಕೆ: ಇಂದ್ರಂ, ಚಂದ್ರಂ, ಮನುಷ್ಯಂ, ಕಾಮಿನಿ, ಮರಂ.
ಅರ್ಥಕ್ಕೆ: ನಿಡಿಯಂ, ಗುಜ್ಜಂ, ಕೆಂಚಂ, ಕರಿಕಂ, ಇನಿಯಂ.
ವಚನಕ್ಕೆ: ಒಂದು, ಎರಡು, ಮೂಱು; ಓರ್ವಂ, ಈರ್ವರ್, ಮೂವರ್.

ತೃತೀಯಾರ್ಥ ಕರ್ತೃವಿನಲ್ಲಿಯೂ ಪ್ರಥಮಾವಿಭಕ್ತಿಯಾಗುವದು—ಅವಂ ಮಾಡಿದಂ, ಅವನಿಂ ಮಾಡೆ ಪಟ್ಟುದು (ಮಾಡಲ್ಪಟ್ಟುದು).

ಸಂಬೋಧನೆಗೆ: ಎಲೆ ದೇವ ರಕ್ಷಿಸು, ಎಲೆ ಸರ್ವೇಶ.

(2) "ಯಾವದು ಮಾಡಲ್ ಬೇಡಿದುದೋ ಅದೇ ಕರ್ಮಂ", ಅದರಲ್ಲಿ ದ್ವಿತೀಯಾವಿಭಕ್ತಿಯು ವರ್ತಿಸುವದು; ಆ ಕರ್ಮಪದವು ಕರ್ತೃವಿನ ಇಷ್ಟವಾದ ವಸ್ತು; ಅದು ನಿರ್ವರ್ತ್ಯ (ನಿರ್ವಾಹ ಹೊಂದುವದು), ವಿಕಾರ್ಯ (ರೂಪಾಂತರ ಹೊಂದುವದು), ಪ್ರಾಪ್ಯ (ಹೊಂದಲ್ಪಡುವದು), ವೈಷಯಿಕ (ನಯನಾದಿಗಳಿಗೆ ವಿಷಯವಾಗುವದು)" ಎಂದು ನಾಲ್ಕು ಪ್ರಕಾರವಾಗಿರುವದು.

The accusative.

ಮತ್ತು "ಇಷ್ಟ, ಅನಿಷ್ಟ, ಕಾಲ, ಅಧ್ವ(ಮಾರ್ಗ), ಈ 4 ಅರ್ಥದಲ್ಲಿಯೂ ಆ ದ್ವಿತೀಯೆಯು ವರ್ತಿಸುವದು.

ಪ್ರಯೋಗ:

ಕರ್ತೃ ಕರ್ಮಕ್ಕೆ: ಪದ್ಮಜನಿ ಜಗತ್ರಯಮಂ ಪಡೆದಂ.
ಕರ್ಮಕ್ಕೆ: ತುಡಗೆಯಂ ತೊಟ್ಟಂ, ಪೂವಂ ಮುಡಿದಂ.
ನಿರ್ವರ್ತ್ಯಕ್ಕೆ: ಮನೆಯಂ ಮಾಡಿದಂ, ಕಾವ್ಯಮಂ ಪೇೞ್ದಂ.
ವಿಕಾರ್ಯಕ್ಕೆ: ಪಱಿವಂ ಕಡಿದಂ, ಕಾಯಂ ಪೋೞ್ದಂ.
ಪ್ರಾಪ್ಯಕ್ಕೆ: ಊರನೆಯ್ದಿದಂ, ಮರನಂ ಸಾರ್ದಂ.
ವೈಷಯಿಕಕ್ಕೆ: ನೇಸಱಿಂ ನೋಡಿದಂ, ಗೀತಮಂ ಕೇಳ್ದಂ.
ಇಷ್ಟಕ್ಕೆ: ನೇವಳಮಂ ತೆಗೆದಂ.
ಅನಿಷ್ಟಕ್ಕೆ: ಪಾವಂ ದಾಂಟಿದಂ.
ಕಾಲಕ್ಕೆ: ಅಱುದಿಂಗಳಂ ತಳ್ವಿದಂ.
ಮಾರ್ಗಕ್ಕೆ: ಅಱೆಗಾವುದಮಂ ಪರಿದಂ.

ದೋಹನ (ಕಱೆಯುವದು) ಮೊದಲಾದ ಅರ್ಥದಲ್ಲಿ ದ್ವಿಕರ್ಮ ಉಂಟು—ಗುರುವಂ ಜ್ಞಾನಮಂ ಬೆಸಗೊಂಡಂ, ಪಶುವಂ ಪಾಲಂ ಕಱೆದಂ, ದಾನಿಯಂ ದಾನಮಂ ಬೇಡಿದಂ.

(3) ತೃತೀಯಾವಿಭಕ್ತಿಯು "ಕರ್ತೃ, ಕರಣ, ಹೇತು, ಸಂಯೋಗ" ಈ 4 ಅರ್ಥಗಳಲ್ಲಿ ವರ್ತಿಸುವದು.

The instrumental.

ಪ್ರಯೋಗ:

ಕರ್ತೃವಿಗೆ: ಪದಕಮುಕ್ಕನಾಳೆಯಿಂ ಮಾಡಲ್ ಪಟ್ಟುದು.
ಕರಣಕ್ಕೆ: ಕೊಡಲಿಯಿಂ ಕಡಿದಂ, ಗದೆಯಿಂ ಮೋದಿದಂ.
ಹೇತುವಿಗೆ: ದೈವದಿಂ ಬಾಳ್ದಂ, ಓಲಗದಿಂ ಪಡೆದಂ.
ಸಂಯೋಗಕ್ಕೆ: ಸಂಗಡದಿಂ ಬಂದಂ.

(4) ಯಾವದಾದರೊಂದು ವಸ್ತು ಹೇಳಿಸಿ ಕೊಳ್ಳುವ ಪಾತ್ರವು "ಸಂಪ್ರದಾನ"ವೆಂದು ವರ್ತಿಸುವದು; ಅದರಲ್ಲಿ ಚತುರ್ಥಿಯು ಪ್ರಯೋಗವಾಗುವದು; ಆ ಚತುರ್ಥೀವಿಭಕ್ತಿಯು "ರುಚಿ, ಈರ್ಷೆ, ಮತ್ಸರ, ಹಿತ, ಭೀತಿ, ಉನ್ನತಿ, ಸ್ವಸ್ತ್ಯಾದಿ, ಸ್ವಭಾವ, ಕಾರಣ, ನಮಸ್ಕಾರ, ಪ್ರಾಣ್ಯನಾದರಸ್ಮರಣ, ಅನಿಷ್ಟ, ಸಾದೃಶ್ಯ, ಪ್ರತಿನಿಧಿ, ಇಷ್ಟ" ಎಂಬ ಈ 15 ಅರ್ಥಗಳಲ್ಲಿ ವರ್ತಿಸುವದು.

The dative.

ಪ್ರಯೋಗ:

ಸಂಪ್ರದಾನಕ್ಕೆ: ಬ್ರಾಹ್ಮಣಂಗೆ ಗೋವಂ ಕೊಟ್ಟಂ.
ರುಚಿಗೆ: ಕೂಸಿಂಗೆ ಅಡ್ಡಿಗೆಯುಲ್ಲಿತ್ತಿ.
ಈರ್ಷೆಗೆ: ಕವಿಗೆ ಕವಿ ಮುನಿವಂ.
ಮತ್ಸರಕ್ಕೆ: ಸವತಿಗೆ ಸವತಿ ಪುರುಡಿಪಳ್.
ಹಿತಕ್ಕೆ: ಪಶುವಿಂಗೆ ತೃಣಂ ಹಿತಂ.
ಭೀತಿಗೆ: ಪಾಪಕ್ಕಂಜುಗುಂ ತಕ್ಕಂ.
ಉನ್ನತಿಗೆ: ಲೋಕಕ್ಕೀತನಧಿಕಂ.
ಸ್ವಸ್ತ್ಯಾದಿಗೆ: ಸಮನಿಸುಗೆ ಜಗಕ್ಕೆಲ್ಲಿಯುಮಭೀಷ್ಟಂ;
ಕ್ಷೇಮಮವೃತ್ತಿ, ಕುಶಲಂ, ಭದ್ರಂ, ಭಾವುಕಂ, ಭವಿತವ್ಯಂ, ಶ್ರೇಯಂ, ಶಿವಂ, ಶುಭಂ, ಸ್ವಸ್ತಿ, ಮಂಗಳಂ, ಕಲ್ಯಾಣಂ, ಇವು ಸ್ವಸ್ತ್ಯಾದಿಗಳು.

ಸ್ವಭಾವಕ್ಕೆ: ಸಿಂಹಕ್ಕೆ ಶೌರ್ಯಂ, ಕಪಿಗೆ ಚಪಲತೆ.
ಕಾರಣಕ್ಕೆ: ಸಿರಿಗುದ್ಯೋಗಂ, ಮೞೆಗೆ ಮುಗಿಲ್.
ನಮಸ್ಕಾರಕ್ಕೆ: ಗುರುವಿಂಗೆಱಗಿದಂ.
ಪ್ರಾಣ್ಯನಾದರಸ್ಮರಣಕ್ಕೆ: ಮಾಗಿಸರಂ ಪುಲ್ಗೆ ಕಷ್ಟಮಾಗಿ [ನೆನೆವಂ.
ಅನಿಷ್ಟಕ್ಕೆ: ಆತಂಗೆ ವಿಷಮನಿಕ್ಕಿದಂ.
ಸಾದೃಶ್ಯಕ್ಕೆ: ಐರಾವತಕ್ಕೆ ಸುಪ್ರತೀಕವೋರಗೆ.
ಪ್ರತಿನಿಧಿಗೆ: ಅಕಬ್ಬಕ್ಕೀ ಕಬ್ಬಮಾಯ್ತು.
ಇಷ್ಟಕ್ಕೆ: ಕೆಳೆಯಂಗೆ ಸಂತೋಷಮಂ ಮಾಡಿದಂ.

(5) ಯಾವದಾದರೊಂದರಿಂದ ತೊಲಗುವಲ್ಲಿ "ಅಪಾದಾನ"ವೆಂದು ಆಗುವದು; ಅದರಲ್ಲಿ ಪಂಚಮಿಯು ವ್ಯವಹರಿಸುವದು; ಆ ಪಂಚಮಿಯು "ಭಯ, ಸ್ವೀಕಾರ, ಇಷ್ಟ, ಅನಿಷ್ಟ, ಹೇತು, ಉದಯ, ಗುರುತ್ವ" ಎಂಬೀ 7 ಅರ್ಥಗಳಲ್ಲಿ ವರ್ತಿಸುವದು.

The ablative.

ಪ್ರಯೋಗ:

ಅಪಾದಾನಕ್ಕೆ: ಮರದತ್ತಣಿಂ ಪಣ್ಣುರುಳ್ದುದು.
ಭಯಕ್ಕೆ: ಅರಸನತ್ತಣಿಂ ದಾೞಿ ಬಂದುದು.
ಸ್ವೀಕಾರಕ್ಕೆ: ಸ್ವಾಮಿಯತ್ತಣಿಂ ನಿರ್ವಾಹಮಾದುದು.
ಇಷ್ಟಕ್ಕೆ: ರಂಭೆಯತ್ತಣಿಂ ಸುಖಂ ಪ್ರಾಪ್ತಿಸಿದುದು.
ಅನಿಷ್ಟಕ್ಕೆ: ಪಗೆಯತ್ತಣಿಂ ಬಂಧನಂ ಬಂದುದು.
ಹೇತುವಿಗೆ: ಉದ್ಯೋಗದತ್ತಣಿಂ ಸಿರಿ ಬಂದುದು.
ಉದಯಕ್ಕೆ: ಸದ್ವಂಶದತ್ತಣಿಂ ಪುಟ್ಟಿದಂ.
ಗುರುತ್ವಕ್ಕೆ: ಕೃಷ್ಣನತ್ತಣಿಂ ಬಲಭದ್ರಂ ಪಿರಿಯಂ.

(6) ಸಂಬಂಧದಲ್ಲಿ ಷಷ್ಠಿ ಆಗುವದು; ಎಲ್ಲಾ ವಿಭಕ್ತಿಗಳು ಷಷ್ಠಿಗತವಾಗಿರುವದರಿಂದ ಆ ಷಷ್ಠಿಗೆ "ಸಂಬಂಧವಿಭಕ್ತಿ" ಎಂದುಹೇಳುವರು; ಅದು "ಸ್ವಾಮಿಸಂಬಂಧ, ಕುಲಸಂಬಂಧ, ಜಾತಿಸಂಬಂಧ, ಅವಯವಸಂಬಂಧ,

The genitive.

ಲಕ್ಷಣಸಂಬಂಧ (ಗುರ್ತು), ಸನ್ನಿಧಾನಸಂಬಂಧ, ಸಂಸ್ಪರ್ಶಸಂಬಂಧ, ಸಂಬಂಧದ ಸಂಬಂಧ, ಶೇಷ, ವಸ್ತುವಿಕಾರ" ಎಂಬೀ 10 ಪ್ರಕಾರವಾಗಿ ವರ್ತಿಸುವದು.

## ಪ್ರಯೋಗ:

ಸ್ವಾಮಿಸಂಬಂಧಕ್ಕೆ: ಊರೊಡೆಯಂ, ನಾಡೆಱೆಯಂ.
ಕುಲ " : ಎಮ್ಮ ಸೊಮ್ಮು, ಎಮ್ಮಳಿಯಂ.
ಜಾತಿ " : ಆನೆಯ ಘಟೆ, ಗಿಳಿಯ ಪಿಂಡು.
ಅವಯುವ " : ಪೂವಿನೆಸಳ್, ಕೊಡೆಯ ಕಾವು.
ಲಕ್ಷಣ " : ಟೊಪ್ಪಿಗೆಯ ಮಾನಿಸಂ, ತತ್ತ್ರಳದ ರಾವುತಂ.
ಸನ್ನಿಧಾನ " : ಕೆಱೆಯ ಕೋಡಿ, ಊರ ಮುಂದು.
ಸಂಸ್ಪರ್ಶ " : ಕಳಸದ ತಳಿರ್, ನೀರ ಹಾವಸೆ.
ಸಂಬಂಧದ " : ನೊಸಲ ಕಣ್ಣ ದೇವಂ, ತೋಳ ಬಾಳ ಕಾಂತಿ.
ಶೇಷಕ್ಕೆ " : ಅದಱ ಮಱಿ, ಬಳ್ಳದಱಿ.
ವಸ್ತುವಿಕಾರಕ್ಕೆ : ಪೊನ್ನ ಕೋಲ್, ಕಾರ್ಬೊನ್ನಿನ ಅಂಕುಶಂ.

(7) "ಆಧಾರೋಧಿಕರಣಂ" ಯಾವದು ಆಧಾರವೋ ಅದು "ಅಧಿಕರಣ", ಅಲ್ಲಿ ಸಪ್ತಮಿ ವರ್ತಿಸುವದು;

The locative.

ಆ ಸಪ್ತಮಿಯು "ನಿರ್ಧಾರಣ, ವಿಷಯ, ವ್ಯಾಪಕ, ವ್ಯವಹಾರ, ಕಾಲ, ಸತ್ಯರ್ಥ" ಎಂಬೀ 6 ಅರ್ಥಗಳಲ್ಲಿ ವರ್ತಿಸುವದು.

## ಪ್ರಯೋಗ:

ಅಧಿಕರಣಕ್ಕೆ: ಪಾಸಿನೊಳ್ನಿದ್ರೆಗೆಯ್ದಂ.

ನಿರ್ಧಾರಣವೆಂಬುವದು ಗುಣ ಕ್ರಿಯೆ ಎಂಬೀ ಎರಡರಿಂದಲೂ ಜಾತಿಯಿಂದಲೂ ವಸ್ತುವನ್ನು ಪ್ರತ್ಯೇಕ ಮಾಡುವದು—

ಗುಣಕ್ಕೆ: ದೇವರೊಳ್ನಿರ್ದೋಷಿಯಾಪ್ತಂ, ರತ್ನಂಗಳೊಳ್ಮಾಣಿಕ್ಯಮುತ್ತಮಂ.

ಕ್ರಿಯೆಗೆ: ಕಾದುವರೊಳೀತಂ ಮಿಗ್ಗಲಿ.

ವಿಷಯಕ್ಕೆ: ಕಿವಿಯೊಳ್ವಿಚ್ಚರ್ದಂ, ಮೊಗದೊಳ್ಕೆಲ್ದಂ.

ವ್ಯಾಪಕಕ್ಕೆ: ಪೂವಿನೊಳ್ಕಂಪು, ಕರ್ಬಿನೊಳ್ ರಸಂ.

ವ್ಯವಹಾರಕ್ಕೆ: ತಪದೊಳ್ನೆಗೞ್ದಂ, ವೀರದೊಳೆಸೆದಂ.

ಕಾಲಕ್ಕೆ: ವಸಂತದೊಳ್ ಮಾವು ಬಂದುದು, ಶರದೊಳ್ದಿಗ್ವಿಜಯಮುಚಿತಂ.

ಸತ್ಯಾರ್ಥಕ್ಕೆ: ಬಱೆ ಕಂಠಂ=ಬಪ್ಪುರ್ದೆಯೊಳ್ಕಂಠಂ.

**179.** ಸಪ್ತವಿಭಕ್ತಿಗಳು ಯಥೇಷ್ಟವಾಗಿ ಪಲ್ಲಟವಾಗುವು.—ಪ್ರಥಮಾರ್ಥದಲ್ಲಿಯೂ ದ್ವಿತೀಯಾರ್ಥದಲ್ಲಿಯೂ ಷಷ್ಠಿ ಬರುವದು.—ಪ್ರಥಮಾರ್ಥದಲ್ಲಿಯೂ ತೃತೀಯಾರ್ಥದಲ್ಲಿಯೂ ಚತುರ್ಥ್ಯರ್ಥದಲ್ಲಿಯೂ ಸಮುಚ್ಚಯದಿಂದ ಪಂಚಮ್ಯರ್ಥದಲ್ಲಿಯೂ ದ್ವಿತೀಯೆ ಆಗುವದು.—ತೃತೀಯಾರ್ಥದಲ್ಲಿ ಸಪ್ತಮಿ ಆಗುವದು. ಪಂಚಮ್ಯರ್ಥದಲ್ಲಿ ತೃತೀಯೆ ಆಗುವದು.—ಷಷ್ಠಿಯಲ್ಲಿಯೂ, ದ್ವಿತೀಯೆಯಲ್ಲಿಯೂ, ಚತುರ್ಥಿ ಬರುವದು.—ಸಪ್ತಮಿಯಲ್ಲಿ ಪ್ರಥಮೆ ಷಷ್ಠಿ ಚತುರ್ಥಿ ವರ್ತಿಸುವವು.—ದ್ವಿತೀಯೆಯಲ್ಲಿ ಪ್ರಥಮೆ ಆಗುವದು.

Peculiar use of cases.

ಪ್ರಯೋಗ:

ಪ್ರಥಮಾರ್ಥದ ಷಷ್ಠಿಗೆ: ನಿಶ್ಶಂಕೆಯಿಂ ನೃಪನ ಪೇೞಿತಿ=(ನೃಪಂ ಪೇೞಿತಿ ಎಂದರ್ಥವು).

ದ್ವಿತೀಯಾರ್ಥದ ಷಷ್ಠಿಗೆ: ಎಲವೊ ನೀನೆನ್ನ ಕೊಂದೆ=(ಎನ್ನಂ ಕೊಂದೆ ಎಂದರ್ಥವು).

ಪ್ರಥಮಾರ್ಥದ ದ್ವಿತೀಯೆಗೆ: ನುಣ್ಪುಳ್ಳನೆಂಬಲ್ಲಿ ನುಣ್ಪನುಳ್ಳಂ ಎಂದಾಯಿತು.

ತೃತೀಯಾರ್ಥದ ದ್ವಿತೀಯೆಗೆ: ತಂದೆಯುಂ ಪೂವಿಂದರ್ಚಿಸಿದ ನೆಂಬಲ್ಲಿ ಪೂವನರ್ಚಿಸಿದಂ ಎಂದಾಯಿತು.

ಚತುರ್ಥ್ಯರ್ಥದ ದ್ವಿತೀಯೆಗೆ: ಪೊನ್ನಂ ಬಡ್ಡಿಗೆ ಕೊಟ್ಟನೆಂಬಲ್ಲಿ ಪೊನ್ನಂ ಬಡ್ಡಿಯುಂ ಕೊಟ್ಟಂ ಎಂದಾಯಿತು.

ಪಂಚಮ್ಯರ್ಥದ ದ್ವಿತೀಯೆಗೆ: ಮಾಣವಕನತ್ತಣಿಂ ಕಾರ್ಯ ಮಂ ಬೆಸಗೊಂಡನೆಂಬಲ್ಲಿ ಮಾಣವಕನಂ ಕಾರ್ಯಮಂ ಬೆಸ ಗೊಂಡನೆಂದಾಯಿತು.

ತೃತೀಯಾರ್ಥದ ಸಪ್ತಮಿಗೆ: ಕೊಡಲಿಯಿಂ ಕಡಿದನೆಂಬಲ್ಲಿ ಕೊ ಡಲಿಯೊಳ್ಕಡಿದನೆಂದಾಯಿತು.

ಪಂಚಮ್ಯರ್ಥದ ತೃತೀಯೆಗೆ: ಕೆಱೆಯತ್ತಣಿಂ ಬಂದನೆಂಬಲ್ಲಿ ಕೆಱೆಯಿಂ ಬಂದನೆಂದಾಯಿತು.

ಷಷ್ಠಿಯ ಚತುರ್ಥಿಗೆ: ನಾಡೊಡೆಯುಂ, ನಾಟಿಕ್ಕೊಡೆಯುಂ ಎಂ ದರ್ಥ.

ದ್ವಿತೀಯೆಯ ಚತುರ್ಥಿಗೆ: ಆಕೆಯುಂ ತಿಳಿಪಿದನೆಂಬಲ್ಲಿ ಆಕೆಗೆ ತಿಳಿಪಿದಂ ಎಂದಾಯಿತು.

ಸಪ್ತಮಿಯ ಪ್ರಥಮೆಗೆ: ಒಂದು ದಿವಸದೊಳ್ಬಂದನೆಂಬಲ್ಲಿ ಒಂ ದು ದಿವಸಂ ಬಂದಂ ಎಂದಾಯಿತು.

ಸಪ್ತಮಿಯ ಷಷ್ಠಿಗೆ: ಚಾಗಿಗಳೊಳ್ ಒಲ್ಲಹಂ ಎಂಬಲ್ಲಿ ಚಾಗಿ ಗಳ ಬಲ್ಲಹಂ ಎಂದಾಯಿತು.

ಸಪ್ತಮಿಯ ಚತುರ್ಥಿಗೆ: ತಾವರೆಯೊಳ್ಪುಟ್ಟಿದನೆಂಬಲ್ಲಿ ತಾವರೆ ಗೆ ಪುಟ್ಟಿದಂ ಎಂದಾಯಿತು.

ದ್ವಿತೀಯೆಯ ಪ್ರಥಮೆಗೆ: ಒಂದು ವರ್ಷಮನಿರ್ದಂ ಎಂಬಲ್ಲಿ ಒಂದು ವರ್ಷಮಿರ್ದಂ ಎಂದಾಯಿತು.

**180.** ವಿಶೇಷಣ ಪದಗಳು ಪ್ರಥಮಾವಿಭಕ್ತಿಯನ್ನು ಪಡೆದು ವಾಕ್ಯದ ಮೊದಲಲ್ಲಿ ಇರಲಾಗಿ, ಅನ್ವಯಿಸುವ ಲ್ಲಿ ಅವು ತುದಿಯ ಕಾರಕಪದದ ವಿಭಕ್ತಿಯ ನ್ನೇ ಧರಿಸುವವು.

**Construction of adjectives.**

ಪ್ರಯೋಗ:

ವೀರಂ ಉದಾರಂ ಗಂಭೀರಂ ನಯಶಾಲಿ ಕೈದುವೊತ್ತರ ದೇವಂಗೆ
ಆರ್ ಎಣೆಗರ್?

ವೀರಂಗೆ ಉದಾರಂಗೆ, ಗಂಭೀರಂಗೆ, ನಯಶಾಲಿಗೆ, ಕೈದುವೊತ್ತರ
ದೇವಂಗೆ, ಆರ್ ಎಣೆಗರ್? ಎಂಬುದನ್ವಯಂ.

**181.** ಕಾರಕಪದಕ್ಕೂ ಕ್ರಿಯಾಪದಕ್ಕೂ ನೇಯದ ದೋಷ ವಿಲ್ಲದೆ, ಅಂತು ಅಧ್ಯಾರೋಪ ಮಾಡುವದು.—

**Ellipsis.** ವಿಶಂಕೆಯ ಎತ್ವಕ್ಕೂ, ಸಮುಚ್ಚಯದ ಉಮ್ ಗೂ ಅಧ್ಯಾರೋಪವು ಉಂಟು. ತಾವು ಮಾಡಿದ ಅಧ್ಯಾರೋಪವು ಅಸಮರ್ಥವಾಗಿ ಮತ್ತು ಕೆಲವಕ್ಕೆ ಹತ್ತುವದಾದರೆ ಅದೇ ನೇಯದ (ನ್ಯಾಯದ) ದೋಷಂ.

ಪ್ರಯೋಗ:

ನೇಯದ (ನ್ಯಾಯದ) ದೋಷಕ್ಕೆ: ಆರಕ್ತಮಾಗಿ ನೇಟಿಲ |
ದೊರೆಯನ್ನನಃಕರಿಪುದಾದುದಾಗಸಮೆನೆ ಸಂ- ||
ಧ್ಯಾರುಚೆಯಿನಕ್ಕುಮೆಂದವ- |
ಧಾರಿಸಿ ನೆಱೆಯಱಿದುಕೊಳ್ವುದಿದನೇಯಾರ್ಥಂ. ||

ಈ ಪದ್ಯದಲ್ಲಿ ಆಕಾಶವು ನೇಱಿಲೆ ಹಣ್ಣಿನಿಂದ ಕೆಂಪಾಯ್ತು ಎಂದಿರುವದನ್ನು ಸಂಧ್ಯಾರುಚಿಯಿಂದ ಅಥವಾ ಕೆಂಧೂಳಿಯಿಂದ ಕೆಂಪಾಯಿತೆಂದು ಅಧ್ಯಾಹಾರ ಮಾಡುವದೇ "ಅನೇಯಂ" ನೇಯಕ್ಕೆ ದೋಷವು.

ಕಾರಕಕ್ಕೆ: ಏಕೆ? ನಿರ್ವಹಣಕ್ಕೆ ಸಲ್ಗುಮೊ, ಪೂಗೊಳ್ದಡಂ ಕೃತಿಬಂಧಮಂ? ಎಂಬಲ್ಲಿ ಏಕೆ—ಸಲ್ಗುಮೊ ಎಂಬ ವಾಕ್ಯಕ್ಕೆ ಕೃತಿಬಂಧಂ ಎಂಬುದು ಅಧ್ಯಾರೋಪಿಸಿ ಕೊಳ್ಳತಕ್ಕ ಕಾರಕಪದ.

ಕ್ರಿಯೆಗೆ: ದೇವಾವತಾರಂ ಮನುಷ್ಯಮಾತ್ರಮೆಯೆನೆ, ಎಂಬಲ್ಲಿ ಅಲ್ಲ ಎಂಬ ಕ್ರಿಯಾಪದ ಅಧ್ಯಾಹಾರ್ಯವಾಗಿದೆ.

ವಿಶಂಕೆಯ ಎತ್ತಕ್ಕೆ: ಬೆಚ್ಚರ್ಗವೆ? ದೇವ! ಎಂಬಲ್ಲಿ, ಇಲ್ಲವೆಂದು ಅಧ್ಯಾರೋಪಿಸ ಬೇಕು.

ಉಮ್‌ಗೆ: ಆಯುಂ ಸಿರಿಯುಂ ತಾಯುಂ ತಂದೆಯುಂ ಕಣ್ಣುಂ ಗತಿಯು ಎನಿಸಿದಪಂ ನರಪತಿ, ಎಂಬಲ್ಲಿ ಕಡೆಯ ಸಮುಚ್ಚ ಯದ ಉಮ್ ಅಧ್ಯಾಹಾರ್ಯವಾಗಿದೆ.

ಅವನುಂ ಇವನುಂ ಬಂದನೆಂಬಲ್ಲಿ ಅವನುಂ ಬಂದಂ ಇವನುಂ ಬಂ ದಂ ಎಂದು ಅಧ್ಯಾರೋಪಿಸ ಬೇಕು.

ವಿಭಕ್ತಿ ಪರಿಣಾಮಕ್ಕೆ: ಪ್ರಥಮೆಗೆ: (ಆತಂ) ಕಡುಗಲಿ.

ದ್ವಿತೀಯೆಗೆ: (ಆತನಂ) ಸೆಣಸುವ ಭಟರಾರ್?

ತೃತೀಯೆಗೆ: (ಆತನಿಂ) ಒಡೆಯುಂಗತಿಹಿತರಾರ್?

ಚತುರ್ಥಿಗೆ: (ಆತಂಗೆ) ಧುರಕ್ಕೊದಗುವರಾರ್?

ಪಂಚಮಿಗೆ: ತೊಡರ್ದೊಡೆ, (ಆತನತ್ತಣಿಂ) ಭಂಗಂ ಬರ್ಕುಂ.

ಷಷ್ಠಿಗೆ: (ಆತನ) ಸಡಗರಮಿದು.

ಸಪ್ತಮಿಗೆ: (ಆತನೊಳ್) ಜಯಮೆ ಮೆಱೆವುದು. ಈ ರೀತಿ ಯಿಂದ ಅಧ್ಯಾರೋಪಿಸಿಕೊಳ್ಳ ಬೇಕು.

**182.** ಜಾತಿಯಲ್ಲಿ ಏಕವಚನ ಇದ್ದರೂ, ಬಹುವಚನವನ್ನು ಹೇಳುವದು; ಅದು ಕಾರಣ ಕ್ರಿಯಾಪದ ಬಹು ವಚನ ಹೊಂದಲಾಗುವದು; ಜಾತಿಯಲ್ಲದಲ್ಲಿ ಯೂ ಬಹುವಚನಕ್ಕೆ ಏಕವಚನವು ವಿಶೇಷಣ ವಾಗಿ ನಿಂತು ಬಹುವಚನವನ್ನು ಹೇಳುವದು.

**Nouns in the singular with verbs in the plural.**

ಪ್ರಯೋಗ:

ಜಾತಿಗೆ: ಕಾಲಾಳ್ಗಳ್ ಕವಿದವು=ಕಾಲಾಳ್ ಕವಿದವು. ಕುದುರೆಗಳ್ ಏಱಿದುವು=ಕುದುರೆ ಏಱಿದುವು.

ಜಾತಿಯಲ್ಲದಲ್ಲಿಗೆ: ಲೋಕ ಮಹದೈಶ್ವರ್ಯಂಗಳ್ ಇವೆಲ್ಲಂ ಅಧ್ರುವಂ (ಇವೆಲ್ಲಂ ಅಧ್ರುವಂಗಳ್), ಮನಂ ಸಂಚಲಂ ಆದುವು (ಮನಂಗಳ್ ಸಂಚಲಂಗಳ್ ಆದುವು).

**183.** ವಿಶೇಷಣವಾಗಿ ಕಾರಕಪದವು ಏಕವಚನದಲ್ಲಿ ಇದ್ದರೂ, ಕ್ರಿಯಾಪದವು ಏಕವಚನದಲ್ಲಿ ಇದ್ದರೂ, ವಿಶೇಷ್ಯವಾದ ಜಾತಿಗೆ ಏಕತ್ವವಲ್ಲದೆ ಬಹುತ್ವವಿಲ್ಲ.

**Exceptions in nouns and verbs in the singular.**

ಪ್ರಯೋಗ:

ಕಾರಕಕ್ಕೆ: ಇಂತುಟು ಕುದುರೆ ಬಂದುದು. (ಹೀಗೆ ಹೇಳಿದ ಮೇಲೆ, ಇಂತುಟು ಕುದುರೆಗಳು ಬಂದುದು ಎಂಬುವದು ದೋಷ.)

ಕ್ರಿಯೆಗೆ: ಕೇಳಿದುದು ಸೋಗೆ. (ಕೇಳಿದುದು ಸೋಗೆಗಳು ಎಂಬುವದು ದೋಷ.)—ಆದರೆ ಬಹಳವಾಗಿ ಕ್ರಿಯಾಪದಕ್ಕೆ ಬಹುವಚನ ಉಂಟು: ಆಯೆರಳೆ ಪೋದುವು. ಈ ಪುಲ್ಲೆ ಬಂದುವು.

ಅಪವಾದಕ್ಕೆ: ಒಸರಿತು ಕಲ್ಗಳ್, ಅಸ್ತ್ರಮಯವಾದುದು ಪಿಸ್ಚಿಸೆಗಳ್.—ಜಾತಿ ಇಲ್ಲದಲ್ಲಿ ಹೀಗೆ ಹೇಳಲಾಗುವದು ಎಂಬಂತೆ ತೋರುತ್ತದೆ.

**184.** ಸಂಖ್ಯಾವಸ್ತುವಿನಲ್ಲಿಯೂ, ಸಂಖ್ಯೆಯಲ್ಲಿಯೂ, ಭಾವದಲ್ಲಿಯೂ ನೆಲಸಿರುವ ಏಕವಚನವು ಬಹುವಚನವನ್ನು ಹೇಳುವದು. ವಿಶೇಷಣವು ಬಹುವಚನವಾದರೆ, ವಿಶೇಷ್ಯಪದವು ಏಕವಚನವನ್ನು ಹೊಂದಲಾಗುವದು.

**Different uses of numbers.**

ಪ್ರಯೋಗ:

ಸಂಖ್ಯಾವಸ್ತುವಿಗೆ: ಪತ್ತುದೆಸೆ=ಪತ್ತುದೆಸೆಗಳ್, ಮೂಲೋಕಂ=ಮೂಲೋಕಂಗಳ್.

ಸಂಖ್ಯಾವಾಚಿಗೆ: ಎರಡೈದು=ಎರಡೈದುಗಳ್.

ಭಾವಕ್ಕೆ: ಕಣ್ಗಳ ಕರ್ಪು=ಕಣ್ಗಳ ಕರ್ಪುಗಳ್, ಪೂಗಳಬೆಳ್ಪು=ಪೂಗಳ ಬೆಳ್ಪುಗಳ್.

ವಿಶೇಷ್ಯದ ಏಕವಚನಕ್ಕೆ: ನೇರಿದುವು ಬೆರಲ್; ಬಟ್ಟಿದುವು ಮೊಗಂ

**185.** ಯುಗಳಾರ್ಥದಲ್ಲಿ ವರ್ತಿಸುವ ಬಹುವಚನಕ್ಕೂ, ಅವಿಷ್ಟಲಿಂಗಕ್ಕೂ, ಕ್ರಿಯಾವಿಶೇಷಣಕ್ಕೂ ಏಕವಚನ ಪ್ರಾಪ್ತಿಸುವದು.

ಪ್ರಯೋಗ:

ಪದಯುಗಳಗಳಿಗೆ: ಪದಯುಗಂ. ದೋಷಕ್ಕೆ: ಪದಗಳ ಯುಗಂ.

ಅವಿಷ್ಟಲಿಂಗಕ್ಕೆ: ವೇದಂಗಳ್ಪ್ರಮಾಣಂ.ದೋಷಕ್ಕೆ: ಪ್ರಮಾಣಂಗಳ್.

ಕ್ರಿಯಾವಿಶೇಷಣಕ್ಕೆ: ದೋಷರಹಿತಂ ಪೇಳ್ದಿಂ (ದೋಷರಹಿತಗಳಾಗಿ ಹ್ಯಾಗೆ ಆಗುವದೋ ಹಾಗೆ ಹೇಳಿದನೆಂದರ್ಥ).

**186.** ಪ್ರಥಮೈಕವಚನವನ್ನು ಮೊದಲಲ್ಲಿ ಹಲವನ್ನು ಹೇಳಿ ವಾಕ್ಯ ನಿರ್ವಾಹದಲ್ಲಿ ಕ್ರಿಯಾಬಹುವಚನವನ್ನು ಹೊಗಿಸುವರು.

ಪ್ರಯೋಗ:

ಅವತಂಸೋತ್ಪಲ ತಾಡನಂ, ಕನಕ ಕಾಂಚೀ ಬಂಧನಂ, ನೂಪುರಾ |
ರವ ಝುಂಕಾರಿತ ಚಾರು ವಾಮ ಚರಣಾಘಾತಂ, ಚಲದ್ಭ್ರೂಲತಾ ||
ಸ್ರು ವಿಭಾಗೋತ್ಕಟ ತರ್ಜನಂ, ತರಳಿತಾ ತಾಮ್ರಾಧರಂ, ಚಕ್ರಿಗಿ- |
ತ್ತುವಲಂಪಂ, ಪ್ರಣಯ ಪ್ರಕೋಪ ಸಮಯ ಪ್ರಾರಂಭದೊಳ್ಕಾಂತೆಯಾ ||

ಚಕ್ರಿಗಿತ್ತುವು ಅಲಂಪಂ ಎಂಬಲ್ಲಿ ಇವೆಲ್ಲವೆಂಬುವದು ಅಧ್ಯಾಹಾರವಾಗಿ ಬಹುವಚನ ಸಲ್ಲುವದು.

**187.** ಕೆಲಕೆಲವು ಸಂಸ್ಕೃತದ ಮೂರು ಲಿಂಗವೂ ಕನ್ನಡಕ್ಕೆ ಬಂದಲ್ಲಿ, ನಪುಂಸಕವಾಗುವದು. ಸಜ್ಜನ ಶಬ್ದವು ಕುಲಸ್ತ್ರೀಯನ್ನು ಹೇಳುವಾಗ, ಕನ್ನಡದಲ್ಲಿ ಎಂದೂ ನಪುಂಸಕವೇ ಆಗುವದು.

**Of gender.**

ಪ್ರಯೋಗ:

ಲಿಂಗತ್ರಯಕ್ಕೆ: ವೃಕ್ಷಂ ತಳಿರ್ತುದು (ಸಂಸ್ಕೃತದಲ್ಲಿ ವೃಕ್ಷಕ್ಕೆ ಪುಲ್ಲಿಂಗ).

ಧರೆ ಬೆಳೆದುದು (ಸಂಸ್ಕೃತದಲ್ಲಿ ಧರೆಗೆ ಸ್ತ್ರೀಲಿಂಗ).

ಕುಲಂ ಮೇಲೆನಿಸಿದುದು (ಸಂಸ್ಕೃತದಲ್ಲಿ ಕುಲಕ್ಕೆ ನಪುಂಸಕಲಿಂಗ).

ಸಜ್ಜನಶಬ್ದಕ್ಕೆ: ಆ ಸತಿ ಸಜ್ಜನಂ.—ಸಮುಚ್ಚಯದಿಂದ ಅಪತ್ಯ ಕಳತ್ರ ಎಂಬ ಶಬ್ದಗಳು ಸ್ತ್ರೀವಾಚಕವಾಗಿದ್ದರೂ, ಜನ, ಲೋಕ ಎಂಬಿವು ಪುರುಷವಾಚಕಗಳಾಗಿದ್ದರೂ ಕನ್ನಡದಲ್ಲಿ ನಪುಂಸಕವು;—ಹ್ಯಾಗಂದರೆ: ಇದು ಕಳತ್ರಂ, ಇದು ಅಪತ್ಯಂ, ಇದು ಜನಂ, ಇದು ಲೋಕಂ.

**188.** ಜನ ಎಂಬ ಶಬ್ದವು ನಿಜದಿಂದ ನಪುಂಸಕ; ದುಸ್ ಎಂಬುವದು ಸತ್ ಎಂಬುವದು ಸು ಎಂಬುವದು ಅದಕ್ಕೆ ಕೂಡಿದರೆ, ಪುಲ್ಲಿಂಗವಾಗುವದು; ಮಹತ್ ಎಂಬ ಶಬ್ದ ಹಿಂದಿದ್ದರೆ, ನಪುಂಸಕವಾಗುವದು.

**ಜನ used in different genders.**

ಪ್ರಯೋಗ:

ಪುಲ್ಲಿಂಗಕ್ಕೆ: ದುರ್ಜನಂ, ಸಜ್ಜನಂ, ಸುಜನಂ, ಬಂದಂ.
ನಪುಂಸಕಕ್ಕೆ: ಮಹಾಜನಂ ಬಂದುದು.

**189.** ವಿಶೇಷಣದ ಲಿಂಗದ ಇಷ್ಟದಿಂದ ವಿಶೇಷ್ಯವನ್ನೂ ಆ ಲಿಂಗವಾಗಿ ಯೋಚಿಸಿ ಕೊಳ್ಳುವದು.—ವಿಶೇಷ್ಯದ ಲಿಂಗದ ಇಷ್ಟದಿಂದ ವಿಶೇಷಣವನ್ನೂ ಆ ಲಿಂಗವಾಗಿ ಯೋಚಿಸಿ ಕೊಳ್ಳುವದು.— ಇದು ರೂಪಕದಲ್ಲಿ ನಿರ್ದೋಷ.

**Gender implied in words.**

ಪ್ರಯೋಗ:

ವಿಶೇಷಣಕ್ಕೆ: ಉದಯಾಸ್ತೋನ್ನತ ಶೈಲ ಸೇತು ಹಿಮವತ್ಕು
ಕ್ಷ್ಮೀಲ ಪರ್ಯಂತ ಸಂ- |
ಪದೆಯಂ ಪಾರ್ಥಿತ ರಕ್ತ ರಂಗ ನಿನದತ್ಕಾಂಚೀ
ಕಲಾಪಾಂಚಿತಾ- ||
ಸ್ಪದೆಯಂ ಸಾಧಿಸಿ ಕಬ್ಬಿಗಂಗೆ ನೆಲನಂ ನಿರ್ವ್ಯಾ
ಜದಿಂದಂ ನಿವಿ- |
ರ್ಚಿದಗೆಲ್ಲಂ ಭುವನೈಕ ರಾಮ ಮಹಿಪಂಗಕ್ಕುಂ
ಪೆಱರ್ಗಕ್ಕುಮೇ? ||

ಇಲ್ಲಿ ನೆಲನಂ ಎಂಬ ನಪುಂಸಕಲಿಂಗವನ್ನು ಬಿಟ್ಟು ವಿಶೇಷಣಪದವಾದ ಆಸ್ಪದೆಯಂ ಎಂಬದರ ಸ್ತ್ರೀಲಿಂಗವನ್ನು ಯೋಜಿಸಿಕೊಳ್ಳಬೇಕು.

ವಿಶೇಷ್ಯಕ್ಕೆ: ಆತಂ ಜಗದ್ದರ್ಪಣಂ, ಆ ಪೆಣ್ಜಗದ್ದರ್ಪಣಂ, ಅದು
ಜಗದ್ದರ್ಪಣಂ.

ಇಲ್ಲಿ ಆತಂ ಮುಂತಾದ ವಿಶೇಷ್ಯಗಳ ಲಿಂಗವನ್ನು ಜಗದ್ದರ್ಪಣಂ ಎಂಬ ವಿಶೇಷಣಕ್ಕೆ ಯೋಜಿಸಿಕೊಳ್ಳ ಬೇಕು.

**190.** ಸರ್ವನಾಮಗಳೂ ಗುಣವಚನಗಳೂ ಬಹುವ್ರೀಹಿ ಶಬ್ದಗಳೂ ಕೃದ್ವಾಚಿಗಳೂ ತದ್ಧಿತಶಬ್ದಗಳೂ ಸಂಖ್ಯಾವಾಚಿಗಳೂ ಇವೆಲ್ಲವೂ ವಿಶೇಷ್ಯಾಧೀನ ಲಿಂಗವೆಂದು ತಿಳಿಯ ಬೇಕು.—ತಾವು ವಿಶೇಷಿಸುವ ವಿಶೇಷ್ಯಪದಗಳಿಗೆ ಯಾವ ಲಿಂಗ ಇರುತ್ತದೋ ಅದೇ ಅವಕ್ಕೆ ಹತ್ತುವದು.

**191.** ಕೂಡಿ ನುಡಿಯುವ ಲಿಂಗತ್ರಯಕ್ಕೆ ತಮ್ಮೊಳಗೆ ಮುಖ್ಯತೆ ಇಲ್ಲ. ವಾಕ್ಯದ ಕಡೆಯಲ್ಲಿ ಕೂಡಿದ ಲಿಂಗ ಯಾವದೋ ಅದುವೇ ಮುಖ್ಯವಾಗುವದು.

ಪ್ರಯೋಗ:

ಸೇನೆಯುಂ ಅರಸಿಯುಂ ಅರಸನುಂ ಬಂದರ್.

ಅರಸನುಂ ಅರಸಿಯುಂ ಚತುರಂಗಬಲಮುಂ ಬಂದವು.

**192.** ಪುರುಷತ್ರಯವು ಕ್ರಮದಿಂದಿದ್ದರೂ, ವ್ಯತ್ಯಯದಿಂದ ಇದ್ದರೂ, ಕೂಡಿ ನುಡಿಯುವಲ್ಲಿ ಉತ್ತಮಪುರುಷಕ್ಕೆ ಮುಖ್ಯತ್ವ.—ಉತ್ತಮಪುರುಷವನ್ನು ಕಳೆದು ಉಳಿದ ಪ್ರಥಮಮಧ್ಯಮಪುರುಷಗಳು ಕ್ರಮದಿಂದ ಇದ್ದರೂ, ವ್ಯತ್ಯಯದಿಂದಿದ್ದರೂ, ಕೂಡಿ ನುಡಿಯುವಲ್ಲಿ, ಮಧ್ಯಮಪುರುಷಕ್ಕೆ ಮುಖ್ಯತ್ವ. ಯುಗಪದುಕ್ತಿಯಲ್ಲಿ ಪ್ರಥಮಪುರುಷಕ್ಕೆ ಮುಖ್ಯತ್ವವಿಲ್ಲ.

**Persons of verbs.**

## ಪ್ರಯೋಗ:

ಉತ್ತಮಪುರುಷಮುಖ್ಯತ್ವಕ್ಕೆ: ಆತನುಂ ನೀನುಂ ಆನುಂ ಪೊಱಗಾಗಿರ್ದೆವು.

ವ್ಯತ್ಯಯಕ್ಕೆ: ನೀನುಂ ಆನುಂ ಆತನುಂ ನಗರಕ್ಕೆ ಪೋಪೆವು, ಆತನುಂ ಆನುಂ ನೀನುಂ ಕಜ್ಜದ ತೆಱನನಱಿದು ಪೇೞ್ದೆವು.

ಮಧ್ಯಮಪುರುಷಮುಖ್ಯತ್ವಕ್ಕೆ: ಆತನುಂ ನೀನುಂ ಕೂಡಿದಿರ್.

ವ್ಯತ್ಯಯಕ್ಕೆ: ನಾಳಿನ ದಿನದೊಳ್ ನೀನುಂ ಆತನುಂ ಕೂಡಿದಪಿರ್.

**193.** ಕಾಲತ್ರಯಗಳನ್ನು ಹೇಳುವ ಮೂರು ಕ್ರಿಯಾಪದಗಳಲ್ಲಿ ಪ್ರತಿಷೇಧಕ್ರಿಯೆ ಬಂದರೆ, ವಿಶೇಷವಾಗಿ ಭೂತಕಾಲಾರ್ಥದಲ್ಲಿಯೇ ಸಲ್ಲುವದು.

**The negative mood the same in all tenses.**

## ಪ್ರಯೋಗ:

ಮಾಡಿದಂ ಎಂಬುದಕ್ಕೆ ಮಾಡಂ, ಮಾಡಿದಪಂ ಎಂಬುದಕ್ಕೂ ಮಾಡಂ, ಮಾಡುವಂ ಎಂಬುದಕ್ಕೂ ಮಾಡಂ.

**194.** ಇನೆಗಂ, ಉದುಂ, ಅನ್ನಂ, ಅನ್ನೆಗಂ, ಇನಂ, ಅಲೊಡಂ ಎಂಬಿವು ಸೊನ್ನೆಗೂಡಿದಲ್ಲದೆ ಇರವು; ಇವು ಸತಿಸಪ್ತಮಿಯ ಎಕಾರಕ್ಕೆ ಆದೇಶವಾಗಿ ಬಂದವು.

**Old form of the infinitive with ಎ.**

## ಪ್ರಯೋಗ:

ಸತಿಸಪ್ತಮಿಯ ಎಕಾರಕ್ಕೆ: ನುಡಿಯೆ, ಪೋಗೆ, ಪೊರ್ದೆ, ನೇ ನದಿರೆ.

ಆದೇಶಗಳಿಗೆ: ನುರ್ಗ್ಗಪ್ಪಿನೆಗಂ, ಬರವೇೞಿಂಬುದುಂ, ಇಳಿವನ್ನಂ, ನೇರಂ ಬಪ್ಪನ್ನೆಗಂ, ಪುಗುವಿನಂ, ನುಡಿಯಲೊಡಂ, ಬರಲೊಗನೆ ಕೊಟ್ಟಂ.

**195.** ಅನ್ನೆಗಂ, ಅನ್ನಂ, ಇನೆಗಂ, ಇನಂ ಎಂಬಿವು ವರ್ತಮಾನದಲ್ಲಿಯೂ ಭವಿಷ್ಯಂತಿಯಲ್ಲಿಯೂ ವರ್ತಿಸುವವು; ಉದುಂ, ಅಲೊಡಂ ಎಂಬಿವು ಭೂತವತಿಯಲ್ಲಿ ಸಲ್ಲುವವು.

Construction of ಅನ್ನೆಗಂ etc.

## ಪ್ರಯೋಗ:

ವರ್ತಮಾನಕ್ಕೆ: ನೆನೆವನ್ನೆಗಂ ಬಂದಂ, ಕೊಲ್ವನ್ನಂ ಇಕ್ಕಿ ಕೊಂದಂ, ಬಿನ್ನಯಿಸುವಿನೆಗಂ ಎರ್ದೆಗೊಂಡಂ, ಇದಿರ್ವಪ್ಪಿನಂ ಅಪ್ಪಿಕೊಂಡಂ.

ಭವಿಷ್ಯಂತಿಗೆ: ಈವನ್ನೆಗಮಿರ್ದಂ, ಬರಂಬಡೆವನ್ನಮಾರಾಧಿಸಿದಂ, ಅವಧಿ ಬರ್ಪಿನೆಗಂ ಸೈರಿಸಿದಂ, ಬೆಳಗಪ್ಪಿನಂ ಕೇಳಿಸಿದಂ.

ಭೂತವತಿಗೆ: ಓಲಗಂ ಪರೆಯುದುಮಾಲೋಚನೆಗೆ ಪೊಕ್ಕಂ, ಜಾವಸೆ ಕಿಡಲೊಡಂ ನೀರ್ಗಿಳಿದುದು.

**196.** ವರಂ, ವರೆಗಂ, ಎಂಬ ಸೀಮಾರ್ಥ ಶಬ್ದವು ಪರದಲ್ಲಿ ಇದ್ದರೆ, ಅನ್ನೆಗಂ, ಇನ್ನೆಗಂ, ಎನ್ನೆಗಂ, ಎಂಬದರ ಗಕಾರಕ್ಕೆ ಲೋಪ ಉಂಟು. ಮುಟ್ಟೆ ಎಂದು ಸೀಮಾರ್ಥವಾಗುವದು.

Use of ವರಂ etc.

## ಪ್ರಯೋಗ:

ಎನ್ನೆವರಂ ಸಿರಿ ತಮಗುಂಟು ಅನ್ನೆವರಂ ಸೇವ್ಯರತ್ತೆ, ಖಳರುಂ, ಇನ್ನೆವರಂ ಗುಣಿಯಾದುದಿಲ್ಲ ಬಾಣಹತಿಗೆ, ವಾರ್ಧಿಮುಟ್ಟೆ ಪೋದಂ, ದೆಸೆಮುಟ್ಟೆ ಪೋದಂ.

**Use of ಅಲ್.**

**197.** ಎರಡು ಕರ್ತೃಗಳಿಗೆ ನಿಮಿತ್ತವಾದ ಸತಿಸಪ್ತಮಿಗೆ ಎಕಾರವಾಗುವದು; ಆ ಎಕಾರಕ್ಕೆ ಬದಲಾಗಿ ಕೆಲವರು ಅಲ್ ಎಂಬುವದನ್ನು ಹೇಳುವರು; ಆದರೆ ಈ ಪ್ರಯೋಗಕ್ಕೆ ಚದುರರು ಒಡಂಬಡುವದಿಲ್ಲ; ಅಲೊಡಂ ಎಂದು ಹೇಳುವದು ಶುದ್ಧ.

ಪ್ರಯೋಗ:

ಎರಡು ಕರ್ತೃಗಳಾದ ಸತಿಸಪ್ತಮಿಗೆ: ಗಾಯಕಂ ಪಾಡೆ ದೇವಂ ಮೆಚ್ಚಿದಂ.

ಅಲ್ಗೆ: ಇವಂ ನುಡಿಯುತ್ತಿರಲ್ ಅರಸಂ ಬಂದಂ. (ಇದಶುದ್ಧಂ.)

ಶುದ್ಧಕ್ಕೆ: ಗಾಳಿ ಬೀಸಲೊಡಂ ಎಲೆ ಕಟಿಲ್ದುವು.

**Formation of the conditional mood with ಒಡೆ.**

**198.** ಪಕ್ಷಾರ್ಥವನ್ನು ಹೇಳುವ ಒಡೆ ಎಂಬ ಶಬ್ದವು ಲಿಂಗತ್ರಯ ವಚನತ್ರಯ ಪುರುಷತ್ರಯ ಕಾಲತ್ರಯಗಳಲ್ಲಿ ಅನ್ವಿತವಾಗಿ ಧಾತುವಿನ ಕಡೆಯಲ್ಲಿ ಹತ್ತುವದು.

ಪ್ರಯೋಗ:

ಲಿಂಗತ್ರಯಕ್ಕೆ: ಸಮಂ ನುಡಿವೊಡವಂ ಪಿರಿಯಂ, ನೋಱಿಪ್ಪೊಡವಳ್ಕಱಿಯಳ್, ತೀಡುವೊಡಲ್ಲಿ ಕಮ್ಮೆಲರ್ ತೀಡುಗುಂ.

ವಚನತ್ರಯಕ್ಕೆ: ಕಾದುವೊಡೊರ್ವನೆ ಬಲ್ಲಿದಂ, ಪೋಲಿಸುವೊಡಿರ್ವರುಂ ಶಕ್ತರ್, ನುಡಿವೊಡೆಲ್ಲರುಂ ಮಾತಱಿಯರ್.

ಪುರುಷತ್ರಯಕ್ಕೆ: ಪೊರ್ದುವೊಡವನೊಳ್ಳಿದಂ, ಬೇಱಿಪ್ಪೊಡೆ ನೀನೊಳ್ಳಿದಯ್, ಭಾವಿಪೊಡಾನೊಳ್ಳಿದೆಂ.

ಕಾಲತ್ರಯಕ್ಕೆ: ಪುಸಿದೊಡೆ ಬಿಟ್ಟಂ, ಪಳಂಚಿದಪೊಡೆ ಕೊಂದಪಂ, ಚಿತ್ರಿಪೊಡೆ ತೂಳಿಕೆಯಂ ತರಿಸುವಂ.

# X. ಛಂದೋಲಕ್ಷಣ ಪ್ರಕರಣ.

# Prosody.

---

**199.** "ಗುರು, ಲಘು, ಮಾತ್ರೆ, ಗಣ, ಪ್ರಾಸ, ಯತಿ, ಪಾದ (ಚರಣ, ಅಡಿ)" ಮುಂತಾದ ನಿಯಮಗಳಿಂದ ಪದ್ಯಗಳನ್ನು ರಚಿಸುವ ಮತ್ತು ತಿಳಿಯುವ ಕ್ರಮವು ಛಂದೋಲಕ್ಷಣವೆನಿಸುವದು.

**Definition.**

**200.** ದೀರ್ಘಾಕ್ಷರ, ಒತ್ತಕ್ಷರದ ಹಿಂದನ ಅಕ್ಷರ, ವಿಸರ್ಗಾನುಸ್ವಾರ (ಃ,ಂ)ಗಳಿಂದ ಕೂಡಿದ ಅಕ್ಷರ, ಪಾದಾಂತದಲ್ಲಿರುವ ಅಕ್ಷರ, ಈ ಐದಕ್ಷರಗಳು ಗುರುವೆಂತಲೂ, ಉಳಿಹವುಗಳೆಲ್ಲಾ ಲಘುವೆಂತಲೂ ತಿಳಿಯ ತಕ್ಕದ್ದು.

**Long and short letters.**

ಗುರುವನ್ನು ತೋರಿಸುವದಕ್ಕೆ (—) ಈ ಚಿಹ್ನೆಯೂ, ಲಘುವನ್ನು ತೋರಿಸುವದಕ್ಕೆ (◡) ಈ ಚಿಹ್ನೆಯೂ ಉಪಯೋಗಿಸಲ್ಪಟ್ಟಿರುತ್ತವೆ.

**201.** ಒಂದು ನುಡಿಯಷ್ಟು ಕಾಲವು "ಮಾತ್ರೆ" ಎನಿಸುವದು. ಗುರ್ವಕ್ಷರವನ್ನು ಒಂದು ಮಾತ್ರೆಯಷ್ಟು ಎಳೆದು ಹೇಳಿದರೆ, ಅಥವಾ ಲಘ್ವಕ್ಷರವನ್ನು ಎರಡು ಮಾತ್ರೆಗಳಷ್ಟು ಎಳೆದು ಹೇಳಿದರೆ, ಅದು "ಪ್ಲುತವು". ಲಘ್ವಕ್ಷರಕ್ಕೆ ಒಂದು ಮಾತ್ರೆಯೂ, ಗುರ್ವಕ್ಷರಕ್ಕೆ ಎರಡು ಮಾತ್ರೆಗಳೂ, ಪ್ಲುತಕ್ಕೆ ಮೂರು ಮಾತ್ರೆಗಳೂ, ಆಗಿರುವವು.

ಪ್ರಯೋಗ:

| ಲಘು. | ಗುರು. | ಪ್ಲುತ. |
|---|---|---|
| ಬ[1] | ಬಾ[2] | ಬಾಽ[3] |

**202.** ಕೆಲವು ಮಾತ್ರೆಗಳ ಅಥವಾ ಕೆಲವು ಅಕ್ಷರಗಳ ಕೂಟವು "ಗಣ"ವೆನ್ನಿಸುವದು; ಇದು "ಮಾತ್ರಾಗಣ", "ಅಕ್ಷರಗಣ" ಎಂದು ಎರಡು ಪ್ರಕಾರವಾಗಿರುವದು.

**Syllable-foot and Mora foot.**

1. ಮಾತ್ರಾಗಣದಲ್ಲಿ "ಬ್ರಹ್ಮಗಣ, ವಿಷ್ಣುಗಣ, ರುದ್ರಗಣ" ಎಂದು 3 ಭೇದಗಳುಂಟು; ಬ್ರಹ್ಮಗಣವು 4 ಪ್ರಕಾರವಾಗಿಯೂ, ವಿಷ್ಣುಗಣವು 8 ಪ್ರಕಾರವಾಗಿಯೂ, ರುದ್ರಗಣವು 16 ರೀತಿಯಾಗಿಯೂ ಪ್ರಸ್ತಾರವಾಗುತ್ತವೆ; ಆದರೆ ಈ ರೀತಿಯಾಗಿ ಪ್ರಸ್ತಾರ ಮಾಡುವ ಕ್ರಮವು ಜನರ ಬಳಿಕೆಯಲ್ಲಿ ಇಲ್ಲದ ಕಾರಣ ಇವುಗಳಿಗೆ ಪ್ರತಿಯಾಗಿ "ತ್ರಿಮಾತ್ರಕಗಣ, ಚತುರ್ಮಾತ್ರಕಗಣ, ಪಂಚಮಾತ್ರಕಗಣ" ಎಂದು ಮೂರು ವಿಧವಾಗಿ ಪ್ರಯೋಗಿಸುತ್ತಾರೆ.

ಪ್ರಯೋಗ:

ಮೂರು ಮಾತ್ರೆಯಗಣ: ಬರೆದ, ಬಂದ, ಕಲಾ.

ನಾಲ್ಕು ಮಾತ್ರೆಯಗಣ: ಬರೆದಂ, ಬಂದಂ, ರಾಮನು, ಕರಗಳು.

ಐದು ಮಾತ್ರೆಯಗಣ: ಬರೆದವಂ, ಕರಪಾದ, ಬಂದಪಂ, ತರುವವನು.

2. ಗುರು ಲಘು ಮಿಶ್ರವಾಗಿ ಮೂರು ಅಕ್ಷರಗಳಿಗೆ ಒಂದು ಗಣವೆಂದು ಎಣಿಸುವ ರೀತಿಗೆ "ಅಕ್ಷರಗಣ"ವೆಂದು ಎನಿಸುವದು; ಈ ಅಕ್ಷರಗಣಗಳು 8 ಪ್ರಕಾರವಾಗಿರುವವು. ಹ್ಯಾಗಂದರೆ—

## ಅಷ್ಟಗಣಮಾಲೆ.

ಯ ಮಾ ತಾ ರಾ ಜ ಭಾ ನ ಸ ಲ ಗಂ.

| ಸಂಖ್ಯೆ. | ಗಣಸಂಜ್ಞೆ. | ಗಣನಾಮಂ. | ಪ್ರಸ್ತಾರಂ. | ಪ್ರಯೋಗಂ. | ವಿವರಣಂ. |
|---|---|---|---|---|---|
| 1 | ಯ | ಜಲ | ⏑ — — | ಯಮಾತಾ | ಆದಿ ಲಘು. |
| 2 | ಮ | ಭೂಮಿ | — — — | ಮಾತಾರಾ | ಮೂರೂ ಗುರು. |
| 3 | ತ | ಆಕಾಶ | — — ⏑ | ತಾರಾಜ | ಅಂತ್ಯ ಲಘು. |
| 4 | ರ | ಅಗ್ನಿ | — ⏑ — | ರಾಜಭಾ | ಮಧ್ಯ ಲಘು. |
| 5 | ಜ | ಸೂರ್ಯ | ⏑ — ⏑ | ಜಭಾನ | ಮಧ್ಯ ಗುರು. |
| 6 | ಭ | ಚಂದ್ರ | — ⏑ ⏑ | ಭಾನಸ | ಆದಿ ಗುರು. |
| 7 | ನ | ಸ್ವರ್ಗ | ⏑ ⏑ ⏑ | ನಸಲ | ಮೂರೂ ಲಘು. |
| 8 | ಸ | ವಾಯು | ⏑ ⏑ — | ಸಲಗಂ | ಅಂತ್ಯ ಗುರು. |

**The 16 kinds of alliterations.**

**203.** ಪದ್ಯದ ಪ್ರತಿಪಾದದ 2ನೇ ಅಕ್ಷರವು "ಪ್ರಾಸ"ವೆಂದು ವರ್ತಿಸುತ್ತದೆ; ಆ ಎರಡನೆ ಅಕ್ಷರವು ಎಲ್ಲಾ ಪಾದಗಳಲ್ಲಿಯೂ ಒಂದೇ ಆಗಿರ ತಕ್ಕದ್ದು. ಇದು "1 ಸಿಂಹಪ್ರಾಸ, 2 ಗಜಪ್ರಾಸ, 3 ವೃಷಭಪ್ರಾಸ, 4 ಶರಭಪ್ರಾಸ, 5 ಅಜಪ್ರಾಸ, 6 ಅಶ್ವಪ್ರಾಸ, 7 ವಿನುತಪ್ರಾಸ, 8 ಶಾಂತಪ್ರಾಸ, 9 ವರ್ಗಪ್ರಾಸ, 10 ಸಮಿಾಪಪ್ರಾಸ, 11 ಅನುಪ್ರಾಸ, 12 ಅಂ

ತಪ್ರಾಸ, 13 ದ್ವಿಪ್ರಾಸ, 14 ದ್ವಂದ್ವಪ್ರಾಸ, 15 ತ್ರಿಪ್ರಾಸ, 16 ಅಂತಾದಿಪ್ರಾಸ" ಎಂದು 16 ಪ್ರಕಾರಗಳಾಗಿರುತ್ತವೆ. ಹ್ಯಾಗಂದರೆ—

1. ಪ್ರಾಸಾಕ್ಷರವು ಹ್ರಸ್ವವಾಗಿದ್ದರೆ "ಸಿಂಹಪ್ರಾಸ"ವೆಂದು ಹೆಸರು.

ಪ್ರಯೋಗ:

ಸಕಳ ಕಳಾನಿಧಿ ನಿಕಟದೆ |
ಸುಕರ ರಸಪ್ರಕಟ ಕಾವ್ಯವೆಂಬಮೃತಪಯೋ- ||
ಧಿ ಕರಂ ಪೆರ್ಚುಗುಮಲ್ಲದೆ |
ಕುಕವಿ ಬುಧ ಪ್ರಭೃತಿಯಿದಿರೊಳೇಂ ಪೆರ್ಚುಗುಮೇ? ||

2. ಪ್ರಾಸಾಕ್ಷರವು ದೀರ್ಘವಾಗಿದ್ದರೆ "ಗಜಪ್ರಾಸ"ವೆಂದು ಹೆಸರು.

ಪ್ರಯೋಗ:

ಶ್ರೀರಾಮಂ ವಿಶದಯಶ |
ಶ್ರೀರಾಮಂ ರಮಣನರ್ಥಿಜನಶಾಸುರಭೂ- ||
ಜಾರಾಮಂ ಧರ್ಮೋದ್ಯಮ |
ಧೌರೇಯನುದಾತ್ತಚಿತ್ತನಭಿನವಪಂಪಂ ||

3. ಪ್ರಾಸಾಕ್ಷರವು ಬಿಂದುವಿನಿಂದ ಕೂಡಿದ್ದರೆ "ವೃಷಭಪ್ರಾಸ" ವೆಂದು ಹೆಸರು.

ಪ್ರಯೋಗ:

ಆನಂದನಮಂ ವಿಜಿತ ಮ- |
ಹಾನಂದನಮಂ ನಿಜಾಂತರಾಳಾಶ್ರಿತ ಲೋ- ||
ಕಾನಂದನಮಂ ತೋಷಿತ |
ಮಾನಂದನಮಂ ನಿರೀಕ್ಷಿಸಲ್ ನಡೆ ನೃಪತೀ! ||

4. ಪ್ರಾಸಾಕ್ಷರವು ಅನ್ಯವ್ಯಂಜನದ ಒತ್ತಿನಿಂದ ಕೂಡಿದ್ದರೆ "ಶರಭಪ್ರಾಸ"ವೆಂದು ಹೆಸರು.

ಪ್ರಯೋಗ:

ಬಾಯ್ವಿಡುತೆಯ್ದಿದ ಮಱಿಯಂ |
ತಾಯ್ವಿಡಿ ನಡೆ ನೋಡಿ ಬಾಡಿ ತಾಪಂ ಮೊದಲಿಂ- ||
ದೆಯ್ವಡಿ ನೆಗಳ್ದಿರೆ ತೆಗೆದೇಂ |
ಕೆಯ್ವಿಡಿದೂದಿದುದೊ ಸೋಷ್ಣಜಲಮಂ ಬಸುಱಿಂ ||

5. ಪ್ರಾಸಾಕ್ಷರವು ವಿಸರ್ಗದಿಂದ ಕೂಡಿದ್ದರೆ "ಅಜಪ್ರಾಸ" ವೆಂದು ಹೆಸರು.

ಪ್ರಯೋಗ:

ನೀಂ ನಿಃಶಂಕೆಯ ನೀ ದೇ- |
ವಾ ನಿಃಶರಣ ಜನರಿಂಗೆ ಶರಣಾಗೀಗಳ್ ||
ಕೇಳ್ನಿಃಶಮಮಂ ಪರಿಹರಿ- |
ಸೀ ನಿಃಶಾಪಪ್ರಸಾದಮಂ ಕರುಣಾತ್ಮಾ ||

6. ಪ್ರಾಸಾಕ್ಷರವು ಸ್ವವ್ಯಂಜನದ ಒತ್ತಿನಿಂದ ಕೂಡಿದ್ದರೆ "ಅಶ್ವ ಪ್ರಾಸ"ವೆಂದು ಹೆಸರು.

ಪ್ರಯೋಗ:

ಮಲ್ಲಿಗೆ ಮಾಮರದೆಳೆದಳಿ- |
ರಲ್ಲಿ ಮುಗುಳ್ತ ಡಱೆ ಮುಗುಳ್ಗಳೆಸೆದವು ಸಂಧ್ಯಾ ||
ಸಲ್ಲಲಿತ ತಾರಕಾಳಿಯೊ |
ಅಲ್ಲಿಳಿವಾಱಿಡಿಗಳಿಳಿವ ತಮಮೆನಿಸಿರ್ಕುಂ ||

7. "ನ, ಣ" ಮತ್ತು "ಲ, ಳ" ಎಂಬಿವುಗಳಿಗೆ ಸಂಬಂಧಾಕ್ಷ ರಗಳೆಂದು ಛಂದಶ್ಶಾಸ್ತ್ರದಲ್ಲಿ ಸಂಕೇತ ಉಂಟು; ಇವು ಪ್ರಾಸಸ್ಥಾನ ದಲ್ಲಿ ಸೇರಿದ್ದರೆ "ವಿನುತಪ್ರಾಸ"ವೆಂದು ಹೆಸರು, "ಈ ಪ್ರಾಸವು ದಾಸರ ಪದಗಳಲ್ಲಿ ಮಾತ್ರ ಪ್ರಯೋಗವಾಗಿದೆ.

### ಪ್ರಯೋಗ:

ಧನವುಳ್ಳ ರಾಯರ್ಕೇ ಧನಿಕ ಶ್ರೀಮಂತರ್ಕೇ |
ಮಣಿಯಿರಿ ವರ ದೇವನ ಪದಕೆ ||
ಅನುಪಮ ಪರಮಾನಂದ ಪದವಿಯನೂ |
ಘೊಣೆಯಾಗೀವನು ತನ್ನವರ್ಗೆ ||
ಈ ಲೋಕದಿ ಧನಘುಳಿಸಿದಡೆ ಕಿಲುಬಿದಿ |
ಧಾಳಾಗುತ್ತ ಕಳ್ಳರು ವೈಯ್ವರು ||
ಆಳೋಚಿಸಿ ಪರಲೋಕದ ಧನವಿಡೆ |
ಮೇಲಹ ವೃದ್ಧಿಯನೈದುವುದು ||

8. ಪ್ರಾಸಸ್ಥಾನದ ಶಬ್ದಗಳಿಗೆ ಭಿನ್ನಾಭಿಪ್ರಾಯ (ಬೇರೆಬೇರೆ ಅರ್ಥ)ವಿದ್ದರೆ "ಶಾಂತಪ್ರಾಸ ಅಥವಾ ಶಾಂತಪೂರ್ವಪ್ರಾಸ"ವೆಂದು ಹೆಸರು.

### ಪ್ರಯೋಗ:

ಪಾವನತುಲಾಭರಣಮಂ ಮಾಡಿಕೊಂಡೆಸೆವ |
ಪಾವನತರ ಸ್ವರೂಪಂ ನಾರದಾದಿ ಮುನಿ |
ಪಾವನತ ಪಾದಪಂಕೇರುಹದ್ವಂದ್ವಮಿಂದುಕಲಾವತಂಸಮುಮೆಯ:||

(ಜೈ. ಭಾ. 1. 2.)

9. ವರ್ಗೀಯ ಪಂಚಮಾಕ್ಷರಗಳನ್ನುಳಿದು 4 ಅಕ್ಷರಗಳು ಕ್ರಮವಾಗಿ ಪ್ರಾಸಸ್ಥಾನದಲ್ಲಿ ಬಂದರೆ "ವರ್ಗಪ್ರಾಸ"ವೆಂದು ಹೆಸರು.

### ಪ್ರಯೋಗ:

ಸಕಲ ಜನವಿನುತನಂ ಶತ ||
ಮಖ ಸದೃಶ ವಿಶಾಲ ವಿವಿಧ ವಿಭವೋದಯನಂ ||
ಸುಗುಣಗಣ ಯುತನನರಿಬಲ |
ವಿಘಟನನಂ ಕಂಡನಣುವನಾ ರಾಘುವನಂ ||

10. ಪ್ರಾಸಸ್ಥಾನದಲ್ಲಿ ಶ, ಷ, ಸ ಎಂಬ ಮೂರು ಅಕ್ಷರಗಳು ಬಂದರೆ "ಸಮೀಪಪ್ರಾಸ ಅಥವಾ ಸಮೀಪಗತಪ್ರಾಸ"ವೆಂದು ಹೆಸರು.

ಪ್ರಯೋಗ:

ಶಶಧರಬಿಂಬಾನನೆಯಂ |
ಝಷಕೇತನ ಮಾತೆಯಂ ಸರೋಜಾಂಬಕೆಯಂ ||
ಬಿಸವಿಶದ ವರ್ಣೆಯಂ ಕಂ- |
ಡೊಸೆದಂ ಬನದೊಳ್ಗೆ ಜನಕತನುಜೆಯನಣುವಂ. ||

11. ಪ್ರಾಸಸ್ಥಾನದಲ್ಲಿರುವ ಅಕ್ಷರವನ್ನೇ ಎಡೆಎಡೆಯಲ್ಲಿ ಸೇರಿಸಿ ಇದ್ದರೆ "ಅನುಪ್ರಾಸ ಅಥವಾ ಅನುಗತಪ್ರಾಸ"ವೆಂದು ಹೆಸರು.

ಪ್ರಯೋಗ:

ಸಕ್ಷಮದಕ್ಷಶಿಕ್ಷಣವಿಚಕ್ಷಣಸುಕ್ಷಣಲಕ್ಷಣೇಕ್ಷಣಾ |

12. ಒಂದು ಪದ್ಯದ ಪ್ರತಿಪಾದದ ಅಂತ್ಯದಲ್ಲಿಯೂ ಒಂದೇ ವಿಧವಾದ ಅಕ್ಷರವನ್ನು ಪ್ರಾಸವಾಗಿ ಇಟ್ಟರೆ "ಅಂತಪ್ರಾಸ ಅಥವಾ ಅಂತಗತಪ್ರಾಸ"ವೆಂದು ಹೆಸರು.

ಪ್ರಯೋಗ:

ಅತಿವಿಶದಯಶೋವೃತ್ತಂ |
ನತಸಕಲಾರಾತಿಜನವಿತಾನಂ ಮತ್ತಂ ||
ವಿತತ ಶ್ರೀ ಸಂಪತ್ತಂ |
ಶತಮುಖ ಸದೃಶಾನುಭಾವ ವಿಭವಂಬೇತ್ತಂ.

13. ಪ್ರತಿಪಾದದಲ್ಲಿಯೂ ಎರಡು (2ನೆ, 3ನೆ) ಅಕ್ಷರಗಳನ್ನು ಪ್ರಾಸವಾಗಿ ಉಪಯೋಗಿಸಿದ್ದರೆ "ದ್ವಿಪ್ರಾಸ ಅಥವಾ ದ್ವಿವರ್ಣ ಪ್ರಾಸ"ವೆಂದು ಹೆಸರು.

ಪ್ರಯೋಗ:

ಅರಸರೊಳ್ಳೆಲೆ ನೀಂ ಸರಸರ- |
ನರಸಿ ಪೆಱೆಪೊಲಾಡುತಿರ್ಪ ನಿನಗಿದು ಗುಣಮೇ ||
ಅರಸರ ಸರಸವ ಬಲ್ಲರೆ |
ಸರಸವನಾಡರಸರಲ್ಲದವರೊಳ್ಕಗಳೇ ||

14. ಪಾದದ ಆರಂಭದಲ್ಲಿಯೂ ಮಧ್ಯದಲ್ಲಿ ಅಥವಾ ಬೇರೆ ಎಡೆಯಲ್ಲಿಯೂ ಪ್ರಾಸ ಪ್ರಯೋಗಿಸಿದ್ದರೆ "ದ್ವಂದ್ವಪ್ರಾಸ"ವೆಂದು ಹೆಸರು.

ಪ್ರಯೋಗ:

ತುದಿಗಳೊಳ್ಗುದಯಿಸೆ ಸದಮಲಗುರುಯುಗಮದು ಕರಿ ಹರಿ ಯತಿ
ಯಿಂದಂ.

15. ಪ್ರತಿ ಪಾದದಲ್ಲಿಯೂ ಮೂರು (2ನೆ, 3ನೆ, 4ನೆ) ಅಕ್ಷರಗಳನ್ನು ಪ್ರಾಸವಾಗಿ ಸೇರಿಸಿದ್ದರೆ "ತ್ರಿಪ್ರಾಸ ಅಥವಾ ತ್ರಿವರ್ಣಪ್ರಾಸ"ವೆಂದು ಹೆಸರು.

ಪ್ರಯೋಗ:

ಪಾವನತುಲಾಭರಣಮಂ ಮಾಡಿಕೊಂಡೆಸೆವ |
ಪಾವನಶರಸ್ವರೂಪಂ ನಾರದಾದಿಮುನಿ |
ಪಾವನತ ಪಾದಪಂಕೇರುಹದ್ವಂದ್ವಮಿಂದುಕಲಾವತಂಸಮುಮೆಯ||

(ಜೈ. ಭಾ. 1, 2.)

16. ಪ್ರತಿ ಪಾದದ ಆದಿಯಲ್ಲಿಯೂ ಅಂತ್ಯದಲ್ಲಿಯೂ ಒಂದೇ ವಿಧವಾದ ಪ್ರಾಸವಿದ್ದರೆ "ಅಂತಾದಿಪ್ರಾಸ ಅಥವಾ ಆದ್ಯಂತಪ್ರಾಸವೆಂದು ಹೆಸರು.

## ಪ್ರಯೋಗ:

ವಿಮಲಶ ಮಿತ್ರಂ ವಿಮಲಂ |
ವಿಮಲ ವಿನತಮೂರ್ತಿ ವಿಮಲರೊಳ್ಗ ಶಿವಿಮಲಂ ||
ವಿಮಲನ್ಯಾಯದೆ ವಿಮಲಂ |
ವಿಮಲ ರುಚಿಮಯಂ ನಿರಂತರಕ್ಕಂ ವಿಮಲಂ ||

The pause or caesura.

**204.** ಪದ್ಯಗಳನ್ನು ಓದುವಾಗ ನಿಲ್ಲಿಸುವ (ವಿಶ್ರಮಣ, ವಿರಾಮ) ಸ್ಥಾನವು "ಯತಿ" ಎಂದು ವರ್ತಿಸುವದು; ಈ ಯತಿಯು ಪಾದ(ಚರಣ)ದ ಮಧ್ಯದಲ್ಲಿಯೂ, ಕೊನೆಯಲ್ಲಿಯೂ ನಿಯಮಿತ ಸ್ಥಳದಲ್ಲಿ ಬರುವದು.

Verse-quarter and verse-line.

**205.** ಒಂದು ಪದ್ಯದ ಒಂದು ಭಾಗವು "ಪಾದ, ಚರಣ, ಅಡಿ" ಎಂದು ವ್ಯವಹರಿಸುತ್ತದೆ; ಇಂಥಾ ಕೆಲವು ಪಾದಗಳ ಕೂಟವು"ಪದ್ಯ ಅಥವಾ ವೃತ್ತ"ವೆಂದು ಅನ್ನಿಸುತ್ತದೆ; ಇವು 2 ಪಾದ ಮೊದಲಾಗಿ ಆರು ಪಾದಗಳ ವರೆಗೂ ಉಳ್ಳದ್ದಾಗಿ ನಾನಾ ಹೆಸರುಗಳಿಂದ ಒಪ್ಪುತ್ತವೆ; ಇವುಗಳಲ್ಲಿ ಪಾದಗಳೊಂದಕ್ಕೊಂದು ಸಮಾನವಾಗಿರುವ "ಸಮಪಾದವೃತ್ತ"ಗಳೆಂತಲೂ, ಒಂದಕ್ಕೊಂದು ಸಮಾನವಾಗಿಲ್ಲದ "ವಿಷಮಪಾದವೃತ್ತ"ಗಳೆಂತಲೂ 2 ವಿಧವಾಗಿವೆ.

### ಅಕ್ಷರಗಣಗಳಿಂದಾದ ವೃತ್ತಗಳು.

26 Metres formed with mora-feet.

**206.** ಹಿಂದೆ (202ನೇ ಸೂತ್ರದ 2ನೇ ಅಂಕೆಯಲ್ಲಿ) ವಿವರಿಸಿದ 8 ಗಣಗಳೂ, ಗುರು ಲಘುಗಳೂ ಸೇರಿ 26ಅಕ್ಷರಗಳಾಗುತ್ತವೆ. ಈ ಅಕ್ಷರಗಳಿಂದ ಏಕೋತ್ತರವೃದ್ಧಿ ಕ್ರಮದ ಪ್ರಕಾರ ಪಾದ 1ಕ್ಕೆ ಒಂದು ಅಕ್ಷರ ಉಳ್ಳ ಉಕ್ತಿ ಮೊದಲಾದ 26 ಛಂದಸ್ಸುಗಳು ಹುಟ್ಟಿರುತ್ತವೆ; 1ನೇದರಲ್ಲಿ 2, 2ನೇದರಲ್ಲಿ 4, 3ನೇದರಲ್ಲಿ 8, ಈ ಪ್ರಕಾರ ಕ್ರಮದಿಂದ ಇಮ್ಮಡಿಯಾಗಿ 26 ಛಂದಸ್ಸುಗಳಲ್ಲಿಯೂ 13,42,17,726 ವೃತ್ತಗಳು ಹುಟ್ಟಿರುತ್ತವೆ. ಆ 26 ಛಂದಸ್ಸುಗಳು ಯಾವವಂದರೆ—

1 ಉಕ್ತಾ, 2 ಅತ್ಯುಕ್ತಾ, 3 ಮಧ್ಯಾ, 4 ಪ್ರತಿಷ್ಠಾ, 5 ಸುಪ್ರತಿಷ್ಠಾ, 6 ಗಾಯತ್ರಿ, 7 ಉಷ್ಣಿಕ್, 8 ಅನುಷ್ಟುಪ್, 9 ಬೃಹತಿ, 10 ಪಙ್ಕ್ತಿ, 11 ತ್ರಿಷ್ಟುಪ್, 12 ಜಗತೀ, 13 ಅತಿಜಗತಿ, 14 ಶಕ್ವರಿ, 15 ಅತಿಶಕ್ವರಿ, 16 ಅಷ್ಟಿ, 17 ಅತ್ಯಷ್ಟಿ, 18 ಧೃತಿ, 19 ಅತಿಧೃತಿ, 20 ಕೃತಿ, 21 ಪ್ರಕೃತಿ, 22 ಆಕೃತಿ, 23 ವಿಕೃತಿ, 24 ಸಂಕೃತಿ, 25 ಅಭಿಕೃತಿ, 26 ಉತ್ಕೃತಿ.

ಇವುಗಳಲ್ಲಿ ರಾಜಶೇಖರ ಮೊದಲಾದ ಎಲ್ಲಾ ಕರ್ಣಾಟಕ ಗ್ರಂಥಗಳಲ್ಲಿ ಪ್ರಯೋಗವಾಗಿರುವ 44 ವೃತ್ತಗಳನ್ನು ಮಾತ್ರ ಪ್ರಸ್ತಾರೋದಾಹರಣಗಳ ಮೂಲಕ ಕೆಳಗೆ ವಿವರಿಸಿರುತ್ತೆ.

1. 10ನೇ ಪಂಙ್ಕ್ತಿ ಎಂಬ ಛಂದೋಜಾತವಾದ ಮಂದಾನಿಲ ವೃತ್ತಂ—

ಪ್ರಸ್ತಾರಂ.

ಭ    ಮ    ಸ    ಗು

—∪∪ | ——— | ∪∪— | —, ಪಾದಾಂತದಲ್ಲಿ ಯತಿ.

ಪ್ರಯೋಗ:

ನೀತಿಯುತೇ ಮಂದಾನಿಲ ವೃತ್ತಂ.

2. 11ನೇ ತ್ರಿಷ್ಟುಪ್ ಎಂಬ ಛಂದೋಜಾತವಾದ ವೃತ್ತಗಳಲ್ಲಿ-

1. ಇಂದ್ರವಜ್ರ ವೃತ್ತಂ—

ಪ್ರಸ್ತಾರಂ.

ತ    ತ    ಜ    ಗು

——∪ | ——∪ | ∪—∪ | ——, 8ರಲ್ಲಿ ಯತಿ.

ಪ್ರಯೋಗ:

ವ್ಯೋಮದ್ವಯಂ ಭಾನು ಕಪರ್ದಿ ಯುಗ್ಮಂ.

2. ಉಪೇಂದ್ರವಜ್ರ ವೃತ್ತಂ—

ಪ್ರಸ್ತಾರಂ.

ಜ ತ ಜ ಗು
⏑—⏑ | ——⏑ | ⏑—⏑ | ——, 8ರಲ್ಲಿ ಯತಿ.

ಪ್ರಯೋಗ:

ದಿನಾಧಿಪಂ ವ್ಯೋಮ ರವೀಶ ಯುಕ್ಯಂ.

3. ರಥೋದ್ಧತ ವೃತ್ತಂ—

ಪ್ರಸ್ತಾರಂ.

ರ ನ ರ ಲ,ಗು
—⏑— | ⏑⏑⏑ | —⏑— | ⏑—, 6ರಲ್ಲಿ ಯತಿ.

ಪ್ರಯೋಗ:

ಮಾರುತೇಷ್ಟ ದಿವಿಜಾಗ್ನಿಯುಂ ಲಗಂ.

4. ಸ್ವಾಗತ ವೃತ್ತಂ—

ಪ್ರಸ್ತಾರಂ.

ರ ನ ಭ ಗು
—⏑— | ⏑⏑⏑ | —⏑⏑ | ——, 8ರಲ್ಲಿ ಯತಿ.

ಪ್ರಯೋಗ:

ಆಗಳಗ್ನಿ ದಿವಿಜೇಂದು ಹರರ್.

3. 12ನೇ ಜಗತೀ ಎಂಬ ಛಂದೋಜಾತವಾದ ವೃತ್ತಗಳಲ್ಲಿ-

1. ದ್ರುತಪೂರ್ವವಿಲಂಬಿತ ವೃತ್ತಂ—

ಪ್ರಸ್ತಾರಂ.

ನ ಭ ಭ ರ
⏑⏑⏑ | —⏑⏑ | —⏑⏑ | —⏑— | 9ರಲ್ಲಿ ಯತಿ.

ಪ್ರಯೋಗ:

ನಭಭರಂಗಳ್ವೊಂದಿರೆ ಪಾದದೊಳ್.

2. ತೋಟಕ ವೃತ್ತಂ—

ಪ್ರಸ್ತಾರಂ.

ಸ ಸ ಸ ಸ
⏑⏑— | ⏑⏑— | ⏑⏑— | ⏑⏑— | ಪಾದಾಂತದಲ್ಲಿ ಯತಿ.

**ಪ್ರಯೋಗ:**

ತರುಣಾರುಣ ಭಾಸುರ ಕಾಂತಿಯುತೇ. (ರಾಜಶೇ. 12, 108.)

3. ಭುಜಂಗಪ್ರಯಾತ ವೃತ್ತಂ—

**ಪ್ರಸ್ತಾರಂ.**

ಯ ಯ ಯ ಯ
⏑ — — | ⏑ — — | ⏑ — — | ⏑ — — | 8ರಲ್ಲಿ ಯತಿ.

**ಪ್ರಯೋಗ:**

ಕುಶಂ ವಾರ್ಧಿಪರ್ಯಾಯಮುಕ್ಕುಂ ವಿರಾಮಂ.

4. ವಂಶಸ್ಥ ವೃತ್ತಂ—

**ಪ್ರಸ್ತಾರಂ.**

ಜ ತ ಜ ರ
⏑ — ⏑ | — — ⏑ | ⏑ — ⏑ | — ⏑ — | 7ರಲ್ಲಿ ಯತಿ.

**ಪ್ರಯೋಗ:**

ದಿವಾಕರಾಕಾಶ ದಿನೇಶ ಪಾವಕರ್.

5. ಸ್ರಗ್ವಿಣೀ ವೃತ್ತಂ—

**ಪ್ರಸ್ತಾರಂ.**

ರ ರ ರ ರ
— ⏑ — | — ⏑ — | — ⏑ — | — ⏑ — |

**ಪ್ರಯೋಗ:**

ಜಾತವೇದೋ ಗಣಂಗಳ್ ಚತುಸ್ಥಾನ ಸಂ.

6. ಲಲಿತಪದ ವೃತ್ತಂ—

**ಪ್ರಸ್ತಾರಂ.**

ನ ಜ ಜ ಯ
⏑ ⏑ ⏑ | ⏑ — ⏑ | ⏑ — ⏑ | ⏑ — — | 7ರಲ್ಲಿ ಯತಿ.

**ಪ್ರಯೋಗ:**

ಕುಲಿಶಧರಾರ್ಕ ಯುಗಂಗಳ್ ಮುಂದಂ.

4. 13ನೇ ಅತಿಜಗತಿ ಎಂಬ ಛಂದೋಜಾತವಾದ ವೃತ್ತಗಳಲ್ಲಿ—

1. ಮತ್ತಮಯೂರ ವೃತ್ತಂ—

ಪ್ರಸ್ತಾರಂ.

ಮ ತ ಯ ಸ ಗು
— — — | — — ⏑ | ⏑ — — | ⏑ ⏑ — | —, 9ರಲ್ಲಿ ಯತಿ.

ಪ್ರಯೋಗ:

ಎತ್ತಂ ಧಾತ್ರಿ ವ್ಯೋಮ ಪಯೋ ವಾಯು ಹರರ್ಕಳ್.

2. ಮಂಜುಭಾಷಿಣಿ (—ಭೂಷಿಣಿ) ವೃತ್ತಂ—

ಪ್ರಸ್ತಾರಂ.

ಸ ಜ ಸ ಜ ಗು
⏑ ⏑ — | ⏑ — ⏑ | ⏑ ⏑ — | ⏑ — ⏑ | —, 9ರಲ್ಲಿ ಯತಿ.

ಪ್ರಯೋಗ:

ಶರಣಾಗತಾರ್ಥಿ ಹರಿಣೇಕ್ಷಣಾಂಚಳೇ. (ವೃ. ವಿ. 15, 46.)

5. 14ನೇ ಶಕ್ವರೀ ಎಂಬ ಛಂದೋಜಾತವಾದ ವೃತ್ತಗಳಲ್ಲಿ-

ವಸಂತತಿಲಕ ವೃತ್ತಂ.

ಪ್ರಸ್ತಾರಂ.

ತ ಭ ಜ ಜ ಗು
— — ⏑ | — ⏑ ⏑ | ⏑ — ⏑ | ⏑ — ⏑ | — —, ಪಾದಾಂತದಲ್ಲಿ ಯತಿ.

ಪ್ರಯೋಗ:

ವ್ಯೋಮೇಂದು ಭಾನುಗಣಾ ಯುಗ್ಮದಿನತ್ರಲಕ್ಷ್ಯಂ.

6. 15ನೇ ಅತಿಶಕ್ವರೀ ಎಂಬ ಛಂದೋಜಾತವಾದ ವೃತ್ತಗಳಲ್ಲಿ—

1. ಮಾಲಿನೀ ವೃತ್ತಂ—

ಪ್ರಸ್ತಾರಂ.

ನ ನ ಮ ಯ ಯ
⏑ ⏑ ⏑ | ⏑ ⏑ ⏑ | — — — | ⏑ — — | ⏑ — — | 8ರಲ್ಲಿ ಯತಿ.

## ಪ್ರಯೋಗ:

ಅಮರಗಣಾ ಯುಗಂಗಳ್ಕಂತೆ ಭೂ ತೋಯ ಯುಗ್ಮಂ.

2. ಉತ್ಸಾಹ ವೃತ್ತಂ—

## ಪ್ರಸ್ತಾರಂ.

ರ ಜ ರ ಜ ರ

—⏑— | ⏑—⏑ | —⏑— | ⏑—⏑ | —⏑— | 8ರಲ್ಲಿ ಯತಿ.

## ಪ್ರಯೋಗ:

ಅಂದು ಚಂಡ ಕಾಟ ಕೋಟರೆಂಬ ಭಕ್ತ ಪುಂಗವ. (ವ್ಯ. ವಿ. 14, 100.)

3. ಮಣಿವಿಭೂಷಣ ವೃತ್ತಂ—

## ಪ್ರಸ್ತಾರಂ.

ರ ನ ಭ ಭ ರ

—⏑— | ⏑⏑⏑ | —⏑⏑ | —⏑⏑ | —⏑— | ಪಾದಾಂತದಲ್ಲಿ ಯತಿ.

## ಪ್ರಯೋಗ:

ಕಾವನಾ ಕುವರನಂಗದ ಚಲ್ವಿಕೆಗಂಡು ರಾ. (ರಾಜಶೇ. 8, 48.)

7. 16ನೇ ಅಷ್ಟಿ ಎಂಬ ಛಂದೋಜಾತವಾದ ವೃತ್ತಗಳಲ್ಲಿ—

1. ಲಲಿತಪದ ವೃತ್ತಂ—

## ಪ್ರಸ್ತಾರಂ.

ನ ನ ನ ಜ ಸ ಗು

⏑⏑⏑ | ⏑⏑⏑ | ⏑⏑⏑ | ⏑—⏑ | ⏑⏑— | —. 10ರಲ್ಲಿ ಯತಿ.

## ಪ್ರಯೋಗ:

ಕುಲಿಶಧರಪುರ ದಿನಪ ಮಾರುತ ಹರಾಂತಂ.

2. ಪಂಚಚಾಮರ ವೃತ್ತಂ—

## ಪ್ರಸ್ತಾರಂ.

ಜ ರ ಜ ರ ಜ ಗು

⏑—⏑ | —⏑— | ⏑—⏑ | —⏑— | ⏑—⏑ | —, 6ರಲ್ಲಿ ಯತಿ.

## ಪ್ರಯೋಗ:

ಷಡಕ್ಷರಾತ್ಮಕಂ ಷಡೂರ್ಮಿ ವರ್ಜಿತಂ ಷಡಂಗಗಂ.

(ರಾಜಶೇ. 13, 57.)

8. 17ನೇ ಅತ್ಯಷ್ಟಿ ಎಂಬ ಛಂದೋಜಾತವಾದ ವೃತ್ತಗಳಲ್ಲಿ—

1. ಮಂದಾಕ್ರಾಂತ ವೃತ್ತಂ—

ಪ್ರಸ್ತಾರಂ.

ಮ ಭ ನ ತ ತ ಗು
— — — | — ⏑ ⏑ | ⏑ ⏑ ⏑ | — — ⏑ | — — ⏑ | — —, 10ರಲ್ಲಿ ಯತಿ.

ಪ್ರಯೋಗ:

ಕಾಂತೇ ಧಾತ್ರೀ ಹಿಮಕೃದಮರಾಕಾಶ ಯುಗ್ಮೇಶಯುಗ್ಮಂ.

2. ಪೃಥ್ವೀ ವೃತ್ತಂ—

ಪ್ರಸ್ತಾರಂ.

ಜ ಸ ಜ ಸ ಯ ಲ,ಗು
⏑ — ⏑ | ⏑ ⏑ — | ⏑ — ⏑ | ⏑ ⏑ — | ⏑ — — | ⏑ —, 8ರಲ್ಲಿ ಯತಿ.

ಪ್ರಯೋಗ:

ಇನಾನಿಲ ದಿನೇಶ ಮಾರುತ ಪಯೋ ಲಗಂಗಳ್ ಖೇದಂ.

3. ಶಿಖರಿಣೀ ವೃತ್ತಂ—

ಪ್ರಸ್ತಾರಂ.

ಯ ಮ ನ ಸ ಭ ಲ,ಗು
⏑ — — | — — — | ⏑ ⏑ ⏑ | ⏑ ⏑ — | — ⏑ ⏑ | ⏑ —, 6ರಲ್ಲಿ ಯತಿ.

ಪ್ರಯೋಗ:

ಮರಾಳ್ಗಂ ಬಂದೆನ್ನೊಳ್ಗ್ರವ ಗುಣಗಳಂ ಬೇಟಿ ಮುದದಿಂ.

4. ಹರಿಣೀಪ್ಲುತ ವೃತ್ತಂ—

ಪ್ರಸ್ತಾರಂ.

ನ ಸ ಮ ರ ಸ ಲ,ಗು
⏑ ⏑ ⏑ | ⏑ ⏑ — | — — — | — ⏑ — | ⏑ ⏑ — | ⏑ —, 6ರಲ್ಲಿ ಯತಿ.

ಪ್ರಯೋಗ:

ಕುಲಿಶಧರ ವಾಶೋರ್ವೀ ವೈಶ್ವಾನರಾನಿಳರಂತದೊಳ್.

9. 18ನೇ ಧೃತಿ ಎಂಬ ಛಂದೋಜಾತವಾದ ವೃತ್ತಗಳಲ್ಲಿ—
ಮಲ್ಲಿಕಾಮಾಲೆ ವೃತ್ತಂ.

ಪ್ರಸ್ತಾರಂ.

ರ ಸ ಜ ಜ ಭ ರ
—⏑— | ⏑⏑— | ⏑—⏑ | ⏑—⏑ | —⏑⏑ | —⏑— | 8ರಲ್ಲಿ ಯತಿ.

ಪ್ರಯೋಗ:

ಜ್ವಾಲೆ ವಾಯು ದಿನೇಶಯುಗ್ಮ ಶಶಾಂಕ ಪಾವಕರೆಂಬಿವರ್.

10. 19ನೇ ಅತಿಧೃತಿ ಎಂಬ ಛಂದೋಜಾತವಾದ ವೃತ್ತಗಳಲ್ಲಿ—
1. ತರಳ ವೃತ್ತಂ—

ಪ್ರಸ್ತಾರಂ.

ಸ ಭ ರ ಸ ಜ ಜ ಗು
⏑⏑⏑ | —⏑⏑ | —⏑— | ⏑⏑— | ⏑—⏑ | ⏑—⏑ | —, 8ರಲ್ಲಿ ಯತಿ.

ಪ್ರಯೋಗ:

ಸುರಪ ಶೀತಕರಾಗ್ನಿ ಮಾರುತ ಭಾನುಯುಗ್ಮ ಗಣಾಂಗಳಿಂ.

2. ಮೇಘವಿಸ್ಫೂರ್ಜಿತ ವೃತ್ತಂ—

ಪ್ರಸ್ತಾರಂ.

ಯ ಮ ನ ಸ ರ ರ ಗು
⏑—— | ——— | ⏑⏑⏑ | ⏑⏑— | —⏑— | —⏑— | —, 12ರಲ್ಲಿ ಯತಿ.

3. ಶಾರ್ದೂಲವಿಕ್ರೀಡಿತ ವೃತ್ತಂ—

ಪ್ರಸ್ತಾರಂ.

ಮ ಸ ಜ ಸ ತ ತ ಗು
——— | ⏑⏑— | ⏑—⏑ | ⏑⏑— | ——⏑ | ——⏑ | —, 12ರಲ್ಲಿ ಯತಿ.

ಪ್ರಯೋಗ:

ಉರ್ವೀಶ ಮಾರುತ ಭಾಸ್ಕರಾನಿಲ ವಿಯದ್ದ್ವಂದ್ವಂ ಪದಾಂತಂಗಳೊಳ್.

11. 20ನೇ ಕೃತಿ ಎಂಬ ಛಂದೋಜಾತವಾದ ವೃತ್ತಗಳಲ್ಲಿ-
1. ಮತ್ತೇಭವಿಕ್ರೀಡಿತ ವೃತ್ತಂ—

ಪ್ರಸ್ತಾರಂ.

ಸ ಭ ರ ನ ಮ ಯ ಲ,ಗು [ತಿ.
⏑⏑– | –⏑⏑ | –⏑– | ⏑⏑⏑ | ––– | ⏑–– | ⏑–, 13ರಲ್ಲಿಯ

ಪ್ರಯೋಗ:

ಶ್ವಸನೇಂದು ಜ್ವಲನಂ ದಿವಂ ಧರೆ ಜಲಂ ದೈತ್ಯಾರಿ ಕಾಮಾಂತಕ.

2. ಉತ್ಪಲಮಾಲಾ ವೃತ್ತಂ—

ಪ್ರಸ್ತಾರಂ.

ಭ ರ ನ ಭ ಭ ರ ಲ,ಗು
–⏑⏑ | –⏑– | ⏑⏑⏑ | –⏑⏑ | –⏑⏑ | –⏑– | ⏑–, 11ರಲ್ಲಿ ಯತಿ.

ಪ್ರಯೋಗ:

ಶೀತಕರಾನಿಲೇಂದ್ರಪುರ ಚಂದ್ರ ಶಶಾಂಕ ಹುತಾಶನಂ ಲಗೋ.

3. ವನಮಂಜರಿ (ವನವಲ್ಲರಿ, ನಾಗರಂಜಿತಂ) ವೃತ್ತಂ

ಪ್ರಸ್ತಾರಂ.

ಭ ಭ ಭ ಭ ರ ಸ ಲ,ಗು
–⏑⏑ | –⏑⏑ | –⏑⏑ | –⏑⏑ | –⏑– | ⏑⏑– | ⏑–, 12ರಲ್ಲಿ ಯತಿ.

4. ಛಂದೋ ವೃತ್ತಂ—

ಪ್ರಸ್ತಾರಂ.

ರ ನ ಭ ಮ ಸ ಸ ಲ,ಗು
–⏑– | ⏑⏑⏑ | –⏑⏑ | ––– | ⏑⏑– | ⏑⏑– | ⏑–, 11ರಲ್ಲಿ ಯತಿ.

ಪ್ರಯೋಗ:

ಕಂದಬಾರ ಕಲಿಸೂದನ ಬಾರಂಗೇಂದ್ರಿಯ ಮೋಹವಿದೂರ ಬಾ |

(ವೃ. ಎ. 14, 66.)

12. 21ನೇ ಪ್ರಕೃತಿ ಎಂಬ ಛಂದೋಜಾತವಾದ ವೃತ್ತಗಳಲ್ಲಿ—

1. ಚಂಪಕಮಾಲಾ ವೃತ್ತಂ—

ಪ್ರಸ್ತಾರಂ.

ನ ಜ ಭ ಜ ಜ ಜ ರ [ಯತಿ.
⏑⏑⏑ | ⏑–⏑ | –⏑⏑ | ⏑–⏑ | ⏑–⏑ | ⏑–⏑ | –⏑– | 13ರಲ್ಲಿ

ಪ್ರಯೋಗ:

ತ್ರಿದಶ ರವೀಂದು ಭಾಸ್ಕರಗಣತ್ರಿತಯಾಸ್ರದೊಳ್‌ಗ್ನಿ ಚಲ್ವುವೆ.

2. ಸ್ರಗ್ಧರಾ ವೃತ್ತಂ—

ಪ್ರಸ್ತಾರಂ.

ಮ ರ ಭ ನ ಯ ಯ ಯ [ಯತಿ.
— — — | — ᴗ — | — ᴗ ᴗ | ᴗ ᴗ ᴗ | ᴗ — — | ᴗ — — | ᴗ — — | 7ರಲ್ಲಿ

ಪ್ರಯೋಗ:

ಭೂಮಿ ಜ್ವಾಪಶೇಂದು ದೇವಾಧಿಪಪುರಗಣದಿಂ ಮುಂತೆ ತೋಯತ್ರ ಯೆಂಗಳ್.

13. 22ನೇ ಆಕೃತಿ ಎಂಬ ಛಂದೋಜಾತವಾದ ವೃತ್ತಗಳಲ್ಲಿ—

ಮಹಾಸ್ರಗ್ಧರಾ ವೃತ್ತಂ—

ಪ್ರಸ್ತಾರಂ.

ಸ ತ ತ ನ ಸ ರ ರ ಗು
ᴗ ᴗ — | — — ᴗ | — — ᴗ | ᴗ ᴗ ᴗ | ᴗ ᴗ — | — ᴗ — | — ᴗ — | —,
15ರಲ್ಲಿ ಯತಿ.

ಪ್ರಯೋಗ :

ಮರುದಾಕಾಶದ್ವಯೇಂದ್ರಾನಿಲ ಹುತವಹ ಯುಗ್ಮಾಂಗಜನ್ಮಾಂತಕ ಗಳ್.

14. 23ನೇ ವಿಕೃತಿ ಎಂಬ ಛಂದೋಜಾತವಾದ ವೃತ್ತಗಳಲ್ಲಿ—

1. ಹಂಸಗತಿ ವೃತ್ತಂ—

ಪ್ರಸ್ತಾರಂ.

ನ ಜ ಜ ಜ ಜ ಜ ಜ ಲ,ಗು [ಯತಿ.
ᴗ ᴗ ᴗ | ᴗ — ᴗ | ᴗ — ᴗ | ᴗ — ᴗ | ᴗ — ᴗ | ᴗ — ᴗ | ᴗ — ᴗ | ᴗ —, 11ರಲ್ಲಿ

ಪ್ರಯೋಗ:

ದಿವಿಜ ಷಡಂಬುಜಮಿತ್ರ ಗಣ ಪ್ರಕರಂ ಲಗಮುಂ ಕ್ರಮದಿಂ ಪದ ದೊಳ್.

2. ಮತ್ತಾಕ್ರೀಡಾ ವೃತ್ತಂ—

ಪ್ರಸ್ತಾರಂ.

ಮ ಮ ತ ನ ನ ನ ನ ಲ,ಗು [ಯತಿ.
— — — | — — — | — — ⏑ | ⏑⏑⏑ | ⏑⏑⏑ | ⏑⏑⏑ | ⏑⏑⏑ | ⏑ —, 8ರಲ್ಲಿ

ಪ್ರಯೋಗ:

ಮುನ್ನಂ ಭೂಮಿದ್ವಂದ್ವಾಕಾಶಂ ಸುರಪುರಗಣಮೆಸೆದಿರೆ ಗಣ
ತತಿಯಿಂ.

15. 24ನೇ ಸಂಕೃತಿ ಎಂಬ ಛಂದೋಜಾತವಾದ ವೃತ್ತಗಳಲ್ಲಿ—

1. ಲಲಿತ ವೃತ್ತಂ—

ಪ್ರಸ್ತಾರಂ.

ನ ನ ಭ ನ ಜ ನ ನ ಯ [ಯತಿ.
⏑⏑⏑ | ⏑⏑⏑ | — ⏑⏑ | ⏑⏑⏑ | ⏑ — ⏑ | ⏑⏑⏑ | ⏑⏑⏑ | ⏑ — — | 7ರಲ್ಲಿ

ಪ್ರಯೋಗ:

ಸುರಪುರ ಯುಗಳ್ಗಂ ಬರೆ ಶಶಿ ದಿವಿಜಂ ಖರಕರ ಸುರ ಯುಗ
ತೋಯೆಂ.

16. 25ನೇ ಅಭಿಕೃತಿ ಎಂಬ ಛಂದೋಜಾತವಾದ ವೃತ್ತಗಳಲ್ಲಿ—

1. ಕ್ರೌಂಚಪದ ವೃತ್ತಂ—

ಪ್ರಸ್ತಾರಂ.

ಭ ಮ ಸ ಭ ನ ನ ನ ನ ಗು[ಲ್ಲಿಯತಿ.
— ⏑⏑ | — — — | ⏑⏑ — | — ⏑⏑ | ⏑⏑⏑ | ⏑⏑⏑ | ⏑⏑⏑ | ⏑⏑⏑ | —, 3, 5, 8ರ

ಪ್ರಯೋಗ:

ಶೀತಕರೋರ್ವೀವಾತ ಶಶಾಂಕಯುರ್ಗಮಿತ ಸುರಪುರ ನಿವಹದ
ಕಡೆಯೊಳ್.

2. ಹಂಸಪದ ವೃತ್ತಂ—

ಪ್ರಸ್ತಾರಂ.

ನ ನ ನ ನ ಸ ಭ ಭ ಭ ಗು[ಲ್ಲಿಯತಿ.
⏑⏑⏑ | ⏑⏑⏑ | ⏑⏑⏑ | ⏑⏑⏑ | ⏑⏑ — | — ⏑⏑ | — ⏑⏑ | — ⏑⏑ | —, 8, 15ರ

ಪ್ರಯೋಗ:

ದಿವಿಜಪುರ ಯುಗಮುಪದಿ ಪಠದನಿಲಂ ಶೀತಕರ ತ್ರಿತಯಂ ಕಡೆ
ಯೊಳ್.

17. 26ನೇ ಉತ್ಕೃತಿ ಎಂಬ ಛಂದೋಜಾತವಾದ ವೃತ್ತಗಳಲ್ಲಿ—

1. ಭುಜಂಗವಿಜೃಂಭಿತ ವೃತ್ತಂ—

ಪ್ರಸ್ತಾರಂ.

ಮ ಮ ತ ನ ನ ನ ರ ಸ ಲ,ಗು
———|———|——⏑|⏑⏑⏑|⏑⏑⏑|⏑⏑⏑|—⏑—|⏑⏑—|⏑—,
8, 11ರಲ್ಲಿ ಯತಿ.

ಪ್ರಯೋಗ:

ಆದಿಕ್ಷ್ಮಾ ಯುಗ್ಮಾಕಾಶಾಗ್ರಂ ಪುರಮಿತ ಸುರಪುರ ಸಹಿತಂ ಕೃಶಾ
ನು ಮರುಲ್ಲಗಂ.

2. ವನಲತೆ ಎಂಬ ವೃತ್ತಂ—

ನ ನ ನ ನ ನ ನ ನ ನ ಗು
⏑⏑⏑|⏑⏑⏑|⏑⏑⏑|⏑⏑⏑|⏑⏑⏑|⏑⏑⏑|⏑⏑⏑|⏑⏑⏑|——,
8, 16, 24ರಲ್ಲಿ ಯತಿ.

ಪ್ರಯೋಗ:

ಅದಿತಿಜಪುರಮಿರೆ ಮದಗಜದೆಡೆಗಳೊಳೊದವಿರೆ ನಯದೊಳೆ
ಬಂದಾ.

3. ಜಲೋದ್ಧತ ವೃತ್ತಂ—

ಪ್ರಸ್ತಾರಂ.

ಜ ಸ ನ ಭ ಜ ಸ ನ ಭ ಲ
⏑—⏑|⏑⏑—|⏑⏑⏑|—⏑⏑|⏑—⏑|⏑⏑—|⏑⏑⏑|—⏑⏑|⏑⏑,
8, 16ರಲ್ಲಿ ಯತಿ.

ಪ್ರಯೋಗ:

ಅಳಿಪ್ರಭ ಲಲಾಟಗ ಚಲಾಳಕೆ ಖಳಾಪಹೆ ಬಳಾನ್ವಿತೆ ಮಿಳದ್ಘನ
(ರಾಜಶೇ. 10, 111.) ಗುಣೌ.

**207.** ಹಿಂದೆ ವಿವರಿಸಿದ 26 ಛಂದಸ್ಸುಗಳಿಂದ ಹೊರಗೆ ಅನೇಕ ವೃತ್ತಗಳು ಹುಟ್ಟುತ್ತವೆ; ಅವುಗಳೆಲ್ಲಾ ಬಳಿಕೆಯಲ್ಲಿ ಇಲ್ಲದೆ ಇರುವ ಕಾರಣ ವಿವರಿಸಲಿಲ್ಲ. ಅವುಗಳಲ್ಲಿ ಕಾವ್ಯಗಳಲ್ಲಿ ಮುಖ್ಯವಾಗಿ ಪ್ರಯೋಗಿಸಿರುವ ಒಂದೇ ವೃತ್ತ ಯಾವದಂದರೆ—ಲಲಿತಪದ ವೃತ್ತಂ—

ಪ್ರಸ್ತಾರಂ.

| ಭ | ಜ | ಸ | ನ | ಭ | ಜ | ಸ | ನ | ಭ | ಯ |
|---|---|---|---|---|---|---|---|---|---|
| —⏑⏑ | ⏑—⏑ | ⏑⏑— | ⏑⏑⏑ | —⏑⏑ | ⏑—⏑ | ⏑⏑— | ⏑⏑⏑ | —⏑⏑ | ⏑—— |

8, 16ರಲ್ಲಿ ಯತಿ.

ಪ್ರಯೋಗ:

ಶಾನೆ ಶಶಿ ಸೂರ್ಯ ಪವಮಾನ ಸುರ ಶೀತಕರ ಭಾನು ಮರುದಿಂ
ದ್ರ ವಿಧು ತೋಯದೆ ವಿರಾಮಂ.

**208.** ಅನುಷ್ಟುಪ್ ಶ್ಲೋಕದ ವಿವರವು ಹ್ಯಾಗಂದರೆ:— ಪ್ರತಿ ಪಾದಕ್ಕೆ 8 ಅಕ್ಷರಗಳುಳ್ಳ 4 ಚರಣಗಳಿರ ಬೇಕು. ಒಂದೊಂದು ಚರಣದ ಆರಂಭದಲ್ಲಿ ಹ್ರಸ್ವವಾಗಲಿ, ದೀರ್ಘವಾಗಲಿ, ನಾಲ್ಕು ಅಕ್ಷರಗಳು ಬಂದ ಮೇಲೆ 1ನೇ ಮತ್ತು 3ನೇ ಚರಣದಲ್ಲಿ ಒಂದು ಯ (⏑——)ಗಣವೂ, 2ನೇ ಮತ್ತು 4ನೇ ಚರಣದಲ್ಲಿ ಒಂದು ಜ (⏑—⏑)ಗಣವೂ, ಎಲ್ಲಾ ಪಾದಗಳ ಕೊನೆಯಲ್ಲಿ ಗುರುವೂ, ಬರಬೇಕು. ಇದು ವಿಷಮವೃತ್ತಗಳೊಳಗಿನ ಅನುಷ್ಟುಪ್ ಶ್ಲೋಕವು.

ಪ್ರಯೋಗ:

ಮನೋಜಯಮಹಾಯೋಗೋ |
ರಾಜಾಂಕೋಮದಸುಪ್ರಿಯಃ ||
ಮನೋಜಯಮಹಾಯೋಗೋ |
ರಾಜಾಂಕೋಮದಸುಪ್ರಿಯಃ || (ರಾಜಶೇ. 14, 59.)

## ಮಾತ್ರಾಗಣಗಳಿಂದಾದ ವೃತ್ತ ಅಥವಾ ಪದ್ಯಗಳು.

**209.** ದ್ವಿಪದಿ (ದುವಯಿ) ಅಂದರೆ ಎರಡು ಪಾದ (ಚರಣ, ಅಡಿ) ಉಳ್ಳದ್ದು; ಪ್ರತಿಪಾದದಲ್ಲಿಯೂ 28 ಮಾತ್ರೆಗಳಿರ ಬೇಕು. ಇದಕ್ಕೆ ಪ್ರತಿಯಾಗಿ ಕೆಲವು ಕವಿಗಳು ಪಾದಕ್ಕೆ 18 ಅಥವಾ 19 ಮಾತ್ರೆಗಳನ್ನು ಸೇರಿಸಿ ದ್ವಿಪದಿಯಾಗಿ ಬರೆದಿರುತ್ತಾರೆ.

ಪ್ರಯೋಗ:

| | ಮಾ. |
|---|---|
| ಪರಮಪದಂ ವಿನಮಿತ ಜನಮಂ ಪರೀಕ್ಷಣಂಗೆಯ್ದು ನಿಂಶಿದಂ. | 28 |
| ದಳಪನೆಂದನು ಪೌಜನೆಣಿಸಿರೆನ್ನುತಾ. | 18 |

**210.** ತ್ರಿಪದಿ (ತಿವದಿ) ಅಂದರೆ ಮೂರು ಪಾದ ಉಳ್ಳದ್ದು; 1ನೇ ಪಾದದಲ್ಲಿ 20 ಮಾತ್ರೆಗಳೂ, 2ನೇ ಪಾದದಲ್ಲಿ 17 ಮಾತ್ರೆಗಳೂ, 3ನೇ ಪಾದದಲ್ಲಿ 13 ಮಾತ್ರೆಗಳೂ ಇರುವವು.

ಪ್ರಯೋಗ:

| | ಮಾ. |
|---|---|
| ಆಡದೇ ಮಾಡುವನು ರೂಢಿಯೊಳಗುತ್ತಮನು \| | 20 |
| ಆಡಿ ಮಾಡುವನು ಮಧ್ಯಮನಧಮನಾ- \| | 17 |
| ನಾಡಿ ಮಾಡದವ ಸರ್ವಜ್ಞ. \|\| | 13 |

**211.** ತ್ರಿವುಡೆಯ ಲಕ್ಷಣವು ಹ್ಯಾಗಂದರೆ—ಪಾದ 1ಕ್ಕೆ 26 ಮಾತ್ರೆಗಳ ಪ್ರಕಾರ 4 ಪಾದಗಳೂ ಒಂದೇ ರೀತಿಯಾಗಿದ್ದು ಅಂತ್ಯದಲ್ಲಿ ಪ್ರಾಸವಿರ ಬೇಕು.

ಪ್ರಯೋಗ:

| | ಮಾ. |
|---|---|
| ಮಗನೆ ನೀನಿಂತಳಿಯೆ ಸೈರಿಸಿಪೆನೆಂತೊ ಪೇಳಿಯ್ ಶಂಕರಾ. | 26 |

(ಈ ವಿಧವಾದ ಪದ್ಯವು ರಾಜಶೇಖರ, ವೃಷಭೇಂದ್ರವಿಜಯ ಮೊದಲಾದ ಗ್ರಂಥಗಳಲ್ಲಿ ವಿಶೇಷವಾಗಿ ಪ್ರಯೋಗವಾಗಿದೆ.)

**212.** ರಘಟಾ (ರಗಳೆ)ಗಳು "ಮಂದಾನಿಲ, ಲಲಿತ, ಉತ್ಸಾಹ" ಎಂದು ಮೂರು ವಿಧವಾಗಿವೆ. ಹ್ಯಾಗಂದರೆ—

1. ಪಾದ 1ಕ್ಕೆ 16 ಮಾತ್ರೆಗಳುಳ್ಳ ನಾಲ್ಕು ಪಾದದ ಪದ್ಯವು "ಮಂದಾನಿಲ ರಗಳೆ" ಎಂದೆನ್ನಿಸುವದು.

ಪ್ರಯೋಗ:

ಮಾ.

ಆ ವೇಳೆಯೊಳತಿಸಂಭ್ರಮಮೆಸೆದಿರೆ. 16

2. ಪಾದ 1ಕ್ಕೆ 20 ಮಾತ್ರೆಗಳುಳ್ಳ ನಾಲ್ಕು ಪಾದದ ಪದ್ಯವು "ಲಲಿತ ರಗಳೆ" ಎಂದೆನ್ನಿಸುವದು.

ಪ್ರಯೋಗ:

ಮಾ.

ಅಲ್ಲಿ ಮಾಮರದಲ್ಲಿ ಮಲ್ಲಿಕಾಲತೆಯಲ್ಲಿ. 20

3. ಪಾದ 1ಕ್ಕೆ 24 ಮಾತ್ರೆಗಳುಳ್ಳ ನಾಲ್ಕು ಪಾದದ ಪದ್ಯವು "ಉತ್ಸಾಹ ರಗಳೆ" ಎಂದೆನ್ನಿಸುವದು.

ಪ್ರಯೋಗ:

ಮಾ.

ಅಟ್ಟ ಅನ್ನ ವುಣ್ಣ ಬಿಡನು ಕೊಟ್ಟ ಸಾಲ ಕೇಳ ಬಿಡನು. 24

**213.** ಪಾದ 1ಕ್ಕೆ 36 ಮಾತ್ರೆಗಳೂ 20ನೇ ಸ್ಥಾನದಲ್ಲಿ ಯತಿಯೂ ಇದ್ದು ನಾಲ್ಕು ಪಾದ ಉಳ್ಳ ಪದ್ಯಕ್ಕೆ "ಸೀಸಪದ್ಯ"ವೆಂದು ಹೆಸರು.

ಪ್ರಯೋಗ:

ಮಾ.

ತಿಂಗಳಂ ತಳೆದಿತ್ತ ರಂಗ ಮಂಗಳ ಕರ್ತ ತುಂಗ ಸೂರ್ಯ
ಸುಭರ್ತ ತಮಸ ನಾಶ. 36

**214.** 1ನೇ 3ನೇ ಪಾದಗಳಲ್ಲಿ 12 ಮಾತ್ರೆಗಳೂ 2ನೇ 4ನೇ ಪಾದಗಳಲ್ಲಿ 20 ಮಾತ್ರೆಗಳೂ ಉಳ್ಳದ್ದು "ಕಂದಪದ್ಯ"ವೆನ್ನಿಸುವದು.

ಪ್ರಯೋಗ:

| | ಮಾ. |
|---|---|
| ಪನ್ನೆರಡು ಮಾತ್ರೆ ಮೊದಲೊಳ್ \| | 12 |
| ಸನ್ನುತವಿರ್ಪ್ಪತ್ತು ಮಾತ್ರೆ ಯೆರಡನೆಯಡಿಯೊಳ್ \|\| | 20 |
| ಇನ್ನಿಪ್ಪುವುವಿಾ ತೆಱದಿಂ \| | 12 |
| ಬಿನ್ನಣಮೇಂ ಕಂದಲಕ್ಷಣಂ ಕಮಳಮುಖೀ \|\| | 20 |

**215.** 1ನೇ 3ನೇ ಪಾದಗಳಲ್ಲಿ 12 ಮಾತ್ರೆಗಳೂ, 2ನೇ ಪಾದದಲ್ಲಿ 18 ಮಾತ್ರೆಗಳೂ, 4ನೇ ಪಾದದಲ್ಲಿ 15 ಮಾತ್ರೆಗಳೂ ಇದ್ದರೆ "ಕನ್ನಡ ಆರ್ಯೆ" ಎಂದೆನ್ನಿಸುವದು.

ಪ್ರಯೋಗ:

| | ಮಾ. |
|---|---|
| ಅಱಿತವನಲ್ಲೀ ಗುರುನುಡಿ- \| | 12 |
| ದರತುನದೊಳಿರುವರ್ಥವ ನಾಂ ಧರೆಯೊಳೂ \|\| | 18 |
| ವರ ಕೃಪೆಯಿಂದೆ ತಿಳಿದುದನು- \| | 12 |
| ಸುರಿದೆ ಜನರಂಗೀಕರಿಪುದಿದನು \|\| | 15 |

**216.** ಷಟ್ಪದಿ ಅಂದರೆ 6 ಪಾದ (ಚರಣ, ಅಡಿ)ಗಳುಳ್ಳದ್ದು; ಇವುಗಳಲ್ಲಿ "ಶರ, ಕುಸುಮ, ಭೋಗ, ಭಾಮಿನಿ, ಪರಿವರ್ಧಿನಿ, **ವಾರ್ಧಕ**"ಗಳೆಂದು ಆರು ಭೇದಗಳುಂಟು; ಅವುಗಳ ವಿವರ ಹ್ಯಾಗಂದರೆ—

1. ಶರ ಷಟ್ಪದಿ.—1ನೇ 2ನೇ 4ನೇ 5ನೇ ಪಾದಗಳಲ್ಲಿ ಪಾದ 1ಕ್ಕೆ 8 ಮಾತ್ರೆಗಳೂ 3ನೇ 6ನೇ ಪಾದಗಳಲ್ಲಿ ಪಾದ 1ಕ್ಕೆ 14 ಮಾತ್ರೆಗಳೂ ಇರ ತಕ್ಕದ್ದು.

ಪ್ರಯೋಗ:

| | ಮಾ. |
|---|---|
| ಚರಣಗಳೆರಡಕೆ \| | 8 |
| ಕರಿ ಲಘುಗಳು ಬರೆ \| | 8 |
| ನಿರುತದಿ ಮೂಱನೆಯಡಿಗಳಿಗೇ \|\| | 14 |
| ಶರಧಿ ಯುಗಂ ಪೆ- \| | 8 |
| ರ್ಚಿರೆ ಶರ ಷಟ್ಪದಿ \| | 8 |
| ಸರಸಿಜನಯನೆ ಸುರಮ್ಯನಿಧೀ \|\| | 14 |

2. ಕುಸುಮ ಷಟ್ಪದಿ.—1ನೇ 2ನೇ 4ನೇ 5ನೇ ಪಾದಗಳಲ್ಲಿ ಪಾದ 1ಕ್ಕೆ 10 ಮಾತ್ರೆಗಳೂ, 3ನೇ 6ನೇ ಪಾದಗಳಲ್ಲಿ ಪಾದ 1ಕ್ಕೆ 17 ಮಾತ್ರೆಗಳೂ ಇರ ತಕ್ಕದ್ದು.

ಪ್ರಯೋಗ:

| | ಮಾ. |
|---|---|
| ಸೊಗಸುವೆರಡಡಿಗಳೊಳು \| | 10 |
| ಪೊಗಳೆ ದಶ ಲಘುಗಳಿರೆ \| | 10 |
| ಮಿಗೆ ಮೂಱನೆಯ ಪದಕೆ ಮೇಲೆಯೇಳು \|\| | 17 |
| ಪೊಗಲೊಡನೆ ಮಿಱಿವುತಿರೆ \| | 10 |
| ಮೃಗನೇತ್ರೆ ಆ ಮತದಿ \| | 10 |
| ಜಗದೊಳಿದು ಕುಸುಮ ಷಟ್ಪದಿಯೆನಿಪುದೂ \|\| | 17 |

3. ಭೋಗ ಷಟ್ಪದಿ.—1ನೇ 2ನೇ 4ನೇ 5ನೇ ಪಾದಗಳಲ್ಲಿ ಪಾದ 1ಕ್ಕೆ 12 ಮಾತ್ರೆಗಳೂ, 3ನೇ 6ನೇ ಪಾದಗಳಲ್ಲಿ ಪಾದ 1ಕ್ಕೆ 20 ಮಾತ್ರೆಗಳೂ, ಇರ ತಕ್ಕದ್ದು.

ಪ್ರಯೋಗ:

| | ಮಾ. |
|---|---|
| ಮುನ್ನಿನಂಘ್ರಿಗಳ್ಗೆ ಮಾತ್ರೆ \| | 12 |
| ಪನ್ನೆರಡು ವಿರಾಜಿಸುವುದು \| | 12 |
| ಚನ್ನೆ ಮೇಲತಿಗೆ ಮಾತ್ರೆ ಪತ್ತುಮೆರಡುಮಂ \|\| | 20 |
| ಸನ್ನಿಸಲ್ಕೆ ಭೋಗದಾಱು \| | 12 |
| ಚನ್ನ ಪದಗಳೊಂದುಗೂಡಿ \| | 12 |
| ಸನ್ನುತಾಂಗಿ ಅಷ್ಟಕೋತ್ತರಾಷ್ಟದಶಕ ಕೇಳ್ \|\| | 20 |

4. ಭಾಮಿನಿ ಷಟ್ಪದಿ.—1ನೇ 2ನೇ 4ನೇ 5ನೇ ಪಾದಗಳಲ್ಲಿ ಪಾದ 1ಕ್ಕೆ 14 ಮಾತ್ರೆಗಳೂ, 3ನೇ 6ನೇ ಪಾದಗಳಲ್ಲಿ ಪಾದ 1ಕ್ಕೆ 23 ಮಾತ್ರೆಗಳೂ ಇರ ತಕ್ಕದ್ದು.

### ಪ್ರಯೋಗ:

| | ಮಾ. |
|---|---|
| ಮೊದಲೆರಡು ನಾಲ್ಕೈದ್ದೆನಿಪ ಸ- \| | 14 |
| ತ್ಪದದೆ ಮನುಸಂಖ್ಯಾತ ಮಾತ್ರೆಯು \| | 14 |
| ಕುದಿಯ ಮೂರಾಱನೆಯೊಳಿರ್ಪತು ಮೂಱು ಮಾತ್ರೆಗಳೂ \|\| | 23 |
| ಒದವಿದೀ ಪರಿಯಾಱು ಪಾದಕೆ \| | 14 |
| ಪುದಿದ ಮಾತ್ರೆಯು ನೂಱೆರಡು ಕೇಳ್ \| | 14 |
| ಇದುವೆ ಭಾಮಿನಿಯೆಂದೆನಿಪ ಷಟ್ಪದಿಯ ಲಕ್ಷಣವೂ \|\| | 23 |

5. ಪರಿವರ್ಧಿನಿ ಷಟ್ಪದಿ.—1ನೇ 2ನೇ 4ನೇ 5ನೇ ಪಾದಗಳಲ್ಲಿ ಪಾದ 1ಕ್ಕೆ 16 ಮಾತ್ರೆಗಳೂ, 3ನೇ 6ನೇ ಪಾದಗಳಲ್ಲಿ ಪಾದ 1ಕ್ಕೆ 26 ಮಾತ್ರೆಗಳೂ, ಇರ ತಕ್ಕದ್ದು.

### ಪ್ರಯೋಗ:

| | ಮಾ. |
|---|---|
| ಪರಿವರ್ಧಿನಿ ಷಟ್ಪದಿಗಾ ಮೊದಲಿ \| | 16 |
| ಯೆರಡು ಪದಂಗಳ್ಗೆ ಷೋಡಶ ಮಾತ್ರೆ ಗ- \| | 16 |
| ಳುರುತರದಿಂ ಮೇಲೊಂದೊಂದುಂ ಷಡ್ವಿಂಶತಿ ಮಾತ್ರೆಗಳೂ \|\| | 26 |
| ನಿರುತಂ ಪದವಾಱುಂ ಕೂಡಲು ಶತ \| | 16 |
| ಮಿರೆ ಮೇಲಧಿಕಂ ಷೋಡಶ ಮಾತ್ರೆ ಗ- \| | 16 |
| ಳುರುತರಮಿಾ ತೆಱದಿಂ ನೆಱೆ ಬಲ್ಲವರಾಲಿಪುದೊಲವಿಂದಾ \|\| | 26 |

6. ವಾರ್ಧಿಕ (ವಾರ್ಧಕ) ಷಟ್ಪದಿ.—1ನೇ 2ನೇ 4ನೇ 5ನೇ ಪಾದಗಳಲ್ಲಿ ಪಾದ 1ಕ್ಕೆ 20 ಮಾತ್ರೆಗಳೂ, 3ನೇ 6ನೇ ಪಾದಳಗಲ್ಲಿ ಪಾದ 1ಕ್ಕೆ 32 ಮಾತ್ರೆಗಳೂ, ಇರ ತಕ್ಕದ್ದು.

### ಪ್ರಯೋಗ:

| | ಮಾ. |
|---|---|
| ಲೀಲೆಯಿಂ ವಾರ್ಧಿಕದ ಷಟ್ಪದಿಯ ಮೊದಲ ಪದ \| | 20 |
| ದೇಳಿಗೆಯುಮಿರ್ಪತ್ತು ಮಾತ್ರೆಯಿಂದೆಸೆದಿರ್ಕು \|\| | 20 |
| ಮಾ ಲಲಿತಮೆನಿಪ ಮೂಱಾಱನೆಯ ಪಾದಗಳ್ ಮೂವತ್ತೆರಡು ಮಾತ್ರೆಯಿಂ \|\| | 32 |

ಮೇಲೆನೆ ವಿರಾಜಿಸುಗುಮಿಂತಾಘ್ರಿ ಪಾದಂಗ- | 20
ಳಾಲಿಸಲ್ಮಾತ್ರೆಗಳ್ಗೂಡಿ ನಾಲ್ವತ್ತಱಿಂ | 20
ಮೇಲೆ ನಾಲ್ಕೆಸೆದಪುವು ಛಂದೋಂಬುರಾಶಿಯೊಳ್ ನೀಂ ಕೇ
ಳ್ಪುದಿಂದುವದನೇ || 32

# XI. ಕಾವ್ಯವಿವರಣಾ ಪ್ರಕರಣ.

## Explanation of Poetics.

**217.** ಕಾವ್ಯಗಳ ವಿವರವು ಹ್ಯಾಗಂದರೆ—

(1) ಶಬ್ದದ ಅರ್ಥವನ್ನು ಸಂಬಂಧ ಪಡಿಸಿದ ಪದಗಳ ಸಾಲು "ಕಾವ್ಯದ ಶರೀರ"ವೆನ್ನಿಸುವದು. ಆ ಕಾವ್ಯ ಶರೀರವು ಗದ್ಯದಿಂದಲೂ ಪದ್ಯದಿಂದಲೂ ಗದ್ಯಪದ್ಯಗಳೆರಡರಿಂದಲೂ ಮೂರು ವಿಧವಾಗಿಲುಂಟಾಗಿರುವದು.

(2) ಗಣ, ಪಾದ ಮೊದಲಾದ ನಿಯಮಗಳಿಂದ ಕೂಡಿರ ತಕ್ಕದ್ದೇ "ಪದ್ಯವು", ಈ ನಿಯಮಗಳಿಲ್ಲದೆ ಇರುವದೇ "ಗದ್ಯವು" ಎಂದೆನ್ನಿಸಿಕೊಳ್ಳುವವು.

(3) ಪದ್ಯಗಳಲ್ಲಿ "ಮುಕ್ತಕಂ, ಕುಳಕಂ, ಕೋಶಂ, ಸಂಘಾತಂ" ಮೊದಲಾದ ಭೇದಗಳುಂಟು. ಇವುಗಳ ವಿವರವು ಹ್ಯಾಗಂದರೆ—

1. ಪ್ರತಿ ಪದ್ಯದಲ್ಲಿಯೂ ಪೂರ್ಣಾರ್ಥ ಉಳ್ಳ ಆಖ್ಯಾತವಿದ್ದರೆ ಅಂಥಾ ಪದ್ಯಕ್ಕೆ "ಮುಕ್ತಕ"ವೆಂದು ಹೆಸರು.

2. 3 ಇಲ್ಲವೆ 5 ಅಥವಾ ಕೆಲವು ಪದ್ಯಗಳಿಗೆ ಪೂರ್ಣಾರ್ಥ ಉಳ್ಳ ಒಂದೇ ಆಖ್ಯಾತವಿದ್ದರೆ "ಕುಳಕ"ವೆಂದು ಹೆಸರು.

**218.** ಕನ್ನಡದಲ್ಲಿರುವ ಕಾವ್ಯಗಳಲ್ಲಿ ಗದ್ಯಪದ್ಯಗಳಿಂದ ಯುಕ್ತವಾದ ಕೃತಿಯು "ಚಂಪು"ವೆಂತಲೂ, ಸರ್ಗಬಂಧ ಉಳ್ಳ

ದ್ದಾಗಿ ಏಕ ಜಾತೀಯವಾದ ಪದ್ಯ ಕೃತಿಯು "ಕಾವ್ಯ"ವೆಂತಲೂ, ಈ ಕಾವ್ಯಗಳ ರೂಪಕಗಳು "ನಾಟಕ"ವೆಂತಲೂ, ಮೂರು ವಿಧವಾಗಿ ವ್ಯವಹರಿಸುತ್ತವೆ.

**219.** ಕಾವ್ಯವು "ಮಹಾಕಾವ್ಯ", "ಸಾಮಾನ್ಯ ಕಾವ್ಯ" ಎಂದು 2 ಪ್ರಕಾರವಾಗಿದೆ. ಇದರ ವಿವರ ಹ್ಯಾಗಂದರೆ—

(1) ಮಹಾಕಾವ್ಯಕ್ಕೆ 18 ಅಂಗಗಳುಂಟು. ಯಾವವಂದರೆ-

ಉದಧಿ ಪುರಾಧಿಪ ಸುತ ಮಂ- |
ತ್ರಿ ದೂತ ಗಮನಾಜಿ ವಿರಹ ಪರಿಣಯ ಸುರತ- ||
ರ್ತು ದಿನೇಶ ಚಂದ್ರ ಮಧು ಕುಭೃ |
ದುದಕ ವನಸ್ಪೃತಿಯೆ ಕೃತಿಗೆ ಪದಿನೆಂಟಂಗಂ ||

1 ಸಮುದ್ರ ವರ್ಣನೆ, 2 ಪುರ ವರ್ಣನೆ, 3 ರಾಜ ವರ್ಣನೆ, 4 ರಾಜಪುತ್ರ ವರ್ಣನೆ, 5 ಮಂತ್ರಿ ವರ್ಣನೆ, 6 ದೂತ ವರ್ಣನೆ, 7 ಗಮನ ವರ್ಣನೆ, 8 ಯುದ್ಧ ವರ್ಣನೆ, 9 ವಿರಹ ವರ್ಣನೆ, 10 ವಿವಾಹ ವರ್ಣನೆ, 11 ಸುರತ ವರ್ಣನೆ, 12 ಋತು ವರ್ಣನೆ, 13 ಸೂರ್ಯ ವರ್ಣನೆ, 14 ಚಂದ್ರ ವರ್ಣನೆ, 15 ಮಧುಪಾನ ವರ್ಣನೆ, 16 ಪರ್ವತ ವರ್ಣನೆ, 17 ಜಲಾಧಾರ ವರ್ಣನೆ, 18 ವನ ವರ್ಣನೆ.

(2) ಮೇಲೆ ಹೇಳಿದ ಅಷ್ಟಾದಶ ಲಕ್ಷಣಗಳು ಸಂಪೂರ್ಣವಾಗಿಲ್ಲದಿರುವದೇ "ಸಾಮಾನ್ಯಕಾವ್ಯ"ವೆಂದೆನ್ನಿಸುವದು.

**220.** "ವೈದರ್ಭ, ಗೌಡ, ಪಾಂಚಾಲ" ಎಂದು ಕಾವ್ಯ ರೀತಿಯು ಮೂರು ಪ್ರಕಾರವಾಗಿರುವದು. ಅವುಗಳ ವಿವರವು ಹ್ಯಾಗಂದರೆ—

1. ಸಮಾಸವಿಲ್ಲದ ಕೃತಿ ಬಂಧವು "ವೈದರ್ಭೀ ರೀತಿ"ಎನ್ನಿಸುವದು.

2. ಮಹಾಪ್ರಾಣಾಕ್ಷರ ಒತ್ತಕ್ಷರ ಮೊದಲಾದ ವಿಕಟಾಕ್ಷರಗಳಿಂದಲೂ ಉದ್ಧುದ್ಧವಾದ ಸಮಾಸಗಳಿಂದಲೂ ಮಾಡಲ್ಪಟ್ಟ ಕೃತಿ ಬಂಧವು "ಗೌಡ ರೀತಿ" ಎನ್ನಿಸುವದು.

3. ವೈದರ್ಭ ಗೌಡ ರೀತಿಗಳ ಸಂಕರವು "ಪಾಂಚಾಲ ರೀತಿ" ಎನ್ನಿಸುವದು.

**221.** ಕಾವ್ಯಗಳ ರಸಗಳಾದ ನವರಸಗಳಲ್ಲಿ "ಶೃಂಗಾರ ರಸ, ಹಾಸ್ಯರಸ, ಬೀಭತ್ಸರಸ," ಈ ಮೂರು ರಸಗಳು ವೈದರ್ಭ ರೀತಿಯಲ್ಲಿಯೂ, "ಭಯಾನಕರಸ, ರೌದ್ರರಸ, ಅದ್ಭುತರಸ, ವೀರ ರಸ," ಈ ನಾಲ್ಕು ರಸಗಳು ಗೌಡ ರೀತಿಯಲ್ಲಿಯೂ, "ಕರುಣಾ ರಸ, ಶಾಂತರಸ," ಈ ಎರಡು ರಸಗಳು ಪಾಂಚಾಲ ರೀತಿಯಲ್ಲಿ ಯೂ, ಶೋಭಿಸುತ್ತವೆ.

**222.** ಕಾವ್ಯ ಪ್ರಾಣಗಳು ಅಥವಾ ಗುಣಗಳು 10 ಉಂಟು. ಯಾವವಂದರೆ—

ಅಸುಗಳೆನಿಕ್ಕುಂ ಶ್ಲೇಷ |
ಪ್ರಸಾದ ಸಮ ಮಧುರ ಭಾವ ಸುಕುಮಾರಾರ್ಥಾ- ||
ವಸಥೋದಾರೋಜಃಕಾಂ- |
ತಿ ಸಮಾಧಿಗಳೆಂಬ ಪೆಸರೊಳೀರಯ್ದುಗುಣಂ. ||

1 ಅನೇಕ ಪದಗಳು ಏಕರೂಪವಾಗಿದ್ದು ನಾನಾರ್ಥವನ್ನು ಕೊಡುವಂಥಾ "ಶ್ಲೇಷೆಯೂ"; 2 ಪ್ರಸಿದ್ಧವಾದ ಅರ್ಥವುಳ್ಳ ಪದಬಂಧವೆಂಬುವ "ಪ್ರಸಾದವೂ"; 3 ವಿಷಮವಿಲ್ಲದೆ ಸಮವಾಗಿ ಹೇಳುವ "ಸಮತ್ವವೂ"; 4 ಸಮಾಸ ಮಾಡದೆ ಪದಗಳನ್ನು ಬೇರೆಬೇರೆ ಇಡುವ "ಮಧುರಭಾವವೂ"; 5 ಕೋಮಲವಾದ ಅಕ್ಷರಗಳ (ಮಹಾಪ್ರಾಣಾಕ್ಷರ ಒತ್ತಕ್ಷರಗಳಲ್ಲದ) ಬಂಧವೆಂಬ "ಸೌಕುಮಾರ್ಯವೂ"; 6 ಸಂಪೂರ್ಣ ವಾಕ್ಯ ಉಳ್ಳ "ಅರ್ಥಾವಸಥವೂ"; 7 ವಿಕಟಾಕ್ಷರ (ಮಹಾಪ್ರಾಣಾಕ್ಷರ ಸಂಯುಕ್ತಾಕ್ಷರ)ಗಳುಳ್ಳ ಬಂಧವೆಂಬ "ಉದಾರವೂ"; 8 ಸಮಬಾಹುಳ್ಯವೆಂಬ "ಓಜವೂ"; 9 ಅತ್ಯುಜ್ವಲವಾದ ಬಂಧವೆಂಬುವ "ಕಾಂತಿಯೂ"; 10 ಒಂದು ಧರ್ಮ ಉಳ್ಳಂಥಾದ್ದರಲ್ಲಿ ಮತ್ತೊಂದು ಧರ್ಮವನ್ನು ಆರೋಪಣ ಮಾಡುವದೆಂಬ "ಸಮಾಧಿಯೂ"; ಇವೆ ಕಾವ್ಯಪ್ರಾಣಗಳು.

**223.** "ಎರಡರ್ಥದಿನೆಸೆವೊಂದಕ್ಷರಾಳಿ ಯಮಕಂ" ಎಂದು

Rhyme. ದಾಗಿ, ಎರಡು ಅರ್ಥಗಳಿಂದ ಒಪ್ಪುವ ಒಂದೇ ವಿಧವಾದ ಶಬ್ದಸಮೂಹವು "ಯಮಕ"ವೆಂದು ವರ್ತಿಸುವದು.

ಪ್ರಯೋಗ:

ಮನೋಜಯಮಹಾಯೋಗೋರಾಜಾಂಕೋಮದಸುಪ್ರಿಯಃ ।
ಮನೋಜಯಮಹಾಯೋಗೋರಾಜಾಂಕೋಮದಸುಪ್ರಿಯಃ ॥

(ರಾಜಶೇ. 14, 59.)

## XII. ಅರ್ಥಾಲಂಕಾರ ಪ್ರಕರಣ. Rhetoric.

**224** ಪೂರ್ವ ಕವಿಗಳು ಅರ್ಥಾಲಂಕಾರವನ್ನು I. ವಾಸ್ತವಂ (ವಸ್ತು ನಿಜಸ್ವರೂಪಕಥನಂ), II. ಉಪಮೆ (ಸಾದೃಶ್ಯ), III. ಅತಿಶಯಂ, IV. ಶ್ಲಿಷ್ಟಂ (ಶ್ಲೇಷೆ) ಎಂದು ನಾಲ್ಕು ಮುಖ್ಯ ಭಾಗವಾಗಿ ವಿಭಜಿಸಿರುತ್ತಾರೆ. ಇವುಗಳ ವಿವರವು ಹ್ಯಾಗಂದರೆ—

I. ವಾಸ್ತವದಲ್ಲಿ—1 ಜಾತಿಸ್ವಭಾವ, 2 ಸಹೋಕ್ತಿ, 3 ಭಾವ, 4 ಪರಿವೃತ್ತಿ, 5 ಯಥಾಕ್ರಮಂ, 6 ಪರ್ಯಾಯಂ, 7 ಆವಳಿ, 8 ಹೇತು, 9 ಸಮುಚ್ಚಯಂ, 10 ಅನುಮಿತಿ, 11 ಸೂಕ್ಷ್ಮಂ, 12 ಲೇಶಂ, 13 ವ್ಯತಿರೇಕಂ, 14 ದೀಪಕಂ, 15 ಸಮಾಹಿತಂ, 16 ಆವೃತ್ತಿ, 17 ಪರಸ್ಪರಂ, 18 ಸಾರಂ. 19 ನಿಮಿಲನಂ ಎಂದು 19 ಪ್ರಭೇದಗಳುಂಟು.

II. ಉಪಮೆಯಲ್ಲಿ—1 ಉಪಮಾನಂ, 2 ಪ್ರತಿವಸ್ತೂಪಮೆ, 3 ರೂಪಕಂ, 4 ಸಮಾಸೋಕ್ತಿ, 5 ಆಕ್ಷೇಪಂ, 6 ಸಾಮ್ಯಂ, 7 ಪರಾಖ್ಯಾನಂ, 8 ನಿದರ್ಶನಂ, 9 ಉತ್ತರಂ, 10 ಸಂದೇಹಂ, 11 ಭ್ರಮಂ, 12 ಅಪಹ್ನುತಿ, 13 ವ್ಯಪದೇಶಂ, 14 ಸ್ಮರಣಂ, 15 ಪ್ರತೀಪಂ. 16 ಸಮ

ಯೋಗಂ, 17 ಅಪ್ರಸ್ತುತಸ್ತೋತ್ರಂ, 18 ಅರ್ಥಾಂತರನ್ಯಾಸಂ ಎಂದು 18 ಪ್ರಭೇದಗಳುಂಟು.

III. ಅತಿಶಯದಲ್ಲಿ—1 ವಿರೋಧಂ, 2 ಉತ್ಪ್ರೇಕ್ಷೆ, 3 ವಿಭಾವನೆ, 4 ತಿರೋಹಿತಂ, 5 ಪೂರ್ವಂ, 6 ಅಹೇತುಕಂ, 7 ತದ್ಗುಣಂ, 8 ಪರಸ್ಪರಾಸಂಗತಿಕಂ, 9 ವಿಶೇಷೋಕ್ತಿ ಎಂದು 9 ಪ್ರಭೇದಗಳುಂಟು.

IV. ಶ್ಲೇಷೆಯಲ್ಲಿ—1 ತತ್ವಂ, 2 ವ್ಯಾಜಸುತ್ತಿ, 3 ಅವಯವಂ, 4 ವಿರೋಧಾಭಾಸಂ, 5 ಅಧಿಕಂ, 6 ಅವಿಶೇಷಂ, 7 ಅಸಂಭವಂ, 8 ವಕ್ರೋಕ್ತಿ ಎಂದು 8 ಪ್ರಭೇದಗಳುಂಟು.

V. ಇತರ ಅಲಂಕಾರಗಳಲ್ಲಿ—1 ಭಂಗಶ್ಲೇಷೆ, 2 ಸಂಶ್ಲೇಷೆ, 3 ಪ್ರೇಯೋಲಂಕಾರಂ, 4 ಊರ್ಜಸ್ವಿ, 5 ಆಶೀರಲಂಕಾರಂ, 6 ಉಲ್ಲೇಖಂ, 7 ಪರಿಸಂಖ್ಯಾಲಂಕಾರಂ, 8 ಅನನ್ವಯಾಲಂಕಾರಂ ಎಂಬ 8 ಮುಖ್ಯವಾದವು.

## Iನೇ ಭಾಗ.—ವಾಸ್ತವ ಪ್ರಭೇದಗಳು.

1. ಜಾತಿ, ದ್ರವ್ಯ, ಗುಣ, ಕ್ರಿಯೆ; ಇವುಗಳಲ್ಲಿ ಯಾವದಾದರೊಂದರ ಸ್ವಭಾವವನ್ನು ಹೆಚ್ಚಾಗದಂತೆ ಇದ್ದದ್ದನ್ನು ಇದ್ದ ಹಾಗೆ ವರ್ಣಿಸುವದೇ "ಜಾತ್ಯಲಂಕಾರ(ಸ್ವಭಾವಾಲಂಕಾರ)"ವೆಂದು ವರ್ತಿಸುವದು.

### ಪ್ರಯೋಗ:

ಸೊಗಯಿಸಿ ತೋರ್ಪ ಸೋಗೆ ಕೊರಲೊಳ್ಳೊಗರ್ವಟ್ಟೆಸೆದಿರ್ಪ ಕರ್ಪುಕೈ- |
ಮಿಗೆ ಕಡೆಗಣ್ಗಳೊಳ್ಳೊಳೆವ ಬೆಳ್ಪು ಶಿಖಾಗ್ರದೊಳೊಂದಿದೊ ಳ್ಪು ಮೆ- ||
ಲ್ಪೊಗೆದಿರೆ ಕೇಗುವಿಂಚರದ ನುಣ್ಪು ಮನಂಗೊಳೆ ಚಲ್ವನಾಳ್ದಿದೀ |
ನಗ ವನ ರಾಜಿಯೊಳ್ಸ್ವಬಿವೃತಿರ್ಪ ವಿಚಿತ್ರ ಶಿಖಂಡಿ ಮಂಡಲಂ. ||

ಈ ಪದ್ಯದಲ್ಲಿ ನವಿಲುಗಳ ಜಾತಿಸ್ವಭಾವವನ್ನು ವರ್ಣಿಸಿರುವದರಿಂದ ಇದು ಜಾತಿಸ್ವಭಾವಾಲಂಕಾರವೆಂದರಿಯ ತಕ್ಕದ್ದು. ಹೀಗಿಯೇ ದ್ರವ್ಯ, ಗುಣ, ಕ್ರಿಯಾ ದಿಗಳಿಗೂ ಊಹಿಸ ತಕ್ಕದ್ದು.

2. ಒಂದೇ ಕಾಲವನ್ನು ಆಶ್ರಯಿಸಿರುವ ಎರಡರ್ಥವನ್ನು ಒಡನೆ ಹೇಳುವದು "ಸಹೋಕ್ತಿ" ಎಂದೆನ್ನಿಸುವದು.

ಪ್ರಯೋಗ:

ಅಲರ್ದುವೊಡನೊಡನೆ ಕುವಲಯ |
ಕುಲಮುಂ ಕುಲಟಾ ಮುಖಂಗಳುಂ. . . . . ||

ಇಲ್ಲಿ ಕುವಲಯವೂ ಕುಲಟಾ ಮುಖವೂ ಏಕ ಕಾಲದಲ್ಲಿ ಅರಳಿದವು ಎಂದು ಹೇಳಿರುವದರಿಂದ ಸಹೋಕ್ತಿ ಎಂದು ಅರಿಯ ತಕ್ಕದ್ದು.

3. ಒಂದೇ ಕಾಲವನ್ನು ಆಶ್ರಯಿಸಿರುವ ಎರಡರ್ಥಗಳಲ್ಲಿ, ಊಹೆಯ ಕ್ರಮದಿಂದ ಮತ್ತೊಂದರ್ಥವನ್ನು ತಿಳಿಯ ಮಾಡುವ ಉಕ್ತಿಯು "ಭಾವಾಲಂಕಾರ"ವೆನ್ನಿಸುವದು.

ಪ್ರಯೋಗ:

ಪಡುವಳ್ಳಿಗೀಳಿಲೊಳೆಮ್ಮ ತೊಟ್ಟಿ ಪಡುವಳ್ಳುತ್ತಬ್ಬೆಯಾ ಕೋ
ಣೆಯೊ- |
ಳ್ಪುಡುವಂ ಶಕ್ತಿವಿಹೀನನಂಧ ಬಧಿರಂ ಕೇಳಜ್ಜನೀ ಬಾಗಿಲೊಳ್ ||
ಪಡುವೆಂ ಬಾಳೆಯೆನೋರ್ವಳಿಲ್ಲಿ ಮನೆಯೊಳ್ನಾಂ ಪೋದನಿಂದೂ
ರ್ಗೆ ನೀಂ |
ಪಡಲೆಂದೆಂತೆಡೆ ವೇಡುವೈ ಪಥಿಕ ಮತ್ತೀ ಪೋಲಿಟ್ಟಿನೊಳ್ಗಾಂಪನೇ?||

ಇಲ್ಲಿ ದೂತಿ ಮೊದಲಾದ ಪ್ರತಿಬಂಧಕ ವೊಂದೂ ಇಲ್ಲದಿರುವದರಿಂದ ಸ್ವೇಚ್ಛಾ ವಿಹಾರಕ್ಕೆ ಅನುಕೂಲ ಕಾಲವು ಇದು ಎಂಬ ಸ್ತ್ರೀಯ ಮನೋಭಿಪ್ರಾಯವನ್ನು ಊಹ ಕ್ರಮದಿಂದ ಪಾಂಥನ ಮನಸ್ಸಿಗೆ ತೋರಿಸುವದರಿಂದ ಇದು ಭಾವಾಲಂಕಾರವೆಂದರಿಯ ತಕ್ಕದ್ದು.

4. ಒಂದು ವಸ್ತುವಂ ಕೊಟ್ಟು ಇನ್ನೊಂದನ್ನು ತೆಗದು ಕೊಳ್ಳುವ ರೀತಿಯಿಂದ ವರ್ಣಿಸುವ ಉಕ್ತಿಯು "ಪರಿವೃತ್ತ್ಯಲಂಕಾರ" ವೆನ್ನಿಸುವದು.

ಪ್ರಯೋಗ:

ಬಿಳಿಯುಲರ್ಗಣ್ಗಳ್ಕೆಬ್ಬಿಂ ।
ಲಲನಾಜನದಧರ ಮಣಿಗೆ ಕೊಟ್ಟದರಿ ಪುದುಂ ॥
ಗೊಳಿಸಿದ ಕೆಂಪಂ ನೀರ್ವೊ- ।
ಕುಳಿಯೊಳ್ಮಾರ್ಪಾಡಿಕೊಂಡ ತೆಱದಿಂ ತೋರ್ಕುಂ. ॥

ಇಲ್ಲಿ ಕಣ್ಣುಗಳು ತಮ್ಮಲ್ಲಿದ್ದ ಬಿಳುಪನ್ನು ಕೊಟ್ಟು ತುಟಿಯಲ್ಲಿದ್ದ ಕೆಂಪನ್ನು ತೆಗೆದುಕೊಂಡಂತೆ ವರ್ಣಿಸಿರುವದರಿಂದ ಪರಿವೃತ್ತ್ಯಲಂಕಾರವೆಂದು ತಿಳಿಯತಕ್ಕದ್ದು.

5. ವಸ್ತುಗಳಿಗೆ ನಿರ್ದೇಶಕ್ರಮವನ್ನು ಅನುಸರಿಸಿ ಅನ್ವಯವನ್ನು ಹೇಳುವದೇ "ಯಥಾಕ್ರಮಾಲಂಕಾರ ಅಥವಾ ಕ್ರಮಾಲಂಕಾರ"ವೆನ್ನಿಸುವದು.

ಪ್ರಯೋಗ:

ಸಲ್ಲಲಿತ ಮುಖ ವಾಣಿ ಲೋಚನ ಭ್ರೂ ಕುಂತಳಾಧರಂಗಳನೀಕ್ಷಿಸಿ ।
ತಲ್ಲಣಿಸಿ ತಿಂಗಳರಗಿಣಿ ಪೂಸರಲ್ಕಬ್ಬು- ।
ವಿಲ್ಲಾರಡಿ ಲಲಿತ ತಳಿರ್ಗಳೆಂದೆಣಿಸಿ . . । (ಜೈ. ಭಾ. 30, 37.)

ಇಲ್ಲಿ "ಮುಖ ವಾಣಿ" ಮೊದಲಾದವುಗಳಿಗೆ "ತಿಂಗಳ್ ಅರಗಿಣಿ" ಮೊದಲಾದವುಗಳನ್ನು ನಿರ್ದೇಶ ಕ್ರಮದಿಂದನ್ವಯಿಸಿರುವದರಿಂದ ಕ್ರಮಾಲಂಕಾರವೆಂದರಿಯತಕ್ಕದ್ದು.

6. ಮನಸ್ಸಿನಲ್ಲಿರುವ ಅಭಿಪ್ರಾಯಾರ್ಥವನ್ನು ವ್ಯಕ್ತವಾಗಿ ಹೇಳದೆ ಅದನ್ನು ಹೇಳಿದಂತಾಗುವ ಹಾಗೆ ನುಡಿಯುವ ಉಕ್ತಿಯು "ಪರ್ಯಾಯಾಲಂಕಾರ"ವೆನ್ನಿಸುವದು.

ಪ್ರಯೋಗ:

ಬನದೊಳಗೆ ನೋಡಿ ಪೊಸ ಪೂ ।
ವಿನ ಗೊಂಚಲನಕ್ಕ ನಿನಗೆ ತಂದಪ್ಪೆಂ ನೀ ॥
ನಿನಿತೊಂದು ಬೇಗಮಂ ನಿ- ।
ಸ್ನಿನಿಯನ ಪಕ್ಕದೊಳಿರೆಂದು ಸಖಿ ತೊಲಗುವುದುಂ. ॥

ಇಲ್ಲಿ ನೀನು ನಿನ್ನ ಪತಿಯೊಡನೆ ವಿಹಾರ ಮಾಡೆಂದು ತನ್ನ ಅಭಿಪ್ರಾಯಾರ್ಥ ವನ್ನು ಹೇಳದೆ ಆ ಅರ್ಥವು ಹೇಳಿದಂತೆ ಆಗುವ ಹಾಗೆ ನೀನು ನಿನ್ನ ಪತಿಯ ಸಮೀಪದಲ್ಲಿ ಇರು ಎಂದು ಗೆಳತಿಯು ಹೇಳಿದ ಉಕ್ತಿಯಂ ವರ್ಣಿಸುವದರಿಂದ ಪರ್ಯಾಯಾಲಂಕಾರವೆಂದರಿಯ ತಕ್ಕದ್ದು.

7. ಅನೇಕ ಪದಾರ್ಥಗಳು ಒಂದು ಸ್ಥಳದಲ್ಲಿ ಒಂದರ ಮೇಲೊಂದಿರುವಂತೆ (ಅಂದರೆ ಪೂರ್ವ ಪೂರ್ವ ವಸ್ತುಗಳಿಗೆ ಉತ್ತರೋತ್ತರ ವಸ್ತುಗಳು ವಿಶೇಷಣಗಳಾಗುವಂತೆಯೂ, ಉತ್ತರೋತ್ತರ ಪದಾರ್ಥಗಳಿಗೆ ಪೂರ್ವ ಪೂರ್ವ ವಸ್ತುಗಳು ವಿಶೇಷಣಗಳಾಗುವಂತೆಯೂ) ಕ್ರಮ ಪಡಿಸಿ ಹೇಳುವ ಉಕ್ತಿಯು "ಆವಳ್ಯಲಂಕಾರ" ವೆನ್ನಿಸುವದು.

ಪ್ರಯೋಗ:

ಕೊಳಗಳ್ದಳಿತಾಬ್ಜಂಗ- |
ಳ್ದಳಿತಾಬ್ಜಂಗಳ್ಸಮೃದ್ಧಮಧುಗಳ್ಮಧುಗ- ||
ಳ್ಚಳದಳಿಕುಳಾಕುಳಂಗ- |
ಳ್ವಿಳಸದಳಿಪ್ರಕರ ಮಧುರ ವಿರುತಿಯೆ ಬನದೊಳ್. ||

ಇಲ್ಲಿ ಪೂರ್ವದಲ್ಲಿರುವ ಕೊಳಗಳಿಗೆ ಉತ್ತರದಲ್ಲಿರುವ ಕಮಲಗಳು ವಿಶೇಷಣವಾಗಿ ಹಾಗೆಯೇ ಒಂದಕ್ಕೊಂದು ವಿಶೇಷಣವಾಗಿರುವದರಿಂದ ಆವಳ್ಯಲಂಕಾರ ವೆಂದರಿಯ ತಕ್ಕದ್ದು.

8. ಹೇತುವಿನೊಡನೆ ಕಾರ್ಯವನ್ನು ವರ್ಣಿಸುವದೇ "ಹೇತ್ವಲಂಕಾರವು" ಎನ್ನಿಸುವದು.

ಪ್ರಯೋಗ:

ಅವಿನಯದಿನನಿಂದ್ರಿಯ ವ- |
ರ್ಗವಿಜಯದಿನಬುಧ ವಿಶಿಷ್ಟಸಂಭಾವನೆಯಿಂ ||
ವಿವಿಧವ್ಯಸನಂಗಳ್ಸಂ- |
ಭವಿಸುಗುಮಾರ್ಗಂ ವಿಶಿಷ್ಟವಿದ್ವಿಷ್ಟಂಗಳ್. ||

ಇಲ್ಲಿ ಅವಿನಯ ಮೊದಲಾದ ಹೇತುಗಳೊಡನೆ ವಿವಿಧ ವ್ಯಸನಗಳೆಂಬ ಕಾರ್ಯವನ್ನು ವರ್ಣಿಸಿರುವದರಿಂದ ಹೇತ್ವಲಂಕಾರವೆಂದರಿಯ ತಕ್ಕದ್ದು.

9. ಒಂದೇ ಕಾರ್ಯದಲ್ಲಿ ಅನೇಕ ಕಾರಣಗಳಿಗೆ ಅನ್ವಯವನ್ನು ಹೇಳುವ ಉಕ್ತಿಯೇ "ಸಮುಚ್ಚಯಾಲಂಕಾರ"ವೆನ್ನಿಸುವದು.

ಪ್ರಯೋಗ:

ನೃಪನ ದಯೆಯುಂ ನಚ್ಚುಂ ತನ್ನಣ್ಮುಮಾರ್ಪುಮಾಂತಭೂ- |
ಮಿಪನ ಮನದೊಂದುರ್ಕುಂ ಸೊರ್ಕುಂ ಬಿಗುರ್ತಿರವುಂ ನಿಜ ||
ದ್ವಿಪ ಹಯ ರಥಾನೀಕಾನೇಕ ಪ್ರಧಾನರ ಸಾವುಮಾ |
ತಪನ ತನಯಂಗಾಗಳ್ಕಾಯ್ಪುಂ ನಿಮಿರ್ಚಿದುವಾಜಿಯೊಳ್ ||

ಇಲ್ಲಿ ನೃಪನ ದಯೆ, ನಚ್ಚು ಮೊದಲಾದವುಗಳೆಲ್ಲವೂ ಕರ್ಣನಿಗೆ ಕೋಪವನ್ನುಂಟು ಮಾಡಿದವು ಎಂದು ಹೇಳುವದರಿಂದ ಸಮುಚ್ಚಯಾಲಂಕಾರವೆಂದರಿಯತಕ್ಕದ್ದು.

10. ಸಾಧನ ವಸ್ತು(ಹೇತು)ವನ್ನು ಸಾಧ್ಯಕ್ಕೆ ವಿರೋಧವಿಲ್ಲವೆಂದು ಗ್ರಹಿಸಿ ಊಹೆ ಮಾಡುವ ಉಕ್ತಿಯು "ಅನುಮಿತ್ಯಲಂಕಾರ"ವೆನ್ನಿಸುವದು

ಪ್ರಯೋಗ:

ಎಳೆಮಿಂಚಿಲ್ಲಕ್ಕುಮಾಖಂಡಲ ಲಲಿತ ಧನುರ್ದಂಡಮಿಲ್ಲಕ್ಕುಮಭ್ರಾ- |
ವಳಿಯಿಲ್ಲಕ್ಕು ಕದಂಬಾನಿಲನೆಸಗುವದಿಲ್ಲಕ್ಕುಮುದ್ಯನ್ಮಯೂರೀ ||
ಕುಳ ಲೀಲಾತಾಂಡವಾಡಂಬರ ವಿಲಸನಮಿಲ್ಲಕ್ಕುಮಿಂತಾ ಮಹೀಮಂ- |
ಡಳದತ್ತಲ್ ನಲ್ಲನಂತಲ್ಲಿದೊಡೆ ತಡೆದದೇಕಿರ್ಪನಿಂದಲ್ತೆ ಬರ್ಪಂ. ||

ಇಲ್ಲಿ ನಲ್ಲನ ಅನಾಗಮನವೆಂಬ ಸಾಧನ (ಹೇತು)ವನ್ನು ಆ ಮಹೀಮಂಡಲದಲ್ಲಿ ಮಿಂಚಿಲ್ಲದಿರುವದು ಮೊದಲಾದ ಸಾಧ್ಯಗಳಿಗೆ ವಿರೋಧವಿಲ್ಲವೆಂದು ತಿಳಿದು ಅಸಾಧ್ಯವನ್ನು ಊಹೆ ಮಾಡಿ ನಿಶ್ಚಯಿಸಿದ್ದರಿಂದ ಅನುಮಿತ್ಯಲಂಕಾರವೆಂದರಿಯತಕ್ಕದ್ದು.

11. ಪರರ ಇಂಗಿತವನ್ನು ತಿಳಿದು ಕಂಠೋಕ್ತಿಯಿಲ್ಲದ ಹಾಗೆ ತನ್ನ ಅಭಿಪ್ರಾಯವನ್ನು ತಿಳಿಯ ಮಾಡುವದೇ "ಸೂಕ್ಷ್ಮಾಲಂಕಾರ"ವೆಂದೆನ್ನಿಸುವದು.

ಪ್ರಯೋಗ:

ಏಗಳ್ವಮುಗಕ್ಕುಂ ಸಂ- |
ಯೋಗಮೆನಲ್ಬಗೆವ ನಲ್ಲನಂ ಕುಱಿತು ಮನೋ ||
ರಾಗದಿನೊಡರಿಸಿದಳ್ಕ- |
ಲ್ಯಾಗಿರೆ ಪೆಱಿಳ್ಗೋರ್ವಳಬ್ಜದಳ ಮುಕುಳನಮಂ. ||

ಇಲ್ಲಿ ನಲ್ಲನ ಇಂಗಿತವನ್ನು ತಿಳಿದು ಕಂಠೋಕ್ತಿಯಿಲ್ಲದೆ ಸಾಯಂಕಾಲಕ್ಕೆ ಆಗುವದೆಂಬ ಸ್ವಾಭಿಪ್ರಾಯವನ್ನು ಕಮಲಮುಕುಳನ ವ್ಯಾಪಾರದಿಂದ ಸೂಚಿಸಿದ ಕಾರಣ ಸೂಕ್ಷ್ಮಾಲಂಕಾರವೆಂದು ತಿಳಿಯ ತಕ್ಕದ್ದು.

12. ಗುಣವನ್ನು ದೋಷವಾಗಿಯಾದರೂ, ದೋಷವನ್ನು ಗುಣವಾಗಿಯಾದರೂ ವರ್ಣಿಸುವದೇ "ಲೇಶಾಲಂಕಾರ"ವೆನ್ನಿಸುವದು.

ಪ್ರಯೋಗ:

ಒಡನಿರ್ದಗಲ್ಕೆಯಾದೊಂ |
ದೆಡೆಯೊಳ್ ದುಃಖಮನಸಹ್ಯಮಂ ಮಾಱ್ಪುದಱಿಂ ||
ಸುಡುಸುಡು ಸಜ್ಜನರಪ್ಪವ- |
ರೊಡಗೂಟಂ ಮನಕೆ ಖಳರ ಕೂಟಮೆ ಸುಖದಂ. ||

ಇಲ್ಲಿ ಮೊದಲನೇ ವಾಕ್ಯದಲ್ಲಿ ಸಜ್ಜನರ ಸಹವಾಸವೆಂಬ ಗುಣವನ್ನು ದೋಷವಾಗಿಯೂ, ಎರಡನೇ ವಾಕ್ಯದಲ್ಲಿ ದುರ್ಜನರ ಸಹವಾಸವೆಂಬ ದೋಷವನ್ನು ಗುಣವಾಗಿಯೂ ವರ್ಣಿಸಿರುವದರಿಂದ ಲೇಶಾಲಂಕಾರವೆಂದು ತಿಳಿಯ ತಕ್ಕದ್ದು.

13. ಉಪಮಾನೋಪಮೇಯಗಳಿಗೆ ಸಾದೃಶ್ಯವನ್ನು ಹೇಳಿ ಉಪಮಾನಕ್ಕಿಂತಲೂ ಉಪಮೇಯದಲ್ಲಿ ವೈಲಕ್ಷಣ್ಯವನ್ನು ವರ್ಣಿಸುವ ಉಕ್ತಿಯು "ವ್ಯತಿರೇಕಾಲಂಕಾರ"ವೆನ್ನಿಸುವದು.

ಪ್ರಯೋಗ:

ಗಂಭೀರಮಮಳಲಕ್ಷ್ಮೀ |
ಸಂಭವಪದಮಧಿಕ ಸತ್ವಮಾಗಿಯುಮೆಯ್ದ- ||

ಲ್ಕಂಬೋಧಿ ನೆಱೆಪೋದುದಿಲ್ಲಿವ- |
ನಂ ಭಾಸುರ ನಿಶಿತಮತಿಯನತಿಕಲುಷಜಡಂ. ||

ಇಲ್ಲಿ ಅಂಬೋಧಿ ಉಪಮಾನವು, ರಾಜನುಪಮೇಯವು, ಈ ಎರಡಕ್ಕೂ ಸಾದೃಶ್ಯವನ್ನು ಹೇಳಿ ಅಂಬೋಧಿಯು ಜಡನು; ರಾಜನಲ್ಲಿ ಮತಿ ಉಂಟೆಂಬ ವೈಲಕ್ಷಣ್ಯವನ್ನು ವಿವರಿಸಿರುವದರಿಂದ ವ್ಯತಿರೇಕಾಲಂಕಾರವೆಂದರಿಯ ತಕ್ಕದ್ದು.

14. ಕಾರಕ ಅಥವಾ ಕ್ರಿಯಾಸಂಬಂಧವು ವಾಕ್ಯದ ಆದಿ ಮಧ್ಯ ಅಥವಾ ಅಂತಗತವಾಗಿಯಾದರೂ ವರ್ಣಿಸುವ ಉಕ್ತಿಯು "ದೀಪಕಾಲಂಕಾರ"ವೆನ್ನಿಸುವದು.

ಪ್ರಯೋಗ:

ಸೊಗಯಿಸಿದುದು ಶಾರ್ಗಾಲದ |
ಪುಗಿಲೊಳ್ಜಲಜಲನೆ ಪರಿವುತಿರ್ಪೊಳ್ವೊನಲಿಂ ||
ಮುಗಿಲಿಂ ಪೊಳೆವೊರೆಗಳೊಳ್ಪೊಳ್- |
ದೊಗೆವ ಚಳಚ್ಚಟುಳತರ ತಟಿದ್ವಿಳಸನಮುಂ. ||

ಇಲ್ಲಿ "ಸೊಗಯಿಸಿದುದು" ಎಂಬ ಕ್ರಿಯಾಪದವು ವಾಕ್ಯದ ಆದಿಯಲ್ಲಿರುವದರಿಂದ ಆದಿಕ್ರಿಯಾ ದೀಪಕಾಲಂಕಾರವೆಂದು ಅರಿಯ ತಕ್ಕದ್ದು. ಹೀಗೆಯೇ ಉಳಿದವುಗಳನ್ನು ಊಹಿಸ ಬೇಕು.

15. ತನ್ನ ಇಷ್ಟಾರ್ಥೋಪಾಯವು ದೈವಾಧೀನದಿಂದ ಉಂಟಾಯಿತೆಂದು ವರ್ಣಿಸುವ ಉಕ್ತಿಯು "ಸಮಾಹಿತಾಲಂಕಾರ"ವೆನ್ನಿಸುವದು.

ಪ್ರಯೋಗ:

ಕಡುಗತ್ತಲೆಯೊಳ್ಪ್ರಿಯನಿ- |
ರ್ದೆಡೆಗಾಗಿಯೆ ಪೋಗಲೆಂದು ಮನೆಯಂ ಪೊಱಮ- ||
ಟ್ಟಡಿಯಿಡಲಱಿಯದೆ ಮಱುಗುವ |
ಮಡದಿಗೆ ಬಗೆ ತೀರೆ ಮಿಂಚು ಮಿಂಚಿದುವಾಗಳ್. ||

ಕತ್ತಲೆಯಲ್ಲಿ ಪತಿ ಸನ್ನಿಧಿಯನ್ನು ಕುರಿತು ಹೊರಟ ಮಡದಿಗೆ ದೈವಾಧೀನದಿಂದ ಮಿಂಚು ಮಿಂಚಿತು ಎಂದು ವರ್ಣಿಸಿರುವದರಿಂದ ಸಮಾಹಿತಾಲಂಕಾರವು.

16. ಸಮಾನವಾದ ಅರ್ಥಗಳ ಅಥವಾ ಪದಗಳನ್ನು ಅನೇಕಾವೃತ್ತಿ ಹೇಳುವ ಉಕ್ತಿಯು "ಆವೃತ್ತ್ಯಲಂಕಾರ"ವೆನ್ನಿಸುವದು.

ಪ್ರಯೋಗ:

ಅಲರ್ದುವು ಕುಟಜಂಗಳ್ಪೂತುವಿಂಬಪ್ಪಿನಂ ಕಂ- |
ಡಳಿಕುಸುಮಿಸಿದತ್ತುದ್ದಾ ಮನೀಂಪಾವನೀಜಾ- ||
ವಳಿ ಬಿರಿದುವು ಜಾತೀಯೂಥಿಕಾ ಕೇತಕೀ ಸಂ- |
ಕುಲಮವಿರಲ ಗಂಧಾವೋದಿಶಾಕಾಂತರಾಲಂ. ||

ಇಲ್ಲಿ ಅಲರ್ದುವು, ಪೂತುವು ಇತ್ಯಾದಿ ಕ್ರಿಯೆಗಳಿಂದ ಒಂದೇ ಅರ್ಥವನ್ನು ಅನೇಕಾವೃತ್ತಿ ಹೇಳಿರುವದರಿಂದ ಆವೃತ್ತ್ಯಲಂಕಾರವೆಂದರಿಯ ತಕ್ಕದ್ದು.

17. ಕೆಲವು ವಸ್ತುಗಳಲ್ಲಿ ಪರಸ್ಪರ ಉಪಕಾರ ಉಂಟಾದಂತೆ ವರ್ಣಿಸುವ ಉಕ್ತಿಯು "ಪರಸ್ಪರಾಲಂಕಾರ"ವೆನ್ನಿಸುವದು.

ಪ್ರಯೋಗ:

ಸರಿಗೆಗೆ ಕೊರಲ್ಕೊರಲ್ಗಂ |
ಸರಿಗೆಯಲಂಕರಿಸೆ ಸರಿಗೆವಂದುದು ಮುಯ್ಯುಂ- ||
ಟ್ಟಿರಡರಿ ಬೆಡಂಗುವೆಂಬಂ- |
ತಿರೆ ಕರಮೊಪ್ಪಿದುದು ಕೊರಲಗೇಂದ್ರಾತ್ಮಜೆಯಾ. ||

ಇಲ್ಲಿ ಸರಿಗೆ ಎಂಬ ಕಂಠಾಭರಣದಿಂದ ಕೊರಲೂ, ಕೊರಲಿನಿಂದ ಸರಿಗೆಯೂ ಪರಸ್ಪರ ಅಲಂಕರಿಸಿತೆಂದು ವರ್ಣಿಸಿದ್ದರಿಂದ ಪರಸ್ಪರಾಲಂಕಾರವೆಂದು ತಿಳಿಯ ತಕ್ಕದ್ದು.

18. ವಸ್ತುಸಮೂಹದಲ್ಲಿ ಒಂದು ವಸ್ತುವು ಅಧಿಕ ಗುಣದಿಂದ ಕೂಡಿರುತ್ತದೆಂದು ನಿರ್ಣಯಿಸುವ ಉಕ್ತಿಯು "ಸಾರಾಲಂಕಾರ" ವೆನ್ನಿಸುವದು.

### ಪ್ರಯೋಗ:

ಸಾರಂ ಸಂಸಾರದೊಳ್ಬ- |
ಲಾರತ್ನಂ ಸಾರಮಲ್ಲಿ ಜವ್ವನಮದಱಿಂ- ||
ಶ್ಸಾರಂ ಮಧುರಾಕಾರಂ |
ಸಾರಂ ಮತ್ತಂತದಕ್ಕಮನುಕೂಲ ರಸಂ. ||

ಇಲ್ಲಿ ಸಂಸಾರ, ಅಬಲಾರತ್ನ, ಯೌವನ, ರೂಪು, ಇತ್ಯಾದ್ಯನೇಕ ವಸ್ತುಗಳಲ್ಲಿ ಅನುಕೂಲರಸವೇ ಅಧಿಕವೆಂದು ವರ್ಣಿಸಿರುವದರಿಂದ ಸಾರಾಲಂಕಾರವೆಂದು ತಿಳಿಯ ತಕ್ಕದ್ದು.

19. ಸ್ವಭಾವ ಹೇತುವಿನಿಂದಲಾಗಲಿ ಆಗಂತುಕ ಹೇತುವಿನಿಂದಾಗಲಿ ಕೋಪ ಅನುರಾಗ ಮೊದಲಾದ ಮನೋವಿಕೃತಿಯನ್ನು ತಿಳಿಯಲು ಆಗುವದಿಲ್ಲವೆಂಬ ಉಕ್ತಿಯು "ನಿಮೀಲನಾಲಂಕಾರ"ವೆನ್ನಿಸುವದು.

### ಪ್ರಯೋಗ:

ಸರಳೆತರ ಧವಳ ಸುಸ್ನಿ- |
ಗ್ಧ ರೂಪಮಾ ನೃಪನ ದೃಷ್ಟಿ ಸಹಜದೊಳದಱಿಂ ||
ದೊರೆಕೊಂಡದೊಂದು ಚೇತೋ- |
ನುರಾಗಮಱಿಯಲ್ಕೆ ಬರ್ಪುದಲ್ತಣಾವರ್ಗಂ. ||

ಇಲ್ಲಿ ಅರಸನ ನೇತ್ರದೃಷ್ಟಿಯು ಸಹಜವಾಗಿಯೇ ವಕ್ರವಲ್ಲದ ನಿರ್ಮಲವಾದ ನುಣುಪಾದ ಆಕಾರವುಳ್ಳದ್ದು, ಆದರಿಂದ ಅವನಲ್ಲಿ ಉಂಟಾದ ಅನುರಾಗಾದಿಗಳನ್ನು ತಿಳಿಯಲು ಯಾರಿಗೂ ಅಸಾಧ್ಯವೆಂಬಭಿಪ್ರಾಯವಾಗಿ ವರ್ಣಿಸಿರುವದರಿಂದ ನಿಮೀಲನಾಲಂಕಾರವೆಂದರಿಯ ತಕ್ಕದ್ದು.

## IIನೇ ಭಾಗ.—ಉಪಮಾ ಪ್ರಭೇದಗಳು.

1. ವರ್ಣಿಸಲ್ಪಟ್ಟ ವಸ್ತುವು ಗುಣಲೇಶದಿಂದ ಉಪಮಾನಕ್ಕೆ ಸಾಮ್ಯವನ್ನು ಹೊಂದಿದರೆ "ಉಪಮಾಲಂಕಾರ"ವೆನ್ನಿಸುವದು. ಇದರಲ್ಲಿ "ಧರ್ಮೋಪಮೆ, ಹೇತೂಪಮೆ, ವಸ್ತೂಪಮೆ, ಶ್ಲೇಷೋಪಮೆ, ವಿಪರ್ಯಾಸೋಪಮೆ, ಅನ್ಯೋನ್ಯೋಪಮೆ, ಬಹೂಪಮೆ, ಮಾಲೋಪಮೆ, ಕಲ್ಪಿತೋಪಮೆ, ವಾಕ್ಯೋಪಮೆ, ಪ್ರತ್ಯಯಗತೋಪಮೆ, ಸಮಾಸೋಪಮೆ" ಎಂದು 12 ಪ್ರಭೇದಗಳೂ, ಉಪಮಾದೋಷಗಳೂ ಇರುವವು; ಅವುಗಳನ್ನು ಪ್ರಯೋಗಗಳಿಂದ ಅರಿಯ ತಕ್ಕದ್ದು.

### ಉಪಮಾಲಂಕಾರಕ್ಕೆ ಪ್ರಯೋಗ:

ಜಲಧಿಯ ವೊಲ್ಗಂಭೀರಂ |
ಬಲವೈರಿಯ ವೊಲ್ಸಮಗ್ರವಿಭವ ಸನಾಥಂ ||
ಕುಲಗಿರಿಯೊಲ್ನಿಷ್ಕಂಪಂ |
ಬಲಿಯಂತೆವೊಲಧಿಕ ದಾನಿ ದಾನವಿನೋದಂ. ||

ಇಲ್ಲಿ ದಾನವಿನೋದನೆಂಬ ಪುರುಷನು ಜಲಧಿಯವೊಲ್ ಮೊದಲಾದ ಉಪಮಾನಗಳಿಂದ ಸಾಮ್ಯವನ್ನು ಹೊಂದಿದ ಹಾಗೆ ವರ್ಣಿಸಿರುವದರಿಂದ ಉಪಮಾಲಂಕಾರವೆಂದು ಅರಿಯ ತಕ್ಕದ್ದು.

2. ಸಾದೃಶ್ಯ ತೋರುವ ಹಾಗೆ ಒಂದು ಸಮಾನತ್ವವನ್ನು ಭಿನ್ನಪದಗಳಿಂದ ಹೇಳುವ ಉಕ್ತಿಯು "ಪ್ರತಿವಸ್ತೂಪಮೆ" ಎಂದೆನ್ನಿಸುವದು.

### ಪ್ರಯೋಗ:

ನಿನ್ನನ್ನವೋರ್ವನುಂ ಸಂ- |
ಪನ್ನಗುಣಾಂ ಪುಟ್ಟಲರಿಯನಿನ್ನುಂ ಮುನ್ನಂ ||
ಸನ್ನುತನ ಮೇರು ಭೂರುಹ |
ದನ್ನವು ಕೆಲಿಸಿತಾವಮರನುಮೇಂ ಪುಟ್ಟುಗುಮೆ? ||

ಇಲ್ಲಿ ಉಪಮೇಯವಾದ ಮೊದಲನೇ ವಾಕ್ಯದಲ್ಲಿ ಪುಟ್ಟಲರಿಯಂ ಎಂಬ, ಉಪಮಾನವಾದ ಎರಡನೇ ವಾಕ್ಯದಲ್ಲಿ ಪುಟ್ಟುಗುಮೆ ಎಂಬ ಭಿನ್ನಪದಗಳಿಂದ ಹುಟ್ಟಲಾರದೆಂಬ ಒಂದು ಸಮಾನತ್ವವನ್ನು ಹೇಳಿರುವದರಿಂದ ಪ್ರತಿವಸ್ತೂಪಮೆಯೆಂದರಿಯ ತಕ್ಕದ್ದು.

3. ಉಪಮೇಯಕ್ಕೆ ಉಪಮಾನದ ಅಭೇದಾತ್ಮತೆಯಿಂದ ಸಾದೃಶ್ಯವನ್ನು ಹೇಳುವದೇ "ರೂಪಕಾಲಂಕಾರ"ವೆನ್ನಿಸುವದು. ಇದರಲ್ಲಿ "ಅಸಮಸ್ತರೂಪಕಂ, ಸಮಸ್ತರೂಪಕಂ, ವಿಭಕ್ತಿರೂಪಕಂ, ನಿರವಯುವರೂಪಕಂ, ಸಾವಯುವರೂಪಕಂ, ಸಕಲರೂಪಕಂ, ರೂಪಕರೂಪಕಂ, ಹೇತುರೂಪಕಂ, ಮಾಲಾರೂಪಕಂ, ಎಂದು ೯ ಪ್ರಭೇದಗಳುಂಟು; ಇವುಗಳನ್ನು ಪ್ರಯೋಗಗಳಿಂದ ಅರಿಯ ತಕ್ಕದ್ದು.

ಪ್ರಯೋಗ:

ಮೊಗಮಬ್ಜಂ ಲೋಚನಂಗಳ್ಕುವಲಯಮಧರಂ ಬಿಂಬಮಾನಾಸಿಕಂ
ಸಂ- |
ಪಗೆ ತೋಳ್ಬಾಖಾನಿಕಾಯಂ ಘನ ಕುಚಯುಗಳಂ ಚಕ್ರವಾಕದ್ವಯಂ
ನಾ- ||
ಭಿ ಗಭೀರೋದ್ಯತ್ಸರಂ ತೋಱುವ ಕದಳೀಸ್ತಂಭಮಂಘ್ರಿಪ್ರವಾಳಂ |
ಸೊಗಸಿಂ ಶಾನಾಗೆ ತನ್ನಂದನಮೆ ಘನ ವನಶ್ರೀಗೆ ರೂಪಾಗಿ ತೋರ್ಕುಂ ||
(ಗಿ. ಶ. 2, 72.)

ಇಲ್ಲಿ "ಮೊಗ ಅಬ್ಜ, ಲೋಚನ ಕುವಲಯ" ಮೊದಲಾದವುಗಳಿಗೆ ಅಭೇದಾತ್ಮತೆಯಿಂದ ಸಾದೃಶ್ಯವನ್ನು ಹೇಳಿರುವದರಿಂದ ರೂಪಕಾಲಂಕಾರವೆಂದರಿಯ ತಕ್ಕದ್ದು.

4. ಉಪಮಾನವನ್ನು ಹೇಳಿದ ಮಾತ್ರದಿಂದ ಉಪಮೇಯವನ್ನು ತಿಳಿಯುವದು "ಸಮಾಸೋಕ್ತ್ಯಲಂಕಾರ"ವೆನ್ನಿಸುವದು.

ಪ್ರಯೋಗ:

ಫಲತರುಗಳ್ಪಲವುಂ ಬಸ- |
ದೊಳ್ಗೆ ಸುರೋರ್ವೀರುಹ ಪ್ರಕಾಶಂಗಳ್ತಾ- ||
ಮೊಳ್ವಾದೊಡಮೆಂತುಂ ಬಗೆ |
ಗೊಳಿಸಿದಪುದಿದೊಂದೆ ನೂತ್ನ ಚೂತಕುಜಾತಂ ||

ಇಲ್ಲಿ ಈ ವನದೊಳಗೆ ಕಲ್ಪವೃಕ್ಷಕ್ಕೆ ಸಮಾನವಾದ ಅನೇಕ ಫಲವೃಕ್ಷಗಳಿದ್ದಾಗ್ಯೂ ಈ ಒಂದು ಸೀ ಮಾವಿನ ಮರವೇ ಮನೋಹರವಾಗಿರುವದು ಎಂಬ ಉಕ್ತಿಯಿಂದ ಈ ನಗರದಲ್ಲಿ ಧನಪತಿಗೆ ಸಮಾನರಾದ ಅನೇಕ ಧನಿಕರಿದ್ದರೂ ಇವನೊಬ್ಬನೇ ಪರೋಪಕಾರಿ ಎಂಬ ಅರ್ಥ ತೋರುತ್ತದೆ. ಆದ್ದರಿಂದ ಸಮಾಸೋಕ್ತ್ಯಲಂಕಾರವೆಂದರಿಯ ತಕ್ಕದ್ದು.

5. ಹೇಳಿದ ಉಕ್ತಿಯು ನಿಷೇಧಬೋಧಕದಂತೆ ಆಗಲು "ಆಕ್ಷೇಪಾಲಂಕಾರ"ವೆನ್ನಿಸುವದು.

ಪ್ರಯೋಗ:

ಪೊಗಳಲ್ಕಾ ನೃಪನಂ ನಾ- |
ಲಿಗೆಯೊಂದರಿ ಮನುಜರಿರ್ಕ್ಕೆ ನೆಱೆಯೆಯನಣಂ ವಾ- |
ಸುಗಿಯುಂ ಪವನಾಧ್ವಮನಾ- |
ವಗಮಾವಂ ವ್ಯಾಸದಿಂದಮಳೆಯಲ್ಕೆಱೆವಂ. ||

ಇಲ್ಲಿ ಆ ರಾಜನನ್ನು ಹೊಗಳುವದಕ್ಕೆ ಒಂದು ನಾಲಿಗೆಯುಳ್ಳ ಮಾನವರು ಇರಲಿ ಎಂಬ ಉಕ್ತಿಯಿಂದ ಹೊಗಳುವದಕ್ಕೆ ಸಮರ್ಥರಲ್ಲವೆಂಬ ನಿಷೇಧ ಬೋಧಕದಿಂದಲೂ, ಆಕಾಶವನ್ನು ವಿಸ್ತಾರದಿಂದ ಅಳೆಯಲು ಶಕ್ತನಾದವನು ಯಾರು ಎಂಬುಕ್ತಿಯಿಂದ ಯಾರೂ ಶಕ್ತರಲ್ಲವೆಂದು ನಿಷೇಧ ಬೋಧಕವಾಗುವದರಿಂದಲೂ, ಆಕ್ಷೇಪಾಲಂಕಾರ ವೆಂದರಿಯ ತಕ್ಕದ್ದು.

6. ಉಪಮೇಯ ವಸ್ತುವು ಕಾರ್ಯವನ್ನು ತಾನು ಮಾಡುವದರಿಂದ ಪ್ರಸಿದ್ಧವಾದ ಉಪಮಾನದ ಸಾದೃಶ್ಯವನ್ನು ಹೊಂದಿ ತೋರಿದರೆ "ಸಾಮ್ಯಾಲಂಕಾರ"ವೆನ್ನಿಸುವದು.

ಪ್ರಯೋಗ:

ಸಕಳಾರ್ಥಿ ಮನೋರಥ ದಾ |
ಯಕಂ ಮಹೋದಾತ್ತ ಮೂರ್ತಿ ಸಾಂದ್ರಚ್ಛಾಯಂ ||
ಸುಕರಾಭಿಗಮಂ ನರಪಾ- |
ಲಕನಿರೆ ಕಲ್ಪಾವನೀಜಮೇಗೆಯ್ದಪುದೋ. ||

ಇಲ್ಲಿ ಉಪಮಾನವು ಕಲ್ಪವೃಕ್ಷವು. ಉಪಮೇಯವು ಪಾಲಕನು. ಆದ್ದರಿಂದ ಉಪಮಾನವಾದ ಕಲ್ಪವೃಕ್ಷವು ಮಾಡ ತಕ್ಕ ಕಾರ್ಯವನ್ನು ಉಪಮೇಯವಾದ ಅರಸನೇ ಮಾಡಿದನೆಂದು ಆ ವೃಕ್ಷದ ಸಾಮ್ಯವನ್ನು ಹೊಂದಿರುವಂತೆ ವರ್ಣಿಸಿರುವದರಿಂದ ಸಾಮ್ಯಾಲಂಕಾರವೆಂದರಿಯ ತಕ್ಕದ್ದು.

7. ಪ್ರಕೃತವಸ್ತು ವರ್ಣನದಿಂದ ಅದಕ್ಕೆ ಸಮಾನವಾದ ಗುಣಾದಿಗಳುಳ್ಳ ಮತ್ತೊಂದು ಪ್ರಕೃತವಸ್ತು ತೋರಿದರೆ "ಪರಾಖ್ಯಾನಾಲಂಕಾರ"ವೆನ್ನಿಸುವದು.

ಪ್ರಯೋಗ:

ವಿಕಚ ಸರಸೀರುಹಂ ಕೋ- |
ಕ ಕುಳವ್ಯಾಭಾಸಿ ಪೂಗೊಳ್ಗಂ ತಾನಿರೆಯುಂ ||
ಬಕನಿಕರ ಉಳಿತ ಕಲುಷೋ- |
ದಕ ವಿರಳ್ದೊಳ್ಗಂಪೆ ಬೆಂಚೆಯೊಳ್ವಸಿಯಿಕುಮೆ? ||

ಇಲ್ಲಿ ಪ್ರಕೃತವಸ್ತುವಾದ ಹಂಸ ವೃತ್ತಾಂತದಿಂದ ಆ ಹಂಸಕ್ಕೆ ಸಮಾನವಾದ ವಿದ್ವಾಂಸನೆಂಬ ಮತ್ತೊಂದು ಪ್ರಕೃತವಸ್ತು ವೃತ್ತಾಂತವನ್ನು ಬೋಧಿಸುವದರಿಂದ ಪರಾಖ್ಯಾನಾಲಂಕಾರವೆಂದರಿಯ ತಕ್ಕದ್ದು.

8. ಮೊದಲಿನ ವಾಕ್ಯದಲ್ಲಿ ಅರ್ಥವು ಹ್ಯಾಗೆ ಹೇಳಲ್ಪಟ್ಟಿತೋ ಹಾಗೆಯೇ ಎರಡನೇ ವಾಕ್ಯದಲ್ಲಿಯೂ ಅರ್ಥ ತೋರಿದರೆ ಅದು "ದೃಷ್ಟಾಂತಾಲಂಕಾರ ಅಥವಾ ನಿದರ್ಶನಾಲಂಕಾರ"ವೆನ್ನಿಸುವದು.

ಪ್ರಯೋಗ:

ಭವದಾಲೋಕನದಿಂದಾ- |
ಯ್ತವಳ್ಗೆ ಪಿರಿದುಂ ಮನೋವಿಕಾಸಮುದೀಗ- ||
ಕ್ಕೈವಲಯ ಬಂಧುವಿನಾಲೋ- |
ಕವೆ ಮಾಡುವುದಲ್ತೆ ಕುಮುದವನ ವಿಕಸನಮಂ. ||

ಇಲ್ಲಿ ಮೊದಲನೇ ವಾಕ್ಯದಲ್ಲಿ ನಿನ್ನಾಲೋಕನದಿಂದ ಅವಳಿಗೆ ಸಂತೋಷ ಉಂಟಾಯಿತು ಎಂಬುವಂತೆ ಎರಡನೇ ವಾಕ್ಯದಲ್ಲಿ ಚಂದ್ರಾಲೋಕನವೇ ಕುಮುದವನ ವಿಕಾಸ ಮಾಡುವದೆಂಬ ಅರ್ಥ ತೋರುವದರಿಂದ ದೃಷ್ಟಾಂತ ಅಥವಾ ನಿದರ್ಶನಾಲಂಕಾರವೆಂದರಿಯ ತಕ್ಕದ್ದು.

9. ಪ್ರಶ್ನೆಗೆ ಅನುಗುಣವಾದ ಉತ್ತರವನ್ನು ಹೇಳುವ ಉಕ್ತಿಯೇ "ಉತ್ತರಾಲಂಕಾರ"ವೆನ್ನಿಸುವದು.

ಪ್ರಯೋಗ:

ಮರಣಮೆನಿಪ್ಪುದಾವುದು ದರಿದ್ರತೆ, ಪತ್ತಿದ ಕುತ್ತಮಾವುದಂ- |
ತರಿಸದೆ ನಿಂದ ಚಿಂತೆ, ಸುಖಮಾವುದು ಪುತ್ರಮುಖಾವಲೋಕನಂ. ||

ಇಲ್ಲಿ ಪ್ರಶ್ನೆಗೆ ಅನುಗುಣವಾದ ಉತ್ತರವನ್ನು ಹೇಳಿರುವದರಿಂದ ಉತ್ತರಾಲಂಕಾರವೆಂದು ತಿಳಿಯ ತಕ್ಕದ್ದು.

10. ಪರಸ್ಪರ ಸಾದೃಶ್ಯದಿಂದುಂಟಾದ ಸಂದೇಹವೇ "ಸಂದೇಹಾಲಂಕಾರ"ವೆನ್ನಿಸುವದು.

ಪ್ರಯೋಗ:

ಅಳಿಗಳೊ ನೀಲ್ದ ಕರ್ಬೊಗೆಯೊ ಕೆಂದಳಿರೋಳಿಯೊ ಸುತ್ತುಗೊಂಡು ತ- |
ಳ್ತೆಳುರ್ವರಿ ಮಾಲೆಯೋ ಸರಸ ಪಕ್ವ ಫಲಂಗಳೊ ವಿಸ್ಫುಲಿಂಗ ಸಂ- ||
ಕುಳಮೊ ಮನಕ್ಕೆ ಸಂದಯಮುಗುಂದ್ದಲೆಯಾಗಿರೆ.—ಇತ್ಯಾದಿ.

ಇಲ್ಲಿ ಸ್ಪಷ್ಟವಾಗಿಯೇ ತೋರುತ್ತಿದೆ.

11. ಚಿತ್ತಮೋಹನವೇ (ಅಂದರೆ ಒಂದು ಪದಾರ್ಥವನ್ನು ಮತ್ತೊಂದು ಪದಾರ್ಥವನ್ನಾಗಿ ನಿಶ್ಚಯಿಸುವದೇ) "ಭ್ರಮಾಲಂಕಾರ ಅಥವಾ ಭ್ರಾಂತ್ಯಲಂಕಾರ"ವೆನ್ನಿಸುವದು.

ಪ್ರಯೋಗ:

ಮಣಿಭವನಂಗಳ ರುಚಿಗ- |
ಳ್ಪಿಣೆದು ನಭೋಂಗಣದೊಳಿಂದ್ರ ಚಾಪ ವಿಳಾಸ- ||
ಕ್ಕೆಣೆಯಾಗಿರೆ ಬಹು ವಿಧದಿಂ |
ಕುಣಿವುವು ಕಾರ್ಗೆತ್ತು ಕೇಗಿ ಸೋಗೆನವಿಲ್ಗಳ್. ||

2. ಸಮಾನ ಧರ್ಮ ವಿವಕ್ಷೆ ಇಲ್ಲದೆ ಅನ್ಯ ಗುಣ ಸಂಬಂಧ ನಿಮಿತ್ತದಿಂದ ಪ್ರಕೃತ ವಸ್ತುವಿನಲ್ಲಿ ಅನ್ಯ ವಸ್ತುತ್ವಾರೋಪವನ್ನು ಮಾಡುವದೇ "ಉತ್ಪ್ರೇಕ್ಷಾಲಂಕಾರ"ವೆನ್ನಿಸುವದು.

ಪ್ರಯೋಗ:

ನೀಲಿಯು ರಸದೊಳ್ಕರಡಿಯು |
ತೋಲಂ ತೊಯ್ದುಟ್ಟಿದ್ದು ಮಸಿಯೊಳದಟಿೊಳ್ಪುದಿದ- ||
ತ್ರೀ ಲೋಕಮಕ್ಕುಮೆನಿಸಿ- |
ತ್ತಾಲೋಕ ವಿರೋಧಿ ಬಹುಳ ತಮ ಸಂತಮಸಂ. ||

ಇಲ್ಲಿ ತಮೋವ್ಯಾಪನೆಯಲ್ಲಿ ಕರಡಿಯ ಚರ್ಮ ವ್ಯಾಪ್ತಿ ಎಂಬ ಅನ್ಯವಸ್ತುತ್ವಾರೋಪವನ್ನು ಮಾಡುವದರಿಂದ ಉತ್ಪ್ರೇಕ್ಷಾಲಂಕಾರವೆಂದರಿಯ ತಕ್ಕದ್ದು.

3. ಕಾರ್ಯದ ಹುಟ್ಟುವಿಕೆಯು ಕ್ರಿಯೆಯನ್ನು ನಿಷೇಧಿಸಲು (ಅಂದರೆ ಕಾರಣವಿಲ್ಲದೆ ಕಾರ್ಯೋತ್ಪತ್ತಿಯಾದರೆ) "ವಿಭಾವನಾಲಂಕಾರ"ವೆನ್ನಿಸುವದು.

ಪ್ರಯೋಗ:

ಅಕುಪಿತ ಕಲುಷ ಜಲಮಪಾ- |
ನಕ ಪ್ರಮತ್ತ ಶಿಖಂಡಿ ಸಂತಾನಮಹೇ- ||
ತುಕ ಸುರಭಿ ನೀಪ ವಿಪಿನಂ |
ಸಕಳ ಮಹೀತಳದೊಳಾದುವಂದೊವೊರ್ದಲೊಳ್. ||

ಇಲ್ಲಿ ಕೋಪವೆಂಬ ಕಾರಣವಿಲ್ಲದಿದ್ದರೂ ಕಾಲುಷ್ಯರೂಪ ಕಾರ್ಯೋತ್ಪತ್ತಿಯನ್ನೂ, ಪಾನವೆಂಬ ಕಾರಣವಿಲ್ಲದೆ ಮದವೆಂಬ ಕಾರ್ಯೋತ್ಪತ್ತಿಯನ್ನೂ, ವಾಸನಾ ದ್ರವ್ಯ ಲೇಪನದ ಕಾರಣವಿಲ್ಲದೆ ನೀಪವನ ಸೌರಭ್ಯ ಕಾರ್ಯವನ್ನೂ, ವರ್ಣಿಸಿರುವದರಿಂದ ವಿಭಾವನಾಲಂಕಾರವೆಂದರಿಯ ತಕ್ಕದ್ದು.

(ಇವುಗಳೆಲ್ಲಾ ವರ್ಷಾಕಾಲವೆಂಬ ಕಾರಣದಿಂದ ಉಂಟಾಗಿರುವದೆಂದು ವಿರೋಧ ಪರಿಹಾರವು.)

4. ಅಧಿಕವಾದ ಗುಣವು ತನ್ನ ಆಶ್ರಯದಲ್ಲಿರುವ ಗುಣವನ್ನು ಮರೆ ಮಾಡಿದರೆ "ತಿರೋಹಿತಾಲಂಕಾರ"ವೆನ್ನಿಸುವದು.

ಪ್ರಯೋಗ:

ಕಾಳಿಂದಿಯ ನಡುನೀರೊಳ್‌- |
ಗೋಲಾಡುವ ಕೃಷ್ಣನಂ ಸವರ್ಣತೆಯಿಂ ಗೋ- ||
ಪಾಲ ಕುಮಾರನೋರ್ಽದಿಯು |
ಮಾಲೋಲ ಮನಸ್ಕರಱಿಯದಾಕುಳರಾದರ್. ||

ಇಲ್ಲಿ ಕಾಳಿಂದೀ ನದಿಯ ನೀರಿನಲ್ಲಿರುವ ನೀಲರೂಪವಾದ ಅತಿಶಯಗುಣವು ತನಗಾಶ್ರಯವಾದ ನೀರಿನಲ್ಲಿರುವ ಕೃಷ್ಣನನ್ನು ಮರೆ ಮಾಡಿತು ಅಂದದ್ದರಿಂದ ಇದುತಿರೋಹಿತಾಲಂಕಾರವೆಂದರಿಯ ತಕ್ಕದ್ದು.

5. ಕಾರಣಕ್ಕಿಂತ ಮೊದಲು ಕಾರ್ಯವು ಜನಿಸಿತೆಂಬ ಉಕ್ತಿಯು "ಪೂರ್ವಾಲಂಕಾರ"ವೆನ್ನಿಸುವದು.

ಪ್ರಯೋಗ:

ಸಂಧಿಸೆ ಗರಿಸಂಧಿಸೆ ರಘು |
ನಂದನನೆಡೆಗಿಱಿದು ಕವಿವ ಕಣೆಯಿಂ ಮುನ್ನಂ ||
ಬಂದುದು ನೆಲಕ್ಕೆ ರಿಪು ಭಟ |
ವೃಂದಂ ಬಱಿಯಂ ನಿಶಾತ ವಿಶಿಖ ಪ್ರಕರಂ. ||

ಇಲ್ಲಿ ಬಾಣ ಬರುವದೆಂಬ ಕಾರಣಕ್ಕಿಂತಲೂ ಮೊದಲು ಶತ್ರುಗಳು ನೆಲಕ್ಕೆ ಬಂದರೆಂಬ ಕಾರ್ಯೋತ್ಪತ್ತಿಯನ್ನು ವರ್ಣಿಸಿರುವದರಿಂದ ಪೂರ್ವಾಲಂಕಾರವೆಂದರಿಯ ತಕ್ಕದ್ದು.

6. ತನಗೆ ಕಾರಣವಿದ್ದರೂ ತಾನು ಜನಿಸದೆ ಇರುವ ರೀತಿಯು "ಅಹೇತುಕಾಲಂಕಾರ"ವೆನ್ನಿಸುವದು.

## ಪ್ರಯೋಗ:

ಸಕಲುಷ ವಿಕೃಶಾಶಯರೊಳ್- |
ಮಕೋಪನಂ ಕುಟಿಲ ವೃತ್ತರೊಳ್ವಮತಿ ಋಜು ದೂ- ||
ಷಕರೊಳ್ಮರೂಕ್ಷ ವಚನಂ |
ಸಕಳ್ ಮಹೀವಳ್ಯಯ ತಿಳ್ಕ ನೀ ಬುಧ ತಿಳ್ಕಂ. ||

ಇಲ್ಲಿ ಕೋಪಕ್ಕೆ ಕಾರಣವಾದ ವಿಕೃತಾಶಯವಿದ್ದಾಗ್ಯೂ ಕೋಪವೆಂಬ ಕಾರ್ಯವೂ, ವಕ್ರತ್ವಕ್ಕೆ ಕಾರಣವಾದ ಕುಟಿಲವೃತ್ತಗಳಿದ್ದಾಗ್ಯೂ ವಕ್ರತ್ವವೆಂಬ ಕಾರ್ಯವೂ, ಕ್ರೂರ ವಚನಕ್ಕೆ ಕಾರಣವಾದ ನಿಂದೆ ಇದ್ದಾಗ್ಯೂ ಕ್ರೂರ ವಚನವೆಂಬ ಕಾರ್ಯವೂ, ಜನಿಸದೆ ಇರುವ ಕಾರಣ ಅಹೇತುಕಾಲಂಕಾರವೆಂದರಿಯ ತಕ್ಕದ್ದು.

7. ತನ್ನಲ್ಲಿ ಸಂಗತವಾದ ಪದಾರ್ಥ ಗುಣವು ಅತ್ಯಧಿಕವಾಗಿರುವ ಕಾರಣದಿಂದ ತನಗೂ ಅನ್ಯ ವಸ್ತುಗಳಿಗೂ ಪರಸ್ಪರ ಭೇದ ಜ್ಞಾನವನ್ನುಂಟು ಮಾಡದೆ ಇದ್ದರೆ "ತದ್ಗುಣಾಲಂಕಾರ"ವೆನ್ನಿಸುವದು.

## ಪ್ರಯೋಗ:

ಇದು ಕಿಱಿದಿದು ಪಿರಿದಿದು ಕುಳಿ |
ಯಿದು ತೆಮರಿದು ಬಕ್ಕ ಬಯಲಿದಾಶ್ರಯುಮಿದು ಗೆಂ- ||
ಟಿದು ಸಾರೆ ಯೆಂಬ ನಿರ್ಣಯ |
ಮದಾದುದಿಲ್ಲೊದವಿ ಪುದಿದ ಮಬ್ಬಿನೊಳ್ಗಾರ್ಗಂ. ||

ಇಲ್ಲಿ ಚಿಕ್ಕದು ಪಿರಿದು ಎಂಬುವದರಲ್ಲಿ ಸಂಗತವಾದ ಮಬ್ಬಿನ ಸೈಲ್ಯ ಗುಣವು ತಾನು ಪ್ರಬಲವಾಗಿದ್ದ ಕಾರಣ ಪರಸ್ಪರ ಭೇಧವನ್ನು ಉಂಟು ಮಾಡದೆ ಇರುವದರಿಂದ ತದ್ಗುಣಾಲಂಕಾರವೆಂದರಿಯ ತಕ್ಕದ್ದು.

8. ಕಾರ್ಯವನ್ನುಂಟು ಮಾಡಿದ ಕಾರಣವು ಆಕಾರ್ಯಕ್ಕೆ ಅನುಗುಣವಾಗಿಲ್ಲದೆ ಇದರೆ "ಪರಸ್ಪರಾಸಂಗತಿಕಾಲಂಕಾರ"ವೆನ್ನಿಸುವದು.

## ಪ್ರಯೋಗ:

ಹಿಮ ಕುಮುದ ಕುಂದ ಶಶಿ ಧವ- |
ಳಮೆನಿಪ ನಿಜ ಕೀರ್ತಿ ಯೆಸಕದಿಂದಮಿಳಾ ಲೋ- ||
ಕಮನೈದೆ ರಕ್ತಮಪ್ಪಂ- |
ತು ಮಾಡಿದಂ ಕೃಷ್ಣನಿಂತಿದೇನಚ್ಚರಿಯೋ ||

ಇಲ್ಲಿ ಕಪ್ಪಾಗಿರುವ ತಾನು ಬಿಳುಪಾದ ತನ್ನ ಕೀರ್ತಿಯಿಂದ ಲೋಕವನ್ನು ಕೆಂಪಾಗಿ ಮಾಡಿದನೆಂಬುವದಾಶ್ಚರ್ಯವು; ತನ್ನ ಕೀರ್ತಿಯಿಂದ ಲೋಕವನ್ನು ಅನುರಾಗ ಉಳ್ಳವರಾಗಿ ಮಾಡಿದನೆಂಬ ತಾತ್ಪರ್ಯವು. ರಕ್ತಿಮೆಯನ್ನುಂಟು ಮಾಡಿದ ಕೀರ್ತಿ ಯೆಂಬ ಕಾರಣವು ಶುದ್ಧ ಬಿಳುಪಾಗಿ ಆ ಕಾರ್ಯಕ್ಕೆ ಅನುಗುಣವಾಗಿಲ್ಲದೆ ಇರುವದರಿಂದ ಪರಸ್ಪರಾಸಂಗತಿಕಾಲಂಕಾರವು.

೯. ಉಂಟಾಗಿರುವ ಕಾರಣಗಳಲ್ಲಿ ಆವಶ್ಯಕಕ್ಕೆ ಸಂಪೂರ್ಣತ್ವವಿಲ್ಲದಿದ್ದಾಗ್ಯೂ ಸಂಪೂರ್ಣವಾದ ಕಾರಣಾನುಗುಣ ಫಲ ಸಿದ್ಧಿಯುಂಟಾಯಿತೆಂದು ವರ್ಣಿಸುವ ಉಕ್ತಿಯು "ವಿಶೇಷೋಕ್ತ್ಯಲಂಕಾರ"ವೆನ್ನಿಸುವದು.

## ಪ್ರಯೋಗ:

ರಥವೊಂದೆ ಗಾಲಿಯದು ಸಾ- |
ರಥಿಯಪ್ಪೊಡೆ ಪೆಳವನಸಮಮುಶ್ವಮವೆಂತುಂ ||
ಪ್ರಥಿತ ಪ್ರತಾಪದಿಂದಂ |
ಮಥಿತ ಪ್ರತಿಪಕ್ಷನುದಯಿಯಿಯಾದಂ ದಿನಪಂ. ||

ಇಲ್ಲಿ ಆವಶ್ಯಕ ಕಾರಣಗಳಾದ ರಥ ಸಾರಥಿ ಅಶ್ವಗಳಲ್ಲಿ ಸಂಪೂರ್ಣತ್ವವಿಲ್ಲದಿದ್ದಾಗ್ಯೂ, ಸಂಪೂರ್ಣ ಕಾರಣಾನುಗುಣ ಫಲಸಿದ್ಧಿಯಾದ ಶತ್ರು ಜಯ ಪೂರ್ವಕ ಸೂರ್ಯೋದಯವನ್ನು ವರ್ಣಿಸಿರುವದರಿಂದ ವಿಶೇಷೋಕ್ತ್ಯಲಂಕಾರವೆಂದರಿಯತಕ್ಕದ್ದು.

## IVನೇ ಭಾಗ.—ಶ್ಲಿಷ್ಟ (ಶ್ಲೇಷಾ) ಪ್ರಭೇದಗಳು.

1. ಪ್ರಕೃತವಿಲ್ಲದ ಮತ್ತೊಂದು ಅರ್ಥವನ್ನು ತೋರ್ಪಡಿಸುತ್ತಾ ಮಾಡುವ ಪ್ರಕೃತಾರ್ಥ ವರ್ಣನೆಯೇ "ತತ್ವಾಲಂಕಾರ"ವೆನ್ನಿಸುವದು.

ಪ್ರಯೋಗ:

ವರ ಗೋಮೇಧಿಕ ವಿಸ್ಫುರದ್ದ ಶನನುದ್ಯತ್ಪದ್ಮರಾಗೋಲ್ಲಸ |
ಚ್ಚರಣಂ ನೀಲ ರುಚಿ ಪ್ರವಾಲ ಸಿತನೀಷಮ್ಲೋಹಿತಾಕ್ಷಂ ಮನೋ- ||
ಹರ ಮುಕ್ತಾಮಯ ವಜ್ರ ಸಂಹನನನೇ ಮಾಶೀ ಮಹಾತ್ಮಂ ನೃಪೇ- |
ಶ್ವರ ರತ್ನಂ ವಿಲಸತ್ಸುವರ್ಣ ದೊರೆವೆತ್ತಿರ್ಕುಂ ಭವತ್ಸಂಗದಿಂ. ||

ಇಲ್ಲಿ ಗೋಮೇಧಿಕ, ಪದ್ಮರಾಗ, ನೀಲ, ಪ್ರವಾಲ, ಲೋಹಿತ, ಮುತ್ತು, ವಜ್ರಗಳೆಂಬ ಇನ್ನೊಂದು ಪ್ರಕೃತವಿಲ್ಲದ ವಾಚ್ಯಾರ್ಥವನ್ನು ತೋರ್ಪಡಿಸುತ್ತಾ ನೃಪನೆಂಬ ಪ್ರಕೃತಾರ್ಥವನ್ನು ವರ್ಣಿಸಿರುವದರಿಂದ ಇದು ತತ್ವಾಲಂಕಾರವೆಂದರಿಯತಕ್ಕದ್ದು.

2. ಪಳಿಯುವ ಹಾಗೆ ಹೊಗಳುವದು "ವ್ಯಾಜಸ್ತುತ್ಯಲಂಕಾರ"ವೆನ್ನಿಸುವದು.

ಪ್ರಯೋಗ:

ಜೋಡೆ ಕರಮದಿಯೊಳ್ಗಾರೊಡ |
ಗೂಡಿಯುಮವರ್ಗಲ್ಲಳೆನಿಪ ವಸುಧಾಂಗನೆಯಂ ||
ಕೋಡೊಳ್ಗೆ ತಳೆದುಂ ಸೊಬಗಿನ |
ಗಾಡಿಗೆ ಮುಯ್ಯಾಂತ ಸೊಬಗಿದಾವುದೊ ಗಜೆಗಾ! ||

ಇಲ್ಲಿ ಎಲೈ ಗಜೆಗನೇ! ಯಾರನ್ನು ಕೂಡಿದಾಗ್ಯೂ ಅವರಿಗೆ ಅಲ್ಲದವಳು ಎಂದೆನಿಸಿಕೊಳ್ಳುವ ಭೂಮಿ ಎಂಬ ಸ್ತ್ರೀಯನ್ನು ಕೋಡಿನೊಳ್ ಹೊತ್ತು ಅವಳ ಶೃಂಗಾರ ಚೇಷ್ಟೆಗೆ ಸರಿಯಾದ ಚೇಷ್ಟೆಯು ಇದೆಂಥಾದ್ದು (ಅಂದರೆ ಸರಿಯಲ್ಲದ ನಡತೆ

ಯೆಂದರ್ಥವು) ಇದು ನಿಂದೆಯು; ಯಾರಲ್ಲಿಯೂ ಸ್ಥಿರಳಲ್ಲದ ರಾಜಲಕ್ಷ್ಮಿಯನ್ನು ಸ್ಥಿರವಾಗಿ ಹೊಂದಿ ಪ್ರಜಾರಂಜನವನ್ನು ಮಾಡ ತಕ್ಕವನೆಂದು ಸ್ತೋತ್ರವು; ಆದಕಾರಣ ಇದು ವ್ಯಾಜಸ್ತುತ್ಯಲಂಕಾರವೆಂದರಿಯ ತಕ್ಕದ್ದು.

3. ಅವಯವ ಮುಖದಿಂದ ಸಮುದಾಯ ವಿಶೇಷಣವು ಅನ್ಯ ವಸ್ತು ಗಮಕವಾದರೆ "ಅವಯುವಾಲಂಕಾರ"ವೆನ್ನಿಸುವದು.

ಪ್ರಯೋಗ:

ಬಲಭದ್ರಂ ಭುಜದೊಳ್ಮುರ- |
ಸ್ಥಲದೊಳ್ಪೃಥುವಿತತಯಶದೊಳರ್ಜುನನೀತಂ ||
ಕಲಿಕಾಲದೊಳ್ಂ ತನ್ನೊ |
ಳ್ತಾಳ್ದಿರ್ದಂ. ಪೂರ್ವ ಭೂಮಿಪಾಲ ಸ್ಥಿತಿಯಂ. ||

ಇಲ್ಲಿ ಅವಯವ ಮುಖದಿಂದ ವರ್ಣ್ಯನಾದ ಈತನಲ್ಲಿ ಬಲ, ಮಂಗಳ ಎಂಬ ಸಮುದಾಯ ವಿಶೇಷಣವು (ಬಲಭದ್ರ) ಎಂಬ ಅನ್ಯ ವಸ್ತು ಗಮಕವನ್ನು ಹೇಳುವದರಿಂದ ಅವಯವಾಲಂಕಾರವೆಂದರಿಯ ತಕ್ಕದ್ದು.

4. ವಿಚಾರವಿಲ್ಲದಾಗ ವಿರೋಧದಂತೆ ತೋರುವ ಪದಾರ್ಥವು ಆಲೋಚನೆಯಿಂದ ನೋಡುವಾಗ ವಿರೋಧವಿಲ್ಲದಂತೆ ಇದ್ದರೆ "ವಿರೋಧಾಭಾಸಾಲಂಕಾರ"ವೆನ್ನಿಸುವದು.

ಪ್ರಯೋಗ:

ಮತ್ತಮಾಪಟ್ಟಣಂ ರಾಜಹಂಸಸಮಂಚಿತಮಾಗಿಯುಮಂಧಕಾರಾ
ತಿರುಚಿರಮುಂ.—ಇತ್ಯಾದಿ.
(ವ್ಯ. ಎ. 14, 4ರಮೇಲಿನ ವ.)

ಇಲ್ಲಿ ಆ ಪಟ್ಟಣವು ರಾಜ=ಚಂದ್ರ, ಹಂಸ=ಸೂರ್ಯ, ಇವರಿಂದ ಕೂಡಿದ್ದಾದರೂ ಅಂಧಕಾರ=ಕತ್ತಲೆಯಿಂದ, ಅತಿರುಚಿರವಾಗಿತ್ತು ಎಂಬದು ವಿರೋಧ; ರಾಜಹಂಸ, ರಾಜ ಶ್ರೇಷ್ಠರಿಂದ ಕೂಡಿದ್ದಾಗಿಯೂ, ಅಂಧಕನೆಂಬ ರಾಕ್ಷಸನಿಗೆ, ಅರಾತಿ, ಶತ್ರುವಾದ ಶಿವನಿಂದ ಮನೋಹರವಾದದ್ದು; ಇಲ್ಲಿ ವಿರೋಧ ಪರಿಹಾರವು, ಹೀಗಿದ್ದರೆ ವಿರೋಧಾಭಾಸಾಲಂಕಾರವೆಂದರಿಯ ತಕ್ಕದ್ದು.

5. ವರ್ಣಿಸಲ್ಪಟ್ಟ ವಸ್ತುವನಲ್ಲಿ ಗುಣವಲ್ಲದ ಅವರ್ಣ್ಯ ಅಸಾಧಾರಣ ಗುಣವು ವರ್ಣಿತವಾದರೆ "ಅಧಿಕಾಲಂಕಾರ"ವೆನ್ನಿಸುವದು.

ಪ್ರಯೋಗ:

ಅಂಗುಳಿಯೊಳ್ಪಸಿದ ವಿಷಮುಂ |
ಭಂಗುರಕರ ವಿಷಮ ದೃಷ್ಟಿಯುಂ ವ್ಯಾಲ ಸಮಾ- ||
ಸಂಗಮುಮಮರ್ದಿರೆ ಮದನ ಕ- |
ರಂಗೆಸೆಯೆನಿಪುದಱಿನೆಮಗೆ ಖಳರಭಿವಂದ್ಯರ್. ||

ಇಲ್ಲಿ ಶಿವನಿಗೆ ಅಸಾಧಾರಣ ಗುಣವಾದ, ಖಲರಿಗೆ ಅಲ್ಲದ ಗುಣವಾದ, ವಂದ್ಯತ್ವವು ಖಲರಲ್ಲಿ ವರ್ಣಿತವಾಗಿರುವದರಿಂದ ಅಧಿಕಾಲಂಕಾರವೆಂದರಿಯ ತಕ್ಕದ್ದು.

6. ಒಂದು ವಸ್ತುವಿನ ವಿಶೇಷಣಕ್ಕೆ ಸಮಾನವಾದ ವಿಶೇಷಣ ಉಳ್ಳ ಮತ್ತೊಂದು ಅಪ್ರಕೃತವಸ್ತು ತೋರಿದರೆ "ಅವಿಶೇಷಾಲಂಕಾರ"ವೆನ್ನಿಸುವದು.

ಪ್ರಯೋಗ:

ಗುರುಪರಿಣಾಹಂಗಳ್ವೀ- |
ವರಂಗಳುನ್ನತಿಯುತಂಗಳುರ್ವರೆಗೆ ಮನೋ- ||
ಹರ ಕುಚಮಂಡಲದಂತಿರೆ |
ಕರಮೆಸೆವುವು ಮಲಯದರ್ದುರಾದ್ರಿಗಳೆರಡುಂ. ||

ಇಲ್ಲಿ ಮಲಯದರ್ದುರಾದ್ರಿಗಳ ವಿಶೇಷಣಗಳಿಗೆ ಸಮಾನವಾದ ವಿಶೇಷಣಗಳುಳ್ಳ ನಿತಂಬವೆಂಬ ಬೇರೊಂದು ಅಪ್ರಕೃತ ವಸ್ತು ತೋರುವದರಿಂದ ಅವಿಶೇಷಾಲಂಕಾರವೆಂದರಿಯ ತಕ್ಕದ್ದು.

7. ವರ್ಣಿಸಲ್ಪಟ್ಟ ವಸ್ತುವಿನ ವಿಶೇಷಣಗಳು ವರ್ಣಿಸಲ್ಪಡದ ಅಪ್ರಸಿದ್ಧವಾದ ಪದಾರ್ಥದಲ್ಲಿ ಸಂಭವಿಸದಿದ್ದರೆ "ಅಸಂಭಾವಾಲಂಕಾರ"ವೆನ್ನಿಸುವದು.

## ಪ್ರಯೋಗ:

ಅಸ್ಪೃಷ್ಟಚ್ಛೇದನನಶಿಥನ- |
ಶ್ಲೆ ವರ್ಣನುತ್ಸಾರಿತಾರಿ ಬೇರೋರ್ವಂ ದಾ-. ||
ನವ ಮಥನನೀತನೆನಿಸಿದ |
ನವನಿಗೆ ಪುರುಷೋತ್ತಮಾನುಭಾವಂ ಕೃಷ್ಣಂ. ||

ಇಲ್ಲಿ ಪುರುಷಶ್ರೇಷ್ಠನಾದವನ ಮಾಹಾತ್ಮ್ಯದಂತೆ ಮಾಹಾತ್ಮ್ಯವುಳ್ಳ ಕೃಷ್ಣನೆಂಬ ಹೆಸರುಳ್ಳ ರಾಜನು ಎಂಬ ಅಪ್ರಸಿದ್ಧ ಪದಾರ್ಥದಲ್ಲಿ ವರ್ಣ್ಯನಾದ ದಾನವವು ಥನನ ವಿಶೇಷಣಗಳು ಸಂಭವಿಸದೆ ಇರುವದರಿಂದ ಅಸಂಭವಾಲಂಕಾರವೆಂದರಿಯ ತಕ್ಕದ್ದು.

8. ಸುಪ್ರಸಿದ್ಧವಾದ ವಾಚ್ಯದಲ್ಲಿ ಭಿನ್ನ ರಸವುಳ್ಳ ಮತ್ತೊಂದರ್ಥವನ್ನು ಉಂಟು ಮಾಡಿದರೆ "ವಕ್ರೋಕ್ತ್ಯಲಂಕಾರ"ವೆನ್ನಿಸುವದು.

## ಪ್ರಯೋಗ:

ವೀರ ರಸ ಪ್ರವಿದಾರಣ |
ಮಾರಣ ಸಂಪ್ರಾಪ್ತ ಕೌಶಲಂ ಭಾವಿ ಸುರಂ- ||
ಭೋರು ನರೇಂದ್ರತೆಯಿಂ ವಿ- |
ಸ್ತಾರಿಸಿದಪನಂಗನಂಗ ಸಿದ್ಧಿಯೊಳೀತಂ. ||

ಈ ಪದ್ಯದಲ್ಲಿ ಒಬ್ಬ ಸ್ತ್ರೀಯು ಇನ್ನೊಬ್ಬ ಸ್ತ್ರೀಯನ್ನು ಕುರಿತು ಹೇಳುತ್ತಾಳೆ— ಈ ರಾಜನು ಪರಾಕ್ರಮವುಳ್ಳವನು, ಯುದ್ಧದಲ್ಲಿ ಶತ್ರು ಸಂಹಾರ ಮಾಡುವದರಲ್ಲಿ ಕುಶಲತೆಯುಳ್ಳವನು, ರಾಜ್ಯಾಂಗಸಿದ್ಧಿಯಿಂದ ರಾಜತ್ವವನ್ನು ಪ್ರಕಟಿಸ ತಕ್ಕವನು, ಇವನನ್ನು ಪುರಸ್ಕರಿಸು ಎಂದು ಹೇಳಲು; ಅದೇ ಶಬ್ದಗಳಿಗೆ ವಿಷವುಳ್ಳ ಸರ್ಪಗಳನ್ನು ಸೀಳುವದರಲ್ಲಿಯೂ, ಕೊಲ್ಲುವದರಲ್ಲಿಯೂ ಕುಶಲತ್ವ ಉಳ್ಳವನು, ಅಂಗರಕ್ಷಣಸಿದ್ಧಿಯಲ್ಲಿ ಹಾವಾಡಿಗತನವನ್ನು ಪ್ರಕಟಿಸುವನು ಎಂಬ ಹಾಸ್ಯರಸಾರ್ಥವನ್ನು [illegible]ಲ್ಪಿಸಿದಳು; ಆದ್ದರಿಂದ ಇದು ವಕ್ರೋಕ್ತ್ಯಲಂಕಾರವು.

## Vನೇ ಭಾಗ.—ಇತರ ಅಲಂಕಾರಗಳು.

1. ಪದ ವರ್ಣ ವಿಭಕ್ತಿ ವಿಭಾಗದಿಂದ ಎರಡು ರೂಪವುಳ್ಳ ಶ್ಲೇಷೆಯು ಒಂದೇ ಶಬ್ದದಲ್ಲಿ ತೋರಿದರೆ "ಭಂಗಶ್ಲೇಷೆ"ಎಂದೆನ್ನಿಸುವದು. ಇದಕ್ಕೆಶಬ್ದಶ್ಲೇಷೆಯೆಂತಲೂ ಹೆಸರುಂಟು.

ಪ್ರಯೋಗ:

ಸ್ವಗತಾನಲಸನ್ಮಣಿರ- ||
ಶ್ಮಿಗಾಢಮಗಣಿತ ಜಲದ್ವಿಪಾವಳಿ ಕಡಲಂ ||
ಮಿಗೆ ವಂದಮರಗಜೇಂದ್ರಂ |
ಸೊಗಯಿಸುಗುಂ ದಾನವಾರಿಲೇಖಾನುಗತಂ. ||

ಈ ಪದ್ಯಕ್ಕೆ ಅಮರಗಜೇಂದ್ರ ಪರವಾಗಿ ಒಂದರ್ಥವೂ, ಸಮುದ್ರ ಪರವಾಗಿ ಮತ್ತೊಂದರ್ಥವೂ, ಉಂಟು. ಈ ಎರಡರ್ಥಗಳೂ ಪದ ವರ್ಣ ವಿಭಕ್ತಿವಿಭಾಗದಿಂದ ಆಗುತ್ತವೆ. ಆದ ಕಾರಣ ಭಂಗಶ್ಲೇಷೆಯಂದರಿಯ ತಕ್ಕದ್ದು.

2. ಅನೇಕಾಲಂಕಾರಗಳಿಗೆ ಸಂಬಂಧವುಂಟಾದರೆ "ಸಂಶ್ಲೇಷಾಲಂಕಾರ"ವೆಂದರಿಯ ತಕ್ಕದ್ದು.

ಪ್ರಯೋಗ:

ಸ್ವಭಾವಗಂಭೀರನಲಂಘ್ಯ ವೈಭವಂ |
ಪ್ರಭೂತರತ್ನಂ ನೃಪನಂಬುರಾಶಿಯೊಲ್ ||
ವಿಭೀಷಣಗ್ರಾಹಮಮುದ್ರ್ಯಮರ್ಣವಂ |
ಪ್ರಭೂತಸಾರಂ ಸುಖಸೇವ್ಯನೀನೃಪಂ. ||

ಈ ಪದ್ಯದಲ್ಲಿ ಉಪಮಾಲಂಕಾರ, ಶ್ಲೇಷಾಲಂಕಾರ, ವ್ಯತಿರೇಕಾಲಂಕಾರ ಈ 3 ಅಲಂಕಾರಗಳೂ ಸಂಬಂಧವಾಗಿರುವದರಿಂದ ಸಂಶ್ಲೇಷವೆಂದು ಅರಿಯ ತಕ್ಕದ್ದು.

3. ಅತ್ಯಂತ ಪ್ರೀತಿಕರವಾದ ವಚನಗಳಿಂದ ದೇವತಾದಿ ವಿಷಯಕವಾದ ರತಿ ಎಂಬ ಭಾವವು ಉಂಟಾದಲ್ಲಿ "ಪ್ರೇಯೋಲಂಕಾರ"ವೆನ್ನಿಸುವದು.

16

### ಪ್ರಯೋಗ:

ನೆಲಿನನವಯುವದೆ ತಳ್ಳರದೆ |
ನಿಲೆ ತಾಳಿದ ಮೆಯ್ಗುಮೆಲ್ಲವಾನಲ್ಕರಿದಾ- ||
ಯ್ತುಲಘು ಪ್ರಸಾದದಿಂ ನೀ |
ನೊಲಿದೇಳ್ತರೆ ಮನಕೆ ಮನದೊಳಾದನುರಾಗಂ. ||

ಈ ಪದ್ಯದಲ್ಲಿ ಪೂಜ್ಯನಾದವನನ್ನು ಕುರಿತು ಒಬ್ಬ ರಾಜನು ಹೇಳಿದ ಅತ್ಯಂತ ಪ್ರೀತಿಕರವಾದ ವಚನಗಳಿಂದ ರತಿ ಎಂಬ ಭಾವವು ಗಮ್ಯವಾಗಿರುವದರಿಂದ ಪ್ರೇಯೋಲಂಕಾರವೆಂದು ಅರಿಯ ತಕ್ಕದ್ದು.

4. ಅಹಂಕಾರಾತಿಶಯವು ವ್ಯಂಗ್ಯವಾದಲ್ಲಿ "ಊರ್ಜಸ್ವ್ಯಲಂಕಾರ"ವೆನ್ನಿಸುವದು.

### ಪ್ರಯೋಗ:

ಕಳಲದೆ ಬಿಲ್ಲುಮನಂಬುಮ |
ನಳೀಕ ಭಟ ವಿಕಟ ವೇಷಮಂ ಬಿಸುಟೀಗಳ್ ||
ಮುಳಿಯಿಸದೆನ್ನಂ ಮಗುಳ್ದಂ |
ಬಳೆದೊಟ್ಟೊಡೆ ಗೆಲ್ವೆಯಂಬುದೊಟ್ಟೊಡೆ ಗಲ್ವೆ. ||

ಈ ಪದ್ಯದಲ್ಲಿ ಅಹಂಕಾರಾತಿಶಯವು ವ್ಯಂಗ್ಯವಾಗಿರುವದರಿಂದ ಊರ್ಜಸ್ವ್ಯಲಂಕಾರವೆಂದು ಅರಿಯ ತಕ್ಕದ್ದು.

5. ಮಂಗಳಕರವಾದ ಅರ್ಥ ಪ್ರಾರ್ಥನೆ ಗಮ್ಯವಾದರೆ "ಆಶೀರಲಂಕಾರ"ವೆನ್ನಿಸುವದು.

### ಪ್ರಯೋಗ:

ನೆಲೆಗೊಳ್ಗೆ ನಿಜ ಭುಜಾಸಿಯೊ- |
ಳೊಲಿದು ಜಯಾಂಗನೆ ವಿರೋಧಿ ವಂಶಾ- ||
ವಳಿಯುಂ ನೆಲೆ ಕೆಡಿಸಿ ನಿನ್ನ ತೇಜೋ- |
ಜ್ವಲನಂ ತಳ್ತಪ್ಪಿ ಕೊಳ್ಗೆ ವಿಕ್ರಮ ತುಂಗಾ. ||

ಈ ಪದ್ಯದಲ್ಲಿ ಸಮಸ್ತ ಶತ್ರು ಜಯ ಪೂರ್ವಕವಾದ ಉತ್ಕರ್ಷವುಂಟಾಗಲೆಂದು ಮಂಗಳಕರವಾದ ಅರ್ಥ ಪ್ರಾರ್ಥನೆಯು ಗಮ್ಯವಾಗಿರುವದರಿಂದ ಆಶೀರಲಂಕಾರವೆಂದು ಅರಿಯ ತಕ್ಕದ್ದು.

6. ಒಂದೇ ವಸ್ತುವನ್ನು ಅನೇಕ ಪ್ರಕಾರವಾಗಿ ಊಹಿಸಿ ವರ್ಣಿಸಿದರೆ "ಉಲ್ಲೇಖಾಲಂಕಾರ"ವೆನ್ನಿಸುವದು.

ಪ್ರಯೋಗ:

ಸಿರಿಗಧಿದೇವಿ ಶಾರದೆಯು ಸತ್ಕಳೆ ಸ್ಯೆಪಿನ ಜನ್ಮಭೂಮಿ |
ಸಚ್ಚ್ಚರಿತದ ಸೀಮೆ ಸತ್ಯದ ಶವರ್ಮನೆ ಪೇರ್ಮೆಗಡರ್ಪು ಸಿದ್ಧಿಗಾ-|
ಗರಮತುಳೋತ್ಸವಕ್ಕೆ ನೆಲೆ ಚಲ್ವಿನ ಕೋಶಮನೂನ ಮಂಗಳೋ- |
ತ್ಕರನಿಧಿ ಗೌರಿ ರಂಜಿಸಿದಳ್ಶಂಕದೊಳಿಂದುಕಳಾವತಂಸನಾ. ||

ಇಲ್ಲಿ ಒಂದೇ ವಸ್ತುವಾದ ಪಾರ್ವತಿಯನ್ನು ಅನೇಕ ಪ್ರಕಾರವಾಗಿ ಊಹಿಸಿ ವರ್ಣಿಸಿರುವದರಿಂದ ಉಲ್ಲೇಖಾಲಂಕಾರವೆಂದರಿಯ ತಕ್ಕದ್ದು.

7. ಒಂದು ವಸ್ತುವನ್ನು ಒಂದು ಸ್ಥಾನದಲ್ಲಿ ನಿಷೇಧ ಮಾಡಿ ಅನ್ಯತ್ರ ಇರುವದಾಗಿ ವರ್ಣಿಸಿದರೆ "ಪರಿಸಂಖ್ಯಾಲಂಕಾರ"ವೆನ್ನಿಸುವದು.

ಪ್ರಯೋಗ:

ಚರಿತದೊಳುಂಟೆ ನೋಡೆ ಕಲಿಕೆ ಕಂಠದೊಳಲ್ಲದೆ ರಾಗಮಾಜಟೋ- |
ತ್ಕರದೊಳಮಲ್ಲದುಂಟೆ ಮನದೊಳ್ವಿಷಮಸ್ಥಿತಿ ನೈಜನೇತ್ರಭಾ- ||
ಸುರತೆಯೊಳಗಲ್ಲದುಂಟೆ ಮತಿಯೊಳ್ಜಡಸಂಗತಿ ತನ್ನೊಳುಂಟೆ ಪೇ- |
ಣ್ಕಿರದೊಳಗಲ್ಲದೆಂಬ ನುಡಿಗೊಡ್ಡೆಗೊಟ್ಟನವಂ ಸದಾಶಿವಂ. ||

ಈ ಪದ್ಯದಲ್ಲಿ ಶಿವನ ಚರಿತ್ರದಲ್ಲಿ ಕರೆ ಇಲ್ಲ, ಕಂಠದಲ್ಲಿ ಉಂಟು ಇತ್ಯಾದಿ ರೂಪವಾಗಿ ವರ್ಣಿಸಿರುವದರಿಂದ ಪರಿಸಂಖ್ಯಾಲಂಕಾರವೆಂದರಿಯ ತಕ್ಕದ್ದು.

8. ಒಂದು ವಸ್ತುವನ್ನೇ ಉಪಮಾನ ಉಪಮೇಯಗಳಾಗಿ ವರ್ಣಿಸುವ ಉಕ್ತಿಯು "ಅನನ್ವಯಾಲಂಕಾರ"ವೆನ್ನಿಸುವದು.

ಪ್ರಯೋಗ:

ಗಗನಂ ಗಗನಾಕಾರಃ |
ಸಾಗರಃ ಸಾಗರೋಪಮಃ ||
ರಾಮ ರಾವಣಯೋರ್ಯುದ್ಧಂ |
ರಾಮ ರಾವಣಯೋರಿವ. ||

ಅರ್ಥ: ಆಕಾಶವು ಆಕಾಶದ ಹಾಗಿದೆ, ಸಮುದ್ರವು ಸಮುದ್ರಕ್ಕೆ ಸಮಾನವಾಗಿದೆ. ರಾಮ ರಾವಣರ ಯುದ್ಧವು ರಾಮ ರಾವಣರ ಯುದ್ಧದ ಹಾಗಿದೆ.

ಇಲ್ಲಿ ಒಂದು ವಸ್ತುವನ್ನೇ ಉಪಮಾನ ಉಪಮೇಯಗಳಾಗಿ ವರ್ಣಿಸಿರುವದರಿಂದ ಅನನ್ವಯಾಲಂಕಾರವೆಂದರಿಯ ತಕ್ಕದ್ದು.